I0603913

NGÔN NGỮ
TẠP CHÍ VĂN HỌC NGHỆ THUẬT
SỐ 23 1/1/2023

NHÓM CHỦ TRƯƠNG:
Luân Hoán - Song Thao - Nguyễn Vy Khanh - Hồ Đình Nghiêm - Lê Hân

CỘNG TÁC TRONG SỐ NÀY:
Ban Mai, Ben OH, Bình Địa Mộc, Bùi Công Thuấn, Cao Nguyên, Chu Vương Miện, Cung Tích Biền, Dan Hoàng, Dung Thị Vân, Đặng Hiền, Đặng Văn Thơm, Đinh Văn Tuấn, Đoàn Phương, Đoàn Văn Khánh, Đỗ Trường, Hà Nguyên Du, Hoàng Quân, Hồ Chí Bửu, Hồ Xoa, Huỳnh Liễu Ngạn, Huỳnh Thị Quỳnh Nga, Lâm Băng Phương, Letamanh, Lê Chiều Giang, Lê Hân, Lê Hứa Huyền Trân, Lê Hữu Minh Toán, Lê Văn Trung, Luân Hoán, Lữ Quỳnh, Lưu Lãng Khách, Lương Thiếu Văn, Mai Anh Tuấn, M.H. Hoài Linh Phương, Ngàn Thương, Nguyên Cẩn, Nguyễn An Bình, Nguyễn Châu, Nguyễn Đình Phượng Uyển, Nguyễn Đức Bạt Ngàn, Nguyễn Đức Nam, Nguyễn Kiến Thiết, Nguyễn Lê Hồng Hưng, Nguyễn Minh Nữu, Nguyễn Nguyên Phượng, Nguyễn Nhã Tiên, Nguyễn Sông Trẹm, Nguyễn Thái Dương, Nguyễn Thị Hải Hà, Nguyễn Thiên Nga, Nguyễn Văn Điều, Nguyễn Văn Gia, Nguyễn Văn Sâm, Nguyễn Vũ Sinh, Nguyễn Vy Khanh, NP Phan, Phan Văn Thạnh, Phương Tấn, Song Thao, Sử Mặc, Thái Tú Hạp, Thiếu Khanh, Thục Uyên, Thy An, Tiểu Lục Thần Phong, Tiểu Nguyệt, Trang Châu, Trần C. Trí, Trần Đình Sơn Cước, Trần Hoài Thư, Trần Thanh Quang, Trần Thị Nguyệt Mai, Trần Vạn Giã, Trần Văn Nam, Trần Vấn Lệ, Triều Hoa Đại, Trịnh Bửu Hoài, Trung Chính Hồ, Trương Xuân Mẫn, Võ Phú, Vũ Khắc Tĩnh, Vũ Ngọc Giao, Xuyên Trà.

BÌA: Uyên Nguyên Trần Triết

TRANH BÌA: Trần Vĩnh Thịnh

DÀN TRANG: Lê Hân

ĐỌC BẢN THẢO: Trần Thị Nguyệt Mai

LIÊN LẠC:
Thư và bài vở mời gởi về:
- Luân Hoán: lebao_hoang@yahoo.com
- Song Thao: tatrungson@hotmail.com

TÒA SOẠN & TRỊ SỰ:
Lê Hân: (408) 722-5626 han.le3359@gmail.com

MỤC LỤC

THƯ TÒA SOẠN

Kính quý chào đón bạn đọc, bạn văn; cảm ơn tiếp tục đến với Ngôn Ngữ. Tạp chí bước vào số 23, trên 24 số đã phát hành [*].

Chúng tôi đang và sẽ còn tiếp tục những số giới thiệu tác giả còn tại thế. Những số này sẽ tùy theo tư liệu của mỗi người chúng tôi sưu tập để thực hiện, tương tự như hai số về họa sĩ, nhà văn Khánh Trường và nhà nhận định văn học Nguyễn Vy Khanh.

Lần lượt giới thiệu một số tác giả quen thuộc, chỉ như một cách tạo kỷ niệm thân mật hơn giữa người viết và bạn đọc. Tuy nhiên điều này thực sự không dễ dàng. Trước nhất chúng tôi phải được sự đồng ý của tác giả đó, và khó khăn hơn, số lượng bài viết cần thiết phải được xem như tương đối đủ cho việc giới thiệu.

Trong số mở đầu về họa sĩ Khánh Trường, chúng tôi đã được phép và rao trước, sẽ thực hiện chân dung ngòi bút nhà biên khảo Nguyễn Vy Khanh, tiếp theo sẽ là nhà văn Cung Tích Biền. Số báo về anh Nguyễn Vy Khanh bạn đọc đang có trong tay. Số 24 về nhà văn Cung Tích Biền, vì tư liệu khá nhiều, nên số này chúng tôi chỉ dành riêng cho tác giả "Thằng Bắt Quỉ" và sẽ cố gắng phát hành vào tháng 2 năm 2023.

Số 25 sẽ giới thiệu nhà văn Trần Hoài Thư, có kèm phần thơ văn của các bạn đóng góp, sẽ phát hành vào đầu tháng 3-2023. Cũng từ đây, chúng tôi sẽ thực hiện như vậy, đúng theo lịch phát hành lâu nay, cụ thể là 1 tháng 5, chân dung bài viết của nhà văn Song Thao và sáng tác thơ văn của quý bạn

Xin nhắc về số 23 này: phần đầu, nhà nghiên cứu, nhận định văn học Nguyễn Vy Khanh được giới thiệu qua các bài viết của các tác giả: Trần Hoài Thư, Cung Tích Biền, Trần Văn Nam, Mai Anh Tuấn, Vũ Tùng, Nguyễn Minh Nữu, Bùi Công Thuấn, Trần Vạn Giã, Nguyễn Đức Bạt Ngàn, Đoàn Văn Khánh, Hà Nguyên Du, Sử Mặc...

Phần còn lại, thật phong phú thơ truyện của các bạn trong ngoài Việt Nam như thường lệ. Số 23 này, tuy nhằm vào tháng 1 dương lịch, nhưng hương vị các ngày lễ lớn như Giáng Sinh, Năm Mới vẫn còn, tiếc chúng tôi không thực hiện chủ đề đặc biệt. Xin cảm ơn các bạn đã viết về đề tài Xuân. Đây như một món quà Tết sớm cho chúng tôi và tất cả bạn đọc, bạn viết khác.

Xin ăn theo không khí chuẩn bị xuân nhật, vui gởi lời chúc sức khỏe đến tất cả.

Luân Hoán

12-2022

** Số đặc biệt (15-6-2019), tưởng niệm nhà thơ Tô Thùy Yên và nhà văn Hoàng Ngọc Biên.*

PHẦN ĐẶC BIỆT VỀ
NGUYỄN VY KHANH

NGUYỄN VY KHANH
VIẾT VÀ ĐỌC VĂN-HỌC Ở NGOÀI NƯỚC

Những năm đầu sau khi rời quê nhà ngày 29-4-1975 và làm lại cuộc đời ở Canada, trong tình cảnh đã mất hết thì thơ văn và sách vở đã không có chỗ đứng trong tôi. Sau khi đi học lại và hội nhập cuộc đời mới nơi xứ người, ngay những năm đầu, tôi đã vội viết những gì mình biết hoặc còn ghi nhớ, như về họ tên người Việt, về các thư-viện thời lịch triều, về tiếng Việt và văn hóa Việt, v.v... Vì nghề nghiệp thủ thư, tôi có nhiều cơ hội thăm các thư viện ở Bắc Mỹ nhất là ở Canada và tôi đã nhìn thấy một phần lý do miền Nam đã thua trận chiến-tranh 1957-1975: sách của cộng-sản Bắc Việt và "trí thức thiên tả" Tây phương đầy rẫy ở các thư viện đại học và thư viện quốc-gia trong khi sách "quốc-gia" thì hiếm hơn (ngoài vài pamphlet tổng quan của các tòa đại sứ), nghĩa là gần như chỉ có sách của Mỹ, Pháp và cộng-sản Hà-Nội. Trong khuôn viên các đại học ngay sau 1975, chúng tôi chứng kiến sách của Hà-Nội, được viết hoặc dịch ra tiếng Pháp hoặc Anh, bày bán cho sinh viên với giá rẻ mạt - 1, 2 dollars (*Femme vietnamienne, Vietnamese Studies, Anthologie de la littérature vietnamienne, Hòn Đất* roman, v.v...). "Súng đạn" tuyên truyền đã thêm thế mạnh cho họ - dù bá-đạo, ở những nơi mà "thiên tả" đã và đang vẫn là thời thượng lúc đó!

Cho đến khi tự xem như đã vững vàng trong cuộc sống mới, lúc đó tôi mới tìm trở lại với sáng tác cùng lúc tham gia các sinh hoạt báo chí và hội đoàn. Sau nhiều năm sinh hoạt cộng đồng, hội-nhập, tôi đã nghĩ đến phải làm gì cho nền văn-học tự-do và khai phóng của miền Nam; mất nước thì một cá thể khó chuyển bại thành thắng, nhưng mất nền văn-học đó thì mỗi cá nhân cũng có thể đóng góp phần của mình và nếu không phục-hồi được thì ít ra cũng để lại dấu vết, tài-liệu, chứng giám cho các thế hệ sau.

Thế là sau nhiều thập niên đọc, đã đến lúc phải bắt đầu viết, viết về những gì đã quan sát và hiểu biết, đó là lý do chúng tôi thật sự viết về văn-học sử từ năm 1995, bài đầu tiên là bài Miền Nam Khai Phóng gây được một số phản ứng vì trong đó lộ rõ ý muốn phục hồi và đem lại công bằng cho một mảng văn-học bị bỏ quên, và qua đó cho thấy đất nước và con người miền Nam đã có những đóng góp lịch sử cho nền móng một giang sơn "Việt Nam"! Kế đó là những tác-giả mà chúng tôi đã sẵn nhận-xét, quan điểm, sau nhiều năm làm độc giả và mon men nghiên cứu văn-học, cũng như đã tìm lại được các tác-phẩm, bắt đầu với Võ Hồng, Thanh Tâm Tuyền, Duyên Anh, Bình Nguyên Lộc, v.v...

Từng tốt nghiệp triết học cùng văn học Việt-Nam kim cổ và nay thêm nghề thủ-thư, công việc nghiên cứu, biên khảo không phải là khó, nhất là khi chúng tôi thêm động lực phải làm gì đó cho những "mảng" văn-học (và vùng miền) đã và vẫn tiếp tục chịu nhiều thiệt thòi và oan trái – biến cố 30-4-1975 đã là cú chót làm thương tổn thêm. Tôi vẫn công khai quan niệm về công tác nghiên cứu, biên khảo và phê bình văn học sử này như sau: *"Kiến thức cũng như nghề nghiệp chính thức và nghiệp dư, sau nhiều thập niên hoạt động, cho chúng tôi tâm niệm và ý chí, trong khả năng khiêm tốn và khả thể, đi tìm sự thực và ghi lại cho các thế hệ sau, với hy vọng rằng chỉ có thống nhất nhân tâm và địa lý khi nào những khúc mắc và vấn nạn lịch sử đã được nhìn nhận và giải tỏa"*.

Vấn đề tiên thiên cho nghiên cứu văn học là *văn-bản*. Cho tới những năm đầu thập niên 1990, chưa có siêu không gian Internet cũng như Google, Yahoo và càng chưa thấy bóng ebook. Sách tiếng Việt xuất bản trước biến cố 30-4-1975 cũng chưa xuất hiện trong các thư viện công cộng cũng như trường học, mà chỉ có ở vài thư viện mang tính quốc gia như Thư viện Quốc gia Pháp hay Quốc hội Hoa-Kỳ và các đại học Cornell, Yale và Harvard.

Từ những năm đang theo học Cao học về Thư viện (1976-1978) – cũng như những năm sau đó làm thủ thư phòng tham khảo ở Quốc hội tỉnh bang Québec, tôi đã sử dụng dịch vụ mượn sách liên-thư-viện (interlibraries) để mượn sách của các thư viện như Cornell. Lúc bấy giờ các dịch vụ này miễn lệ phí cho người mượn cũng như thư viện đứng đơn mượn và bưu điện miễn phí ở Canada và Mỹ – với phong bì riêng cho thư viện. Thời bấy giờ, nhờ thư viện đại học Montréal có các thư-mục như *A checklist of the Vietnamese holdings of the Wason Collection, Cornell University Libraries*, as of June 1971 rồi bộ 7 cuốn *Southeast Asia Catalog* 1976 (cuốn 3 và 6 gồm sách tiếng Việt hoặc về VN) cũng của thư viện Cornell, mà tôi có được thông tin thư-tịch về các cuốn sách cần đến. Ngoại trừ thư viện đại học Yale chỉ viếng một lần khi giáo sư Huỳnh Sanh Thông còn tại thế, thư viện đại học Cornell ở Ithaca, tiểu bang New York, cũng như thư viện Harvard đều cách Montréal khoảng 5 giờ lái xe. Từ cuối thập niên 1980 qua đến giữa thập niên 1990, tôi đã nhiều lần đến thư viện Cornell, mỗi lần từ sáng đến chiều tận dụng photocopy tối đa các sách báo của miền Nam Việt-Nam Cộng-hòa rồi đưa về sắp xếp lại để khi cần đến sau này, cũng như gửi tặng các nhà văn quen biết (có người nhắc lại có người không - dĩ nhiên đó không phải chủ đích của tôi!).

Nguồn thứ hai là sách ban đầu do các nhà Xuân Thu, Đại Nam, Sống Mới ở Hoa-Kỳ in chụp lại sách xuất bản trước 1975, lúc bấy giờ được bán trong các tiệm sách và tạp hóa. Sau này nhà Văn Nghệ cũng tái bản nhưng đánh máy và lên trang lại. Tôi lại có thói quen mỗi khi du lịch đến thành phố nào có người Việt là đi truy lùng sách Việt-Nam - thói này tôi có từ khi còn ở trong nước, nhờ đó thêm được ít nhiều sách báo.

Thư viện thành phố Montréal là nguồn sách báo thứ ba. Thời làn sóng di dân của người Việt lớn mạnh cũng là lúc nhiều quốc gia Âu Mỹ đề xướng các chính sách đa văn hóa (multicultural); nói chung là nay dòng chính mở rộng vòng tay chào đón con người và văn hóa của các nguồn gốc khác, nhìn nhận các văn hóa thiểu số này, trợ cấp cho các sinh hoạt cộng đồng, văn hóa cũng như khuyến khích các thư viện công cộng bản xứ mua sách báo in bằng chữ viết thiểu số (multilingualism). Ở Canada, thành phố Montréal – cũng như Québec, Ottawa, Toronto, v.v..., đều có nhiều sách báo tiếng Việt. Một người bạn lớn tuổi hơn tôi nhưng cùng theo học chung ngành thư viện cùng khóa điều khiển một thư viện của Montréal có gần như đa số sách in trước 1975 được in lại cũng như sách mới ra sau này. (Mở ngoặc: thời đa văn hóa vô tình sinh ra phản ứng ngược: các nhà văn và tạp chí hải ngoại một thời tranh luận về hội nhập, đa văn hóa, có người có vẻ hài lòng vì nhờ đó mà người Việt giữ được... bản sắc "ghetto". Tinh thần ghetto là tinh thần bộ lạc, không khai phóng, hội nhập, mũ ni che tai, đã là mặt trái của chính sách đa văn-hóa của các nước Tây phương từ thập niên 1980, từ di dân thiểu số đến tinh thần địa phương ngay trong cùng ghetto).

*

Trường hợp phê bình và viết văn học sử của chúng tôi đã và sẽ không như đối với nhiều vị khác. Đó trước hết là từ tâm sự và điều nhắm tới khởi đi từ thân phận lưu vong chung và viễn ảnh mất một nền văn học gọi là thuần "Việt". Với văn-học sử, cố gắng đưa ra cái nhìn mới, khác, cũng như tìm cách giải toả những khúc mắc, nghi vấn. Các bộ sách nhận định và văn học sử tôi đã xuất bản từ năm 1997 đến nay 2022, tất cả đã là kết quả của sự thẩm định và thưởng ngoạn văn-chương, tuy nhiên trong đó phần viết được như ý tôi mong muốn thì không nhiều, vì phần (lớn) còn lại là do nhu cầu của đề tài hoặc văn-học sử (cho đầy đủ chẳng hạn). Tôi vẫn mong sẽ có lúc ngưng phần "thực tế" này để dấn thân hết mình cho "thưởng ngoạn" thuần túy văn chương!

Sau khi xuất bản các biên khảo *Bốn Mươi Năm Văn Học Chiến Tranh 1957-1997* (1997), *Văn Học Và Thời Gian* (2000), *Văn Học Việt Nam Thế Kỷ XX: Một Số Hiện Tượng Và Thể Loại* (2004), *33 Nhà Văn Nhà Thơ Hải-Ngoại* (2008; tb 2016), và cả sau những *Văn Học Miền Nam 1954-1975* (2016; tb 2018, 2019, *Nhà Văn Việt Nam Hải-Ngoại* (2020), nghĩa là từ những năm 1995, khi tôi bước vào thế giới biên khảo và nhận định văn học, đây đó có những độc giả ít nhiều tích cực đón nhận, nhưng tôi cũng gặp khó khăn với một vài người đi trước hoặc phe nhóm làm văn học mà như "hội kín". Lý do phần lớn mang tính cá nhân, phần khác do địa lý và cả tôn giáo. Bản thân tôi cũng có vài "khuyết điểm" như "dị ứng" và "phản cảm tiên thiên" với những kẻ "2, 3 lòng", hoặc tôi "không phải là văn nghệ sĩ chính thống". Đã có những phê phán tôi là "người Công giáo" và "kỳ thị Nam-Bắc", v.v... Tôi có cảm tưởng trong nước và những người trẻ tuổi đón nhận tích cực hơn.

Trong 30 năm sau đó, chúng tôi đã nhìn thấy có những thay đổi thái độ nghiên cứu về văn học miền Nam, chậm chạp nhưng có thật và đã có những bước tìm đến, rồi nhận chân, xác nhận những Chân Thiện Mỹ mà nền văn học đó đã đóng góp cho đất nước và văn hóa nước Việt nói chung. Những luận văn, biên khảo với quan điểm nhìn nền văn học đó như đã từng xảy ra, đã có thật và nội dung đã nói lên điều gì. Từ cuối thập niên 1990, đã có những sinh viên, giáo sư trong nước đã liên lạc với tôi, hỏi xin văn bản hoặc bài viết. Một số đã ghi lại tham khảo, trích dẫn nhận định của tôi về vài thể loại và tác giả trong các luận án đại học hoặc tham luận hội thảo (về thể loại tùy bút, tiểu thuyết lịch sử, hồi ký, tự truyện, thơ, nữ quyền, văn học Công-giáo, kịch, v.v..., về Bình-Nguyên Lộc, Tô Thùy Yên, Thanh Tâm Tuyền, Nguyễn Đình Toàn, Võ Hồng, Nguyễn Huy Thiệp, Mai Thảo, Hồ Văn Hảo, v.v...). Một số khác thì lấy văn bản của tôi dùng lại mà không ghi xuất xứ hoặc mập mờ như của... nhà ta; có một đã "đính chính" (trễ tràng, và tôi không mong đợi), còn một khác ở ngoài thì dùng nhận định của tôi như của anh ta khi trả lời phỏng vấn rồi in thành sách, v.v... Tôi vốn không có ước muốn làm văn nghệ sĩ và đến với văn học miền Nam 1954-1975 rồi văn học quốc ngữ thời đầu và văn học của người Việt hải ngoại với nguyện ước *đi tìm sự thực và ghi lại cho các thế hệ sau* như đã nói ở trên. Thành thử tôi không quan tâm lắm những chuyện có thể gọi là "thiếu ngay thẳng trí thức" đó, cũng như những phê bình cái viết của tôi "không khoa học" hoặc "thiên lệch", "thiên kiến chính trị", ... Cái thiết yếu cho tập thể là sự đóng góp, ra tay cho "văn học chân chính", "dân tộc" và mang đặc tính Việt, nghĩa là không chính trị, không đảng phái một thời và không đạo đức giả hình!

Trong tổng thể thì miền Nam Cộng-hòa, Văn học miền Nam rồi Văn học hải ngoại khốn khổ (hoặc đã và vẫn bị cấm đoán nơi có đa số dân Việt) đã gần nửa thế kỷ, nay thì có vẻ đã đỡ hơn – nhưng chưa đủ và chưa thực sự. So với thời chúng tôi và nhóm Thư Ấn Quán, Thư Quán Bản Thảo khởi đầu thì hiện nay đã dễ dàng hơn nhiều với những trang mạng Internet – như Quán ven đường, Tiểu lùn, Tủ sách tiếng Việt, Việt Nam thư quán, ViêtMessenger, v.v…, cung cấp ebooks chụp nguyên bản hoặc đánh máy lại. Trong nước cũng in lại sách của tác giả miền Nam Cộng-hòa, nhưng người đọc và sinh viên cùng giới nghiên cứu thiết nghĩ cần cảnh giác với những ấn phẩm đã bị biên-tập lại – việc làm này cũng cùng "tiêu chí" viết lịch sử theo quan điểm một lề của Nhà nước cộng sản, của Đảng và Hội này hội nọ - sách in lại của Nguyễn Hiến Lê, Võ Phiến cũng như các tác giả khác là một, hai là trong các biên khảo, các trích dẫn và "nhận định" của họ khá "chủ quan" gán ghép và cho cảm tưởng "ép vô lề chung" những thái độ "yêu nước", "chống miền Nam", v.v… nhất là đối với những vị đã mất. Muốn trung thực, thiển nghĩ người nghiên cứu phải tra cứu nguyên bản và đặt đúng các sự việc trong hoàn cảnh và thời gian, nhất là không dùng những "giai thoại", "tin đồn" và "tiểu thuyết lịch sử" như là tham khảo chính!

Nguyễn Vy Khanh
Toronto 8 & 11-2022

TRẦN HOÀI THƯ

Văn Học Miền Nam 1954-1975
của Nguyễn Vy Khanh

Cuối năm 2016, bộ "Văn Học Miền Nam 1954-1975" của Nguyễn Vy Khanh được ra đời, do nhà Amazon phát hành, đáp ứng được sự đòi hỏi cho những ai muốn tìm hiểu về văn học miền Nam, nhất là bổ sung cho những thiếu sót của Bộ Văn học tổng quan của Võ Phiến, đặt biệt là văn chương thời chiến 1964-1975. Sự thiếu sót này do phần thiếu thốn tài liệu tham khảo. nhớ đâu viết đó, hay căn cứ vào sách vở của các tác giả khác để trích dẫn, chứng minh.

Riêng tác giả Nguyễn Vy Khanh thì khác. Ông may mắn làm việc trong thư viện ở Canada, không già để mà trí nhớ hao mòn, không quá trẻ để rất xa lạ với nền văn chương miền Nam trước 1975.

Ham đọc, ham tìm tòi, say mê nghiên cứu, đó là những đức tính mà tôi nghĩ rất cần cho một nhà nhận định văn học. Những đức tính này tôi tìm được ở ông trong mấy mươi năm ở hải ngoại từ thời có diễn đàn Ô Thước đến Talawas, và bây giờ là tạp chí Thư Quán Bản Thảo.

Để chứng minh về những điều này, chúng tôi đăng lại trang mục lục gồm những bài viết về văn học miền Nam của hai bộ.

Dưới đây là mục lục của bộ sách Văn học Tổng Quan của nhà văn Võ Phiến:

Văn Học Miền Nam: Tổng Quan của Võ Phiến

Văn học miền Nam 1954-1975 của Nguyễn Vy Khanh

Mục lục

Sáng Tạo - Chỉ Đạo - Quan Điểm - Đại Học – Tư Tưởng, Vạn Hạnh - Bách Khoa - Nhân Loại – Tinh Việt Văn-đoàn – Văn Hóa Ngày Nay – Các nhóm "hiện-đại" - Thái Độ – Hành Trình, Đất Nước - Trình Bầy – Ý Thức, v.v...
Những người viết trẻ
Sứ mạng văn-nghệ
Văn-nghệ "hôm nay" - hiện sinh - dấn thân - viễn mơ
Văn-học chiến-tranh
Văn-chương phản-kháng, phản-chiến, hiếu chiến, mơ ước hòa-bình và Mác-xít
Ngôn-ngữ và kỹ thuật văn-chương
Một số hiện-tượng văn-học
Miền Nam lục-tỉnh:
Hồ Biểu Chánh, Phạm Thái, Thẩm Thệ Hà, Ngọc Linh, Vương Hồng Sển, Phạm Công Thiện, Thanh Việt Thanh, Phương Triều, Đông Hồ, ...
Ấn phẩm xám
Văn-học & ảnh-hưởng tôn giáo

Chương 2: Văn xuôi / Tiểu-thuyết

Văn-học chiến-tranh
Tiểu-thuyết chiến-tranh
Tiểu-thuyết phản kháng, phản chiến
Cái Chết
Tiểu-thuyết hiện-đại: văn-chương và triết lý
Khuynh-hướng dấn thân và thân phận con người
Tiểu-thuyết tâm-lý, tình cảm
Khuynh-hướng hiện thực xã-hội: tiểu-thuyết, phóng sự
Tự truyện
Con đường cách tân tiểu-thuyết
"Tiểu-thuyết mới"
Ảnh-hưởng các trào lưu văn-chương hiện-đại
Dục tính trong tiểu-thuyết
Tiểu-thuyết nữ quyền
Tiểu-thuyết đăng-từng-kỳ
Kỹ thuật tiểu-thuyết
Các thể-loại ngắn

Chương 3: Thi ca

Một số thể thơ: Thơ tự do – Thơ xuôi - Thơ lục bát
Nội-dung: Thơ tình - Thương nhớ quê nhà
Thơ chiến-tranh - Thơ binh lửa
Thơ phản chiến

Thi-ca triết-lý, về phận người và vũ trụ

Chương 4: Bộ môn Kịch
Ngôn-ngữ kịch và sân khấu
Kịch-bản hay kịch-trường?

Chương 5: Phê bình văn-chương và Nghiên cứu văn-học
Các phương-pháp nghiên-cứu và phê-bình
Phê-bình phân-tâm học - xã-hội học
Phê-bình hiện-sinh, hiện-tượng luận
Phê-bình cơ-cấu
Phê-bình văn-học
Biên-khảo văn-học
Các nhà biên-khảo, phê-bình:
Bằng Giang - Bình-Nguyên Lộc - Bùi Đức Tịnh – Bùi Xuân Bào - Cao
Huy Khanh - Đặng Tiến - Đỗ Long Vân - Huỳnh Phan Anh - Lê Huy
Oanh – Lê Ngọc Trụ – Lê Tôn Nghiêm - Lê Tuyên - Lê Văn Siêu –
Nguyên Sa - Nguyễn Hiến Lê - Nguyễn Văn Sâm - Nguyễn Văn Trung
– Phạm Công Thiện - Phạm Thế Ngũ – Phạm Việt Tuyền - Tam Ích –
LM Thanh Lãng - Thế Phong - Trần Thái Đỉnh - Trần Văn Nam –
Uyên Thao
Các công trình khác – Các tuyển tập thơ văn.

Chương 6: Dịch thuật và văn-học nước ngoài

Dịch-giả:
Nguyễn Hiến Lê – Trương Bảo Sơn - Trần Thiện Đạo – Trần Phong
Giao - Nguyễn Minh Hoàng - Vũ Đình Lưu – Phạm Công Thiện -
Phùng Khánh & Phùng Thăng - Hoài Khanh - Diễm Châu – Mặc Đỗ –
Bùi Giáng – Đỗ Khánh Hoan – Cung Tiến – Bửu Ý – Lê Thanh Hoàng
Dân – Tam Ích – Hoàng Hải Thủy – Các nhà xuất-bản

Chương 7: Báo chí miền Nam
Báo-chí quân đội, cơ quan chính phủ
Các tạp-chí văn-chương, văn-học
Tạp-chí các nhóm trẻ, chuyên môn, phổ thông-đại chúng
Báo chính-trị, đảng phái
Báo-chí tôn giáo
Báo thiếu nhi, tuổi trẻ
Nhật-báo: 1954-1963, 1964-1975, nội-dung, kiểm duyệt, ...
Các nhà xuất-bản: thương mại, chuyên nghiệp, giáo khoa, của nhà
văn, tạp-chí và nhật báo.

Sơ kết

Quyển Hạ: Tác-Giả

An Khê

Anh Hoa

Bình-Nguyên Lộc

Bùi Giáng

Cao Thoại Châu

Châu Liêm

Chu Trầm Nguyên Minh

Chu Tử

Cung Tích Biền

Diễm Châu

Diên Nghị

Doãn Dân

Doãn Quốc Sỹ

Du Tử Lê

Duyên Anh

Dương Nghiễm Mậu

Đinh Hùng

Đinh Tiến Luyện

Đoàn Thạch Biền

Đoàn Văn Khánh

Hà Thúc Sinh

Hạc Thành Hoa

Hoài Khanh

Hoàng Anh Tuấn

Hoàng Lộc

Hoàng Ngọc Biên

Hoàng Ngọc Hiến

Hoàng Ngọc Tuấn

Hoàng Trúc Ly *

Hồ Hữu Tường

Hồ Minh Dũng

Joseph Huỳnh Văn

Kiên Giang

Kinh Dương Vương

Lâm Chương

Lâm Hảo Dũng

Lê Văn Thiện

Lê Xuyên

Luân Hoán

Lữ Kiều

Lữ Quỳnh

Mai Thảo

Mai Trung Tĩnh

Mặc Đỗ

Minh-Đức Hoài Trinh

Ngô Thế Vinh *

Nguyên Minh

Nguyên Sa

Nguyễn Bắc Sơn

Nguyễn Đình Toàn

Nguyễn Đức Bạt Ngàn

Nguyễn Đức Sơn

Nguyễn Lệ Uyên

Nguyễn Minh Nữu

Nguyễn Mộng Giác

Nguyễn Nghiệp Nhượng

Nguyễn Nho Sa Mạc

Nguyễn Tất Nhiên

Nguyễn Thị Hoàng

Nguyễn Thị Thụy Vũ

Nguyễn Thụy Long

Nguyễn Tôn Nhan *

Nguyễn Xuân Hoàng
Nhã Ca *
Nhật Tiến
Phạm Cao Hoàng
Phạm Ngọc Lư
Phạm Nhã Dự
Phan Nhật Nam
Phan Như Thức
Phương Tấn
Quách Thoại
Song Hồ
Sơn Nam
Thái Tú Hạp *
Thanh Tâm Tuyền
Thành Tôn
Thảo Trường
Thế Nguyên

Thế Uyên
Toàn Phong
Tô Thùy Yên
Trần Dzạ Lữ
Trần Hoài Thư
Trần Thị NgH.
Trần Tuấn Kiệt
Trần Yên Hòa
Trùng Dương
Tú Kếu Trần Đức Uyển
Túy Hồng
Viên Linh
Võ Hồng
Võ Phiến
Vũ Hoàng Chương
Vương Đức Lệ
Y Uyên

Trần Hoài Thư
[Nguồn: Thư Quán Bản Thảo, số 74, 4-2017]
[bổ túc khi tái bản năm 2019]*

CUNG TÍCH BIỀN

NGUYỄN VY KHANH, ĐI TỪ HÔM ẤY TỚI HÔM NAY

Một bài thơ, một truyện được viết ra, y rằng một con cá tươi, có con còn ham đời, nhảy tung trong lưới. Cá ấy, đã là một món ăn. Chỉ cần luộc chín, mà ăn. Vẫn ngon thơm.

Nhưng qua chiên xào, nấu nướng, dầu mỡ, gia vị, con cá kia, có thể bị phanh phui, chặt khúc, nó đã có một hậu kiếp, một hóa thân so với chốn sơ nguyên, cái bản vị ban đầu.

Tác phẩm văn chương, không khác gì hơn, đối với người thưởng ngoạn. Mỗi mình nó, đã Có, nhưng chưa Đủ và Đầy. Chưa tỏa hết cái thi vị huyền áo, lạ lùng, cái hương tình rực rỡ còn nằm sâu kín đâu đó trong chữ nghĩa, chỗ hư ảo, ẩn dụ, ngụ ngôn, điển tích, qua từng lời, từng chữ, mà nhà Sáng tác đã ký thác.

Sự đời có vậy, nên ông bà ta có, *Nghe chữ, Bình thơ, Giảng truyện.*

Chữ, ngoài cái Xác, còn cái Hồn. *Nghe* được Chữ, là khi trái tim lay động, hồn này long lanh hòa nhập với hồn kia. [nghe-chữ này hoàn toàn khác với nghe-chữ trong việc học chữ Hán].

Bình và *Giảng.* Hồi tôi còn bé, chốn thôn dã, trên cái sân gạch nền vườn trăng tỏ, đã nghe lóm cha tôi đọc truyện Kiều và giảng Kiều cho bà con. Biết cái thuyết bạc mệnh, chỗ léo lắt chốn hồng trần ra làm sao. Đầu năm bà con bói Kiều, giải Kiều. Để tỏ tường vui buồn, rủi may trong tháng ngày sắp tới.

Đọc Hồng Lâu Mộng, Tây Sương Ký, Tam Quốc Chí, Thủy Hử, phải cần giảng giải. Vậy, mới có những "Luận giả" Mao Tân Cương, Kim Thánh Thán, những thầy Tú, anh Khóa trong làng mạc quê mùa.

**

Về chuyện phê bình văn học thời nay. Ngồi lướt rảo rảo trên mạng thấy có một đoạn này:

"Về học vấn, tốt nghiệp đại học Sài Gòn: Cử nhân giáo-khoa Triết Tây (1973), Cao học Triết Tây (1975), và tốt nghiệp thủ khoa đại học Sư phạm Việt-Hán khóa 13 (1971-74).

"Sau khi tị nạn chính trị tại Canada, tốt nghiệp Cao-học Quản trị Thư viện và Khoa học Thông tin (MLS, đại học Montréal, 1978). Hai nghề chính thức, giáo chức trước 1975, và chuyên viên thư viện (librarian) từ 1978 ở Montréal và Québec City.

Nghề tay trái nghiên cứu lịch sử và nhân văn liên hệ đến Việt Nam, với quan niệm: 'Kiến thức cũng như nghề nghiệp chính thức và nghiệp dư, sau nhiều thập niên hoạt động, cho chúng tôi tâm niệm và ý chí, trong khả năng khiêm tốn và khả thể, đi tìm sự thực và ghi lại cho các thế hệ sau, với hy vọng rằng chỉ có thống nhất nhân tâm và địa lý khi nào những khúc mắc và vấn nạn lịch sử đã được nhìn nhận và giải tỏa'.

Khởi nghiệp nghiên cứu ở Canada, viết tham luận, biên khảo từ năm 1977; từ năm 1995 thật sự viết về văn-học."

Người được dịch chuyển từ chỗ khiêm cung lặng lẽ trong ánh đèn khuya, với công việc riêng mình, nay được giới thiệu ra chỗ ánh sáng trân trọng do những thành tựu đã đóng góp vào thế gian chữ nghĩa, đích thị là Nguyễn Vy Khanh.

**

Đọc thêm, nhìn lại, từ sở Học tới sự Viết của Nguyễn Vy Khanh, thấy anh có nhiều may mắn thủ đắc những điều kiện tối yếu, tối cần, để trở thành một nhà nghiên cứu phê bình văn học tài năng và chuyên nghiệp.

Anh may mắn học hành đầy đủ. Lại được ngồi trong một thư viện lớn, khá nhiều năm, vai trò chuyên viên [Thư viện ở Montréal và Québec City, từ 1978] lúc tuổi tác hãy còn trẻ, sức tiếp thu trực diện và phong phú.

Nhà phê bình, phải là người được đào tạo bài bản tại các đại học Triết, Văn, cổ kim Đông Tây, giỏi ngoại ngữ. Trừ một vài người hiếm hoi, không thể tay ngang mà lập nên những lời chi li, tinh tế, những trùng trùng khám phá, trong cốt lõi mỗi tác phẩm văn chương thơ phú, qua danh xưng Nhà phê bình văn học.

Phải là một người đọc nhiều, đọc rộng, với một tâm thức say/ và mải mê, một trí tuệ biển trời để tiếp thu những nguồn ngữ khác biệt, những tư tưởng ngoại tầm so với người thưởng ngoạn bình/ tầm thường.

Phải có một tâm hồn bén nhạy, một tri thức bùng nổ, để đáp theo suối nguồn tư tưởng, theo chữ nghĩa điệp trùng trong tác phẩm, nơi mỗi tác giả.

Mỗi nhà sáng tác, có khi, một thế giới của điêu linh rực rỡ, hoặc ngậm ngùi nhân thế; cũng có thể, là "bước một bước trước khi nhân gian sẽ bước", một cảm ứng thần linh gợi ra một tiên tri. Tỉnh, điên, ngọt ngào, cay đắng, qua mỗi tay viết thực sự tài danh, là một đại ngàn, biển hiểm, đòi hỏi nhiều công sức nơi nhà phê bình.

Điều không thể thiếu, người cầm cân nẩy mực chốn văn chương, chữ nghĩa, phải có tính khách quan, cái tâm độ lượng. Không bè phái, không áo thụng vái nhau. Chẳng vì cái biên giới thù nghịch mà đàn áp, bôi nhọ, biến trắng ra đen, biến trang chữ hoa gấm ra tro tàn.

Nguyễn Vy Khanh trong suốt hành trình chữ nghĩa của mình, anh giữ được cái chừng mực chân thiện ấy.

**

Trong một cuộc Phỏng vấn, người hỏi có hỏi tôi vai trò của nhà phê bình trong lĩnh vực văn chương.

Hỏi: *Giang hồ thường nói, người sáng tác vừa cần có vừa khó chịu với nhà phê bình. Như vậy, trong đời, ông thấy thú vị, và thấy thất vọng, nhất với bài viết phê bình hay nhận định nào về tác phẩm của ông? Nếu không tiện nêu tên tác giả hoặc bài viết thì xin ông nói qua nguyên nhân khiến ông có cảm xúc đó.*

Đáp: Đúng vậy, có một số nhà sáng tác rất "ớn" nhà phê bình. Ngược lại nhà phê bình cũng "hơi bị ớn" nhà sáng tác. Phê bình, chỉ được khen không được chê bai. Ông có là sui gia, là đồng chí, cũng không chơi với ông nữa.

Tôi nghĩ khác, một tác phẩm khi đã được công bố, là một Lên-đường-gió-bụi, khen chê là chuyện bình thường.

Sự cần thiết của việc nghiên cứu, phê bình trong văn học, tôi nghĩ rằng, *"Một tác phẩm được một tác giả viết ra, mới là người đi... một chân rưỡi, lúc được nhà phê bình ra tâm nghiên cứu, bình giải, là lúc đi đủ... cả hai chân. Độc giả đến với những tác phẩm lớn, cần một tầm cao tiếp cận, đều phải cần một 'cây đèn bấm'. Đèn bấm ấy là nơi nhà phê bình".*

Đây là nói về sự công minh chính trực giữa đôi bên. Cần thiết một phẩm hạnh, trí lực và ôn hòa khi tới với nhau.

Một nền văn học sẽ chịu nhiều thiệt thòi, một trầm trọng gieo rắc, ấy là lúc thiếu những nhà phê bình tử tế, uyên bác, thông tuệ, công tâm và khách quan khi cầm bút.

Ngoài việc giới thiệu, luận phê, bình giải, soi sáng các ngõ ngách một tác phẩm của nhà văn, nhà phê bình còn là một Mở Đường, để nhà văn thêm cảm hứng, nhiều kinh nghiệm cầm bút, về sau.

Ngược lại, nhà phê bình cũng rất cần tác phẩm của nhà văn. Trừ những hạng điểm sách tầm thương, Nhà phê bình văn học rất mong có những tác phẩm tầm cỡ, để thấy chỗ tri âm, tương phùng, mà chia sẻ. Để, đọc và xẻ mổ cho sướng cái tay viết. Như thợ mộc gặp gỗ quý.

Những nhà văn có tài năng, phẩm hạnh và nghiêm túc, tác phẩm của họ có nội dung tư tưởng, cưu mang sự kiện lịch sử, thể hiện thẩm mỹ thời đại, nhu cầu nhân văn, cũng là một tác động mạnh mẽ khiến các nhà nghiên cứu, phê bình khó làm ngơ. Phải động bút thôi. Không cứ là chỗ thân quen mới áo thụng vái nhau.

Một nền văn học ở thời hoàng kim rực rỡ, sẽ có những nhà văn lớn, có các nhà phê bình tầm cỡ, đúng danh xưng. Họ cùng sống trong mỗi phẩm cách, tôn trọng lẫn nhau; hòa điệu, tương đồng, soi sáng lẫn nhau.

[hết trích]

**

Nguyễn Vy Khanh có cái tác phong nghiêm cẩn, một năng lực đường trường, cái chí nguyện *"Chỉ một đời, vì một việc"*.

Khiêm cung, mở cõi lòng. Tới nay Nguyễn Vy Khanh đã có công trước tác, sưu tập, bình giải, nhiều công trình dài hơi. Đã đề bút trên hơn bốn mươi [40] tác giả trong ngoài nước, trước và sau 1975, cả những tác giả bên kia giới tuyến anh thấy xứng đáng nêu danh.

**

Lột trái sự thực, trở ra cuộc mơ màng, chúng ta cảm ra một ngậm ngùi Cái Viết. Nguyễn Vy Khanh đứng từ đâu và viết về đâu, với một trái tim nồng ấm, chữ nghĩa phồn nhiêu?

Sau một trận cuồng phong thổi bùng, đành bỏ nước mà đi, anh có một quê hương mới. Trên đất Canada, bên cửa sổ bàn viết nhìn ra, là mênh mông tâm sự *"Nhật mộ hương quan hà xứ thị"*.

Anh cũng như tôi. Chúng ta xa lìa. Mỗi giấc ngủ hằng đêm, thấy trong mơ những khói chiều quê nhà.

Như trong một cơn đau mông lung, chúng ta viết về *"Một thời đã mất"*. Văn chương Cộng Hòa ấy đã đành khuất mặt. Nước Việt Nam Cộng Hòa ấy đã không còn trên bản đồ thế giới hôm nay. Viết! Hóa ra, một truy niệm. Một *"Đốt lò hương ấy so tơ phím này"*. [*]

Nguyễn Vy Khanh, cùng những Cây bút còn đang viết trên Xứ người hôm nay, với tâm vô lượng, là những kẻ lưu giữ hương trầm, đầy tình yêu sống trong Hồn Cố quận.

Chú thích:
[*] Hoàng Hạc Lâu, thơ Thôi Hiệu:
日暮鄉關何處是,
Nhật mộ hương quan hà xứ thị
煙波江上使人愁
Yên ba giang thượng sử nhân sầu
Cung Tích Biền dịch:
"Chiều hôm nào thấy làng quê.
Trên sông khói sóng tái tê nỗi lòng"
Nguyễn Du:
"Mai sau dù có bao giờ
Đốt lò hương ấy so tơ phím này" (Kiều).

Cung Tích Biền
Garden Brook Senior Village
11-2022

NGUYỄN MINH NỮU

Nguyễn Vy Khanh: Tâm huyết với Văn Học Miền Nam và Văn Học Hải Ngoại

Năm 1970. Hai năm sau khi rời khỏi mái trường Trung Học, tôi thành người lính tiền đồn đóng quân xa, đơn vị nằm ở Ban Mê Thuột. Bạn bè tôi vẫn còn dăm ba đứa ở Saigon, đứa học Khoa Học, đứa học Văn Khoa, đứa học Sư Phạm. Thời điểm đó, những mối dây này nối tôi với Saigon, một thành phố của thời thanh niên lắm mơ nhiều mộng giờ, và đó là những ngày đầu khởi viết ở tuổi hai mươi, và mày mò viết một tập truyện ngắn đầu tay quay ronéo chừng 50 bản, tập truyện *Những Sợi Máu Giăng Ngang*. Tập truyện gửi về bạn bè, và ba bốn chục năm sau, bất ngờ được Nguyễn Vy Khanh nhắc tới trong một tiểu luận về *"Những cái chết trong văn chương: từ siêu hình, lãng mạn tới kinh dị và trinh thám"* đăng trên *Hợp Lưu* năm 2010.

Tôi biết Nguyễn Vy Khanh từ những năm đầu thập niên 70. Ông ta là bạn của bạn, tập thơ đầu tiên Khung Cửa của Ông xuất bản năm 1972, cũng bằng kỹ thuật in ấn ronéo, Khanh học Sư Phạm, chung với Lâm văn Sang bên khoa Sử Địa (sau này, làm báo ở bắc California với bút hiệu Thượng Văn). Biết nhưng chưa bao giờ gặp, nhưng bởi vì biết, nên đặc biệt theo dõi những hoạt động văn hóa của Khanh. Ông sinh năm 1951 tại Quảng Bình. Vào Nam năm 1954. Tốt nghiệp cử nhân giáo khoa Triết Tây tại đại học Sài Gòn (1973), Cao học Triết Tây (1975), Thủ khoa đại học Sư phạm Việt Hán (1974).

Sau biến cố tháng tư bảy lăm, Nguyễn Vy Khanh vẫn trau chuốt ngòi bút nhưng đã bắt đầu chuyển hướng từ sáng tác qua nghiên cứu, biên khảo. Sau khi tị nạn chính trị tại Canada, tốt nghiệp Cao học Quản trị Thư viện tại đại học Montréal năm 1978, và làm thủ thư phòng tham khảo cho Thư Viện Quốc Hội và chính phủ Québec Canada cho tới ngày về hưu. Lịch sử đã đưa đẩy để một người tâm huyết với văn chương chữ nghĩa được sống và làm việc trong đúng môi trường yêu thích để cho chúng ta có được một biên khảo gia tầm vóc như Ông.

Chính thời gian này, Ông có dịp đọc tại chỗ, thăm và nghiên cứu tại các thư viện Bắc Mỹ cũng như Canada để nhận xét: *"... Một phần lý do Miền Nam đã thua trận chiến 1957-1975, sách của cộng sản Bắc Việt và trí thức thiên tả tây phương đầy rẫy trong các thư viện đại học và thư viện quốc gia, trong khi các sách của Quốc Gia thì hiếm hơn, ngoài vài pamphlet tổng quan của các tòa đại sứ, nghĩa là chỉ có sách của thiên tả Mỹ, Pháp, và cộng sản Hà Nội."*(NVK, Viết và đọc văn học ở ngoài nước, *TQBT* số 100). Như thế là sau vài chục năm dành cho đọc, nghiên cứu bao quát từ nhiều bài viết, tác phẩm đến từ nhiều nguồn gốc khác nhau, Nguyễn Vy Khanh mới bắt đầu viết lại, bài viết đầu tiên là Miền Nam Khai Phóng năm 1995, là bài viết khởi đầu cho hàng loạt tác phẩm biên khảo, nghiên cứu, nhận định về Văn Học Sử của ông sau này.

Tôi đến Mỹ năm 1995, là thời điểm Nguyễn Vy Khanh bắt đầu phổ biến các công sức ấy. Nhưng mãi 10 năm sau, tôi mới được đọc và bị cuốn hút vào các biên khảo này. Năm 2005, trong một bài viết khá dài tên là *Nhìn lại 30 năm Văn-Học Hải-Ngoại* (tạp chí *Văn Học* số ra tháng 5+6/2005). Ông đã ghi nhận những nội dung và thể loại của các tác phẩm đăng báo hay xuất bản trong thời gian từ 1975-2005 trong đó bao gồm Tự Truyện, Bút Ký, Truyện Ngắn Truyện Dài, Thơ Mới, Thơ Tân Hình Thức. Mỗi mảng đề tài, Ông đã dẫn chứng từ nhiều tác phẩm, nhiều tác giả được đọc kỹ, rất thận trọng và tìm hiểu sâu để đưa ra những nhận xét chung:

"... Dĩ nhiên cái nhân bản theo tiến bộ đã phải đối nghịch với bái-vật, vong thân! Hy vọng ở chỗ văn học hiện nay đã có những người làm văn học xoáy vào trọng tâm con người, đào sâu thêm

những bề sâu nội tâm hay tiềm thức, mặt trong, mặt trái, mặt thật của con người và tập thể, tìm thực thi cái khả thi. Con người hôm nay cô đơn hơn, mất tự tin và tin tưởng ở người, đưa đến kiếm tìm hư danh, … Phần khác, văn học Việt Nam hải-ngoại sau 30 năm vẫn còn có tính cách bạo động, dù trái nghịch với bản chất văn chương, có thể bản chất con người Việt Nam vốn bạo động chăng dưới bề ngoài và thái độ chịu đựng? Cũng như hiện tượng không ổn khi người đọc và cả người làm văn chương vẫn thường tham chiếu chính trị hơn là thưởng thức, sáng tạo văn chương thuần túy, xem tác giả viết về ai, có hậu ý gì, v.v...”

Ngay trong những bài viết của năm 2005, Nguyễn Vy Khanh đã nhìn về Văn Học Hải Ngoại những tia hy vọng:

“30 năm đã ghi nhận sự xuất hiện và tham gia của những cây viết trẻ ở ngoài nước. Có người khởi đi có thể từ dĩ vãng, nhưng nói chung, họ có vẻ ít bị dĩ vãng đè nặng trong suy nghĩ; chiến tranh cũng bắt đầu xa, loãng. Những cây bút mới với ý muốn dứt khoát với quá khứ, vượt ràng buộc tập thể, đi tìm cho thế hệ trẻ ở đất tạm dung một nhân sinh quan mới trong một nghệ thuật quan mới, năng động và nhiều màu sắc khác hơn những quen thấy từ trước nay. Hệ thống tin học không biên giới địa lý và thời gian tiếp tục đến với người đọc liên mạng, song hành với những người đọc của in ấn. Kỹ thuật này cũng giúp phát triển những tạp chí thuần túy liên mạng, giúp tác giả đến với người đọc không qua trung gian một chủ báo, tạo cơ hội tương tác hay đối thoại giữa người đọc và người viết. Internet liên tục ảnh-hưởng đến văn-học và xuất bản; những e-book, webpage nối tiếp xuất hiện trên Net nay gần như trùng điệp, bội thực và thiếu hợp lý trong tình trạng “phi chính-phủ” và “phi thẩm quyền” như với người Việt hiện nay trong ngoài nước. Như những tia hy vọng, các nhà văn trẻ đã một thời lóe sáng, những người trẻ với tâm hồn rất Việt Nam và với phương tiện tiếng Việt. 10 năm gần đây đã thay đổi, người trẻ vẫn tiếp tục sáng tác nhưng với một tâm hồn Việt Nam đã hội-nhập và càng ngày càng qua phương tiện ngôn-ngữ xứ người, những Barbara Ngô (In the Mynah Bird's Own Words), Mộng Lan (Song of the Cicadas), Dao Storm (Grass Roof, Tin Roof), Monique Truong (The

Book of Salt), Linda Lê (Calomnies, Aubes), Đinh Linh (Fake House), v.v...

Sau biên khảo đó, 15 năm sau, Nguyễn Vy Khanh viết "Văn Học Hải Ngoại 20 năm đầu thế kỷ XXI". Bài này cùng với bài trước là một tổng luận 45 năm kể từ 1975 cho tới 2020. Bài này Ông đã lần lượt đề cập tới các tạp chí văn học từ báo in tới báo mạng như Tạp chí Việt, sau khi đình bản thành trang mạng Tiền Vệ, tạp chí Chủ Đề (Nguyễn Trung Hối), Văn (Mai Thảo), Văn Học (Nguyễn Mộng Giác, Hoàng Khởi Phong, Trịnh Y Thư...), Làng Văn (Nguyễn Hữu Nghĩa), Ngôn Ngữ (Luân Hoán, Lê Hân), Văn Học Mới (Hà Nguyên Du). Rồi đến các tác giả tiêu biểu cho Hồi Ký, Tự Truyện, Biên Khảo, Nghị Luận Văn Học, Bút ký, Tạp Văn, Phỏng Vấn Văn Học, Thi Ca.

Nguyễn Vy Khanh đã có những nhận định thuyết phục về thiên hướng chung của các tác phẩm nổi bật:

"Từ những năm đầu thế kỷ mới, chúng tôi ghi nhận hai hiện-tượng phản nghịch khá hiện diện trong sinh hoạt văn-học nghệ-thuật Việt-Nam trong cũng như ngoài nước, với nồng độ khác nhau: tâm linh và dục tính, bên thần, bên phàm. Thiển nghĩ, tâm linh không phải là toàn bộ văn-hóa và dục tính không hẳn đã là văn-chương, nhưng cả hai thái-cực đã là những cách thể hiện hữu của con người trong vũ trụ! Nhập vào văn-học, sự thể trở nên hết đơn giản.

Một hình-thức hậu hiện-đại khác cũng đang thao diễn trên trường văn trận bút, đó là văn-chương khai phóng nữ quyền và dục tính. Cách mạng tình dục tiếp tục với văn học hải ngoại, phía các nhà văn nữ bắt đầu với những Trân Sa, Lê Thị Huệ, Lê Thị Thấm Vân, Nguyễn Thị Hoàng Bắc, Mai Ninh, Dương Như Nguyện, ... Họ lên tiếng về những âu lo, tâm tình mà lâu nay nhất là ở Việt-Nam ít thấy, nói thẳng những lo âu thực tế, sờ mó được, cảm được, không cần nhiều ngõ quanh, đi vòng. Sinh lý hết được xem như cấm đoán, lại được xem như đòi hỏi chính đáng, tình dục trở thành nhu cầu tự nhiên, phải có, không thiên kiến và mặc cảm phạm tội, cả có khi ngây thơ trong tìm kiếm. Người nữ chống văn minh, văn hóa dựa trên quyền hành đàn ông, phụ quyền, chống Tây phương kỹ nghệ định nghĩa đàn ông ở khả năng sáng tạo và chế biến sự vật. Phụ nữ chống văn chương như một nền chế, họ thích mặt trận "ngôn ngữ" hơn, thích phổ dương liên hệ

Cũng giống như khi Võ Phiến viết "Văn Học Miền Nam Tổng Quan" , hay Du Tử Lê viết "Sơ Lược 40 năm Văn Học Nghệ Thuật Việt 1975-2015" hay Trần Văn Nam với "Trong Dòng Cảm Thức Văn-Học Miền Nam-Phân Định Thi Ca Hải-Ngoại" hoặc Trần Bích San có quyển "Văn Học Việt-Nam", mỗi tác giả ở một vị trí khác nhau, cái đọc và cảm nhận tất nhiên không giống nhau, nhưng như âm của nhiều nhạc cụ trong một bản đàn, chúng ta có nhiều góc độ cảm xúc và tìm kiếm sự đồng cảm với mình. Riêng cá nhân mình, Nguyễn Vy Khanh thuyết phục tôi bởi vì những bài viết của Ông lộ rõ ý muốn phục hồi và đem lại công bằng cho một mảng văn học bị bỏ quên, và Ông công khai quan niệm Viết là để *"Đi tìm sự thực và ghi lại cho thế hệ sau,với hy vọng rằng chỉ có sự thống nhất nhân tâm và địa lý khi nào những khúc mắc và vấn nạn lịch sử đã được nhìn nhận và giải tỏa."*

Thứ hai là kiến văn bao quát của Ông qua những tư liệu mà Ông trích dẫn, qua những nhận định công chính về các tác giả được nhắc tới và thực sự thú vị với những phân loại các mảng đề tài để người đọc dễ tìm hiểu, sau đó dẫn nguồn để người đọc tự khám phá thêm.

Trong danh mục các sách đã xuất bản, ngoài tác phẩm sáng tác đầu đời là tập thơ khi Nguyễn Vy Khanh 21 tuổi, còn lại đều là biên khảo, nhận định, phê bình về văn học và lịch sử. Trong đó mảng đề tài về Văn Học Văn Học Miền Nam trước 1975 và Văn Học Hải

Ngoại là mảng đề tài lớn nhất và tôi cho rằng quan trọng nhất , đáng kể nhất của Nguyễn Vy Khanh.

Những tác phẩm về đề tài này như:

- *Văn Học Miền Nam 1954-1975: nhận-định, biên-khảo và thư-tịch;* 2 tập (Toronto: Nguyễn Publishings, 2016; tb, Nguyễn Publishings, 2018; tb, San Jose CA: Nhân Ảnh, 2019).

- *33 Nhà Văn Nhà Thơ Hải-Ngoại*: tuyển tập nhận-định văn-học (ebook; Montréal: TGXB, 2008; tái-bản Toronto: Nguyễn Publishings, 2016).

- Nhìn lại 30 năm Văn-Học Hải-Ngoại

- Văn-học Hải-ngoại 20 năm đầu thế kỷ XXI

- *Nhà Văn Việt Nam Hải-Ngoại*: tuyển tập nhận-định văn-học (San Jose CA: Nhân Ảnh, 2019).

- *Sống và Viết ở Ngoài Nước* (Nguyễn Publishings, 2021)

- 44 *Năm Văn Học Việt-Nam Hải Ngoại* (7 tập, thực hiện chung với Khánh Trường và Luân Hoán; San Jose CA: Mở Nguồn, 2019).

Xin chỉ nhắc đến BA bộ sách mà tôi dành lòng trân trọng và gìn giữ là:

01/ **Nhà Văn Việt Nam Hải-Ngoại**: tuyển tập nhận-định văn-học. Bộ sách gồm hai cuốn thượng và hạ, mỗi cuốn dày gần 900 trang. Đây là một bộ biên khảo công phu và dài hơi, chưa phải là đầy đủ vì như chính tác giả ghi nhận rằng sẽ còn viết tiếp và bổ sung. Lời giới thiệu tác phẩm, Nguyễn Vy Khanh ghi rằng: *"Nhà Văn Việt Nam Hải Ngoại tuyển một số bài viết, xếp theo vần bút hiệu, như một dấu chứng về hiện tượng viết ở ngoài nước, một nối dài (một phần) và một có-mặt hiển nhiên, qua một số tác phẩm và người viết, qua một số dấu mốc thời gian. Có bài và sự việc đã có bụi mờ của năm tháng nhưng có thể hãy còn tiếng vang vọng hôm nay và sau này. Cũng cần nói đây là các tác giả mà chúng tôi yêu thích, tìm đến hoặc đã đến với chúng tôi như người đọc và quan sát. Có bài viết do cảm hứng, có bài vì nhu cầu văn học sử. Có bài viết về một tác phẩm mà cũng có nhiều bài về cả sự nghiệp. Dĩ nhiên trong đây thiếu nhiều người rất nổi tiếng mà chúng tôi thấy khó viết thêm, viết theo, vì đã có nhiều nhà khác giới thiệu, nhận định rồi – chúng tôi sẽ nói đến trong phần Tổng quan.*

Và còn rất nhiều tác giả khác nữa mà chúng tôi, sinh sống ở Canada xa các "thủ đô văn học nghệ thuật" của người Việt nên không biết đến hoặc gặp khó khăn trong việc tìm đến tác phẩm, nhất là từ khi sinh hoạt và báo chí văn học nghệ thuật bị lão hóa."

02/ ***Văn Học Miền Nam 1954-1975****: nhận-định, biên-khảo và thư-tịch;* 2 tập (Toronto: Nguyễn Publishings, 2016; tb, Nguyễn Publishings, 2018; tb, San Jose CA: Nhân Ảnh, 2019). Bộ biên khảo này tái bản tới ba lần, và là tác phẩm mà Nguyễn Vy Khanh dành nhiều tâm huyết nhất.

Sách gồm hai cuốn, Quyển Thượng là tổng quan trong đó tác phẩm có 8 chương là Một thời văn-học, Văn Xuôi/Tiểu thuyết, Thi Ca, Bộ Môn Kịch, Phê bình văn chương và nghiên cứu văn học, Dịch thuật và văn học nước ngoài, Báo chí miền Nam, và chương 8 là Biên niên 21 năm lịch sử và văn học. Mỗi chương mở đầu là cái nhìn tổng thể, sau đó đi vào các giai đoạn văn học với các nhóm văn nghệ tiêu biểu. Các nhóm văn-nghệ: Sáng Tạo – Chỉ Đạo – Quan Điểm – Đại Học – Tư Tưởng, Vạn Hạnh – Bách Khoa – Nhân Loại – Tinh Việt Văn-đoàn – Văn Hóa Ngày Nay – Các nhóm "hiện-đại" – Thái Độ, Hành Trình, Đất Nước – Trình Bầy – Ý Thức... sự hình thành và phát triển, các khuynh hướng sáng tác, và những hiện tượng tiêu biểu.

Khi bước vào các chương về Văn Xuôi, Tiểu Thuyết, Bộ môn Kịch, Thi ca, Biên khảo, Báo chí, tác giả Nguyễn Vy Khanh đã ghi nhận các tác giả nổi bật với những ghi chú về quá trình sáng tạo. Cũng như vậy, trong chương Báo chí Miền Nam, tác giả ghi nhận các hệ thống báo chí từ Báo-chí quân đội, cơ quan chính phủ - Các tạp-chí văn-chương, văn-học – Tạp-chí các nhóm trẻ, chuyên môn, phổ thông-đại chúng – Báo chính-trị, đảng phái, - Báo-chí tôn giáo, - Báo thiếu nhi, tuổi trẻ, - Nhật-báo: 1954-1963, 1964-1975, nội-dung, kiểm duyệt, ... Các nhà xuất-bản: thương mại, chuyên nghiệp, giáo khoa, của nhà văn, tạp-chí và nhật báo.

Báo chí đóng vai trò rất lớn trong việc phổ biến kiến thức và các khuynh hướng sáng tạo của các nhóm văn học đã được Nguyễn Vy Khanh nhấn mạnh đến người chủ trương và nhóm biên tập bằng những nhận định và phân tích cơ bản.

Biên niên Văn học và lịch sử suốt 21 năm giúp người đọc và nghiên cứu sau này dễ dàng tra cứu các diễn biến xã hội đã hình thành nên một nền văn học miền Nam từ 1954-1975.

Cái hấp dẫn và giá trị của bộ sách chính là hệ thống hóa sự xuất hiện của các tác giả, các khuynh hướng nghệ thuật, các trào lưu văn học theo thời gian và biến chuyển lịch sử. Tạo ra tiền đề cho các nghiên cứu đời sau.

03/ *44 Năm Văn Học Việt-Nam Hải Ngoại* (7 tập, thực hiện chung với Khánh Trường và Luân Hoán; San Jose CA: Mở Nguồn, 2019).

Tôi cho rằng đây là một tác phẩm đồ sộ và quan trọng nhất với văn học hải ngoại cho đến bây giờ. Kết hợp làm việc của ba người: Một là Luân Hoán, nhà thơ thời danh, người chủ trương trang Vuông Chiếu từ tháng 3 năm 1999 đến nay, nơi đăng tải và lưu trữ bài vở tư liệu của cả ngàn Thi Văn Sĩ, Họa Sĩ, Điêu Khắc gia, Nhạc sĩ sáng tác, Biên khảo, Nghiên cứu gia. Cũng là tác giả bộ sưu tập *Nhà Văn Việt Nam* (do Lê Bảo Hoàng sưu tập sách gồm hơn 2000 văn sĩ, thi sĩ, nhạc sĩ, họa sĩ, biên khảo)

Hai là Khánh Trường, Chủ trương, sáng lập tạp chí *Hợp Lưu*. Người mà hơn 24 năm trước, năm 1995 đã cùng Cao Xuân Huy và Trương Đình Luân thực hiện bộ 2 cuốn: *20 năm Văn Học Việt Nam Hải Ngoại* (là bộ biên khảo đầu tiên về Văn Học Hải Ngoại sau 1975)

Và Ba là Nguyễn Vy Khanh. Nhà Biên Khảo, tác giả hàng loạt tác phẩm biên khảo về văn học và lịch sử (Danh mục đã ghi từ bên trên), tác giả hàng loạt bài nhận định, phân tích, giới thiệu thường kỳ trên các trang mạng và tạp chí in. Với kiến văn rộng, bao quát, những bài viết của Ông đã được đánh giá cao, được tín cẩn như những tư liệu khả tín.

Sự phối hợp đẹp và giá trị của ba người đã hình thành bộ sách biên khảo 7 cuốn dày trên 5000 trang với lời giới thiệu tổng quát: *"Tuyển tập 44 Năm Văn Học Việt-Nam Hải Ngoại (1975-2019) được thực hiện với mục đích ghi dấu lịch sử và những thăng trầm, biến đổi của dòng văn học Việt Nam vì hoàn cảnh đã phải thiên cư ra khỏi nước. Dòng văn học này với nội dung cá biệt và những nhân tố rõ rệt, đã góp phần gìn giữ, làm phong phú thêm cho văn hóa Việt Nam."*

Biết đến nhau từ năm 1971. Vậy mà 50 năm sau mới gặp nhau lần đầu vào năm 2019. Nguyễn Vy Khanh đã đi những bước rất dài trong con đường tu dưỡng và sáng tạo. Yêu thích văn học và lịch sử ông lại chọn được đúng sở thích và năng khiếu khi làm Thủ Thư, để được đọc bao quát các tư liệu cần thiết gom lại làm vốn liếng viết ra những biên khảo công phu, tổng hợp và phân tích các dấu mờ trong văn học sử để đưa ra nhiều nhận định chuẩn xác, mới lạ. Đóng góp rất lớn trong các tổng hợp ghi nhận về văn học hải ngoại cũng như văn học miền Nam trước 1975.

Kính phục sức đọc, sức viết và sáng tạo của Ông suốt 50 năm cầm bút vừa qua, và tự lòng riêng, tôi vẫn trông chờ vào các tác phẩm biên khảo dài hơi của ông. Bằng một bài viết để nói về một tác giả có khối lượng tác phẩm lớn lao như Nguyễn Vy Khanh là một điều không thể, nhưng xin từ một góc khiêm tốn của người đọc, ghi nhận nơi đây những đóng góp rất quan trọng của Ông để lưu giữ Văn Học Miền Nam suốt mấy chục năm qua.

Xin kết bài viết này bằng một câu trả lời của Nguyễn Vy Khanh với nhà thơ Triều Hoa Đại trong một bài phỏng vấn phổ biến hồi tháng 11 năm 2019: *"Chúng tôi đã bắt đầu nghiên cứu từ những năm 1995 và đã soạn biên-khảo về văn-học Việt-Nam hải-ngoại từ sau biến cố 30-4-1975, khởi đầu với tổng quan "Nhìn lại 30 Năm Văn học Hải ngoại" đăng trên tạp-chí Văn Học (số 225) năm 2005 và tập biên-khảo đã xem như hoàn thành, nhưng chúng tôi hãy còn ngần ngại xuất-bản. Ngần ngại vì – chúng tôi cảm nhận có những biến chuyển cần thời gian để có thể suy xét thêm, cũng như về một số nhà văn thơ đang sinh hoạt và... chuyển hướng, và cuối cùng có một số hiện tượng chúng tôi nghĩ có can thiệp của "âm mưu" nào đó, cũng cần thời gian để "nhận chân". Chúng tôi nghĩ có thể khi văn học hải ngoại được 50 năm, biên khảo ấy có thể xuất bản."*

Đã sát với thời điểm 50 năm sau 1975. Chúng ta chờ đợi biên khảo công phu này.

Nguyễn Minh Nữu

TRẦN VĂN NAM

Văn Học Miền Nam 1954-1975 (2016) của Nguyễn Vy Khanh - Động Cơ Thực Hiện Công Trình và Ý Thức Hạn Chế

Thoáng đọc những trang đầu dẫn khởi vào sách, cũng gần như Mục Lục, ta đã có cảm tưởng nội dung sách rất phong phú, gần như bao gồm gần hết những vấn đề cần biết về Văn Học Miền Nam 1954-1975. Vào thời kỳ mà độc giả thường tìm đọc sách trên internet, trên eBooks và tuổi trẻ hải ngoại phần lớn theo hướng học hỏi kỹ thuật hoặc kinh tế; vào thời kỳ mà những người lớn tuổi tại hải ngoại dần dần thưa thớt chỉ còn một ít người lưu tâm về văn học và biết ít nhiều văn chương thời kỳ 1954-1975; vào thời kỳ mà 40 năm qua các thế hệ trẻ trong nước đa số không biết gì có sự hiện diện của nền văn học đó ở quá khứ; thì cuốn sách đồ sộ hơn 1530 trang của Nguyễn Vy Khanh được cho ra đời quả là một công lao biết trước sự trống vắng trước mắt. Vậy mà tác giả cứ tiến hành việc xuất bản, còn thêm hạn hẹp về phổ biến hoặc quảng cáo do quen biết hay ở nơi có đông người Việt cư ngụ, vì tác giả hiện ở Canada; chỉ in và bán sách qua hệ-thống Amazon.

Những trang đầu sớm hé lộ cho ta biết rõ động cơ thúc đẩy tác giả quyết chí thực hiện, và khiến ta nghĩ nên cố gắng đọc hết cuốn sách. Nói vậy, nhưng người viết bài này chỉ mới đọc kỹ và đọc hết cuốn sách đầu gồm 760 trang (cuốn thứ hai 768 trang). Vì thời gian giới hạn phải thực hiện việc khác và vì trong cuốn đầu tác giả cũng đã hé lộ cho ta biết cuốn thứ hai sẽ chứa đựng những riêng phần mỗi tác giả mà Nguyễn Vy Khanh đã từng là độc giả và văn chương của họ đã "ở lại" như thế nào trong tâm hồn của Nguyễn Vy Khanh. Có những tác giả nổi tiếng trong Văn Học Miền Nam 1954-1975 mà chưa thấy hiện diện trong phần "Quyển Hạ: Tác Giả", nếu ta đọc kỹ thì các tác giả tưởng như quên lãng ấy thực sự đã được đề cập đến trong "Quyển Thượng: Tổng Quan", nghĩa là nhà biên khảo Nguyễn Vy Khanh không bỏ sót, mà vì theo lời Dẫn Nhập đã nói rõ công trình đồ sộ này vẫn chưa xong trọn vẹn: *"Bắt đầu từ năm 1995, chúng tôi đã dự định sẽ viết tổng quan về từng tác giả thuộc Văn học Miền Nam thời 1954-1975; nay hơn 20 năm sau, chúng tôi chỉ mới viết về một phần nhỏ các tác giả này, nhưng quyết định xuất bản công trình này vì nhiều lý do, xem như đánh dấu chấm dứt cho một công việc, một đoạn đời."* (trang 16). Như vậy, ta đã hiểu Tổng Quan trong Quyển Thượng là tổng quan cho một nền văn học quá khứ, còn Tổng Quan cho từng tác giả thì ở Quyển Hai (còn dở dang mà cũng đã đạt tới 768 trang).

Vậy thì ta nên liệt kê ngay những động cơ nào đã khiến nhà biên khảo Nguyễn Vy Khanh đã dày công biên soạn cuốn sách, như đã nói trên, dù biết trước công trình của mình sẽ được đón nhận không mấy cân bằng với công sức bỏ ra thực hiện. Tạm kể như khám phá nhưng thực ra những hé lộ soạn giả đã sớm báo hiệu cho ta nhận ra: – Động cơ lòng Yêu Thích Văn Chương Đã Ở Lại Với Tác Giả Khi Còn Học Bậc Trung Học – Động cơ sẵn vốn kiến thức Triết Học Tây Phương khiến tác giả đào sâu triết học một thời gây ảnh hưởng vào Văn học Miền Nam – Động cơ liệt kê sắp xếp sao cho trọn vẹn do quen với nghề nghiệp chuyên viên thư viện – và cuối bài xin bàn về ý thức có sự hạn chế cho công trình của mình...

Ở động cơ thứ hai, người viết bài này nhận định tác giả có xu hướng *nghiêng về Triết Học Tây Phương*, nhận định như vậy có phần nào căn cứ vào thành quả một thời theo học trước năm 1975 của soạn giả: Cử Nhân Giáo Khoa Triết Học (1973) và Cao Học Triết Tây ở Đại học Văn Khoa Sài Gòn (1975). Đọc thấy ngay ở trang 18, tác giả phân chia các Giai Đoạn Văn Học Miền Nam trước 1975 thành 2 phần bao quát: 1954-1963 và 1964-1975. Bao quát như vậy là do tác giả căn cứ vào hai biến cố lịch sử: Hiệp Định Genève cấu tạo thành nước Việt Nam Cộng Hòa từ vỹ tuyến 17 đến Mũi Cà Mau nằm dưới chế độ Ngô Đình Diệm, chỉ có vài tháng đầu còn ở dưới ảnh hưởng Pháp quốc; và chế độ gọi là Đệ Nhị Cộng Hòa với cuộc chiến tranh lớn có Mỹ tham dự trực tiếp, chỉ hai năm sau cùng thì Mỹ mới phủi tay ràng buộc. Tính chất của hai phần này (theo tác giả) cũng bao quát hai điều dễ nhận ra do hệ tư tưởng có những nét chi phối trong xã hội Miền Nam 1954-1975: *"thời gian từ đầu năm 1954 là con người Thần-tính, chuyển sang con người Hiện-sinh; và kế đó là con người Dấn-Thân"* (trang 590).

Ba tính chất này không song hành theo biến cố lịch sử như hai phân chia giai đoạn kể trên mà vận hành theo ba ảnh hưởng lớn: *Triết Lý Nhân Vị* phát huy dưới chính thể Ngô Đình Diệm; và thứ hai là ảnh hưởng *Triết học Hiện sinh* do các giáo sư du học ở Tây phương trở về giảng dạy trong các trường Đại Học, song hành với lối sống buông thả không thấy tương lai thời chiến tranh chẳng biết bao giờ mới chấm dứt; và thứ ba là là *Con Người Dấn Thân* cũng do một vài Giáo sư Đại học gây tác động; một phần nào do có những người Dấn Thân cho bên này hoặc bên kia từ sau biến cố Tết Mậu Thân năm 1968. Phân chia tính chất con người như vậy thì theo thiển nghĩ tác giả Nguyễn Vy Khanh có tầm nhìn theo hướng hệ-trọng-hóa Triết Học Tây phương, thấy ở đâu cũng có ảnh hưởng của nguồn Triết học Hiện sinh. Con người Hiện sinh cũng từ nguồn đó; Con người Dấn Thân cũng từ nguồn đó. Theo thiển nghĩ, nguồn ảnh hưởng đời sống người Việt Nam; về mặt tiêu cực do thời thế chiến tranh không lối thoát, do xã hội dần dần chuyển hóa theo hướng tiến bộ kỹ thuật và tiêu thụ; do khía cạnh xấu của kiến thức. Còn về mặt tích cực thì do khía cạnh tốt của kiến thức, bao gồm đan xen nhiều hệ tư tưởng đạo đức và tôn giáo đã sẵn có hoặc mới phổ biến sau năm 1954. Liên hệ đến các Giai đoạn Văn học và sự hình thành con người văn hóa giới hạn từ 1954 đến 1975 là điều còn phải bàn sâu bàn rộng.

1/ Động Cơ Yêu Văn Chương Ở Lại Mãi Từ Khi Vào Trung Học: Ngay khi vào sách, nhà biên khảo Nguyễn Vy Khanh đã bộc lộ động cơ tiềm tàng suốt cả một đời, chính sự âm ỉ ấy khiến ông gắn bó viết được cuốn sách đồ sộ này, không phải viết một lúc mà lần hồi quy tụ các bài viết rải rác, đã đăng trên báo, đã từng hiện diện một số đoạn trong các cuốn sách xuất bản trước đây của ông. Dù quy tụ qua thời gian, nhưng tài liệu phong phú, nhận định với quan điểm khách quan có khi chủ quan theo hướng tâm hồn thưởng ngoạn những điều gì hay đẹp của văn chương. *"Nhận-định, biên-khảo và thư-tịch"* này... đáng được kể như một công trình đồ sộ văn học, cho dù chưa chắc được chấp nhận với cả trong nước và ngoài nước. Sẽ xin nói sau trong phần Ý hướng Thống Nhất Nhân Tâm Về Văn Học và Ý thức Hạn chế.

Trở lại động cơ khởi đầu làm nhà biên khảo một đời gắn bó với văn chương, tác giả đã giãi bày ở những trang đầu khi vào sách nơi trang 13 và 14: *"... Văn học Miền Nam cũng như nắng ấm miền Nam, đã đến và ở lại với chúng tôi, từ những năm đầu trung học... cái còn lại cuối cùng vẫn chỉ là văn chương"*. Xác định như vậy đã cho biết Nguyễn Vy Khanh ở thế hệ tuổi rất nhỏ lúc di-cư vào Nam năm 1954 (ông sinh năm 1951), chỉ mới 3 tuổi, nhưng khi vào các lớp trung học tiếp thu văn chương chữ nghĩa thì ở vào thời thế đầy biến động về chiến tranh; đầy tác động về ý thức hệ. Có thể do ảnh hưởng từ cha mẹ thuộc thành phần trí thức, trong nhà có nhiều sách báo văn chương xuất bản ở Sài Gòn, ông sớm tiếp thu thêm nhiều hiểu biết về văn học, song hành với những tiếp thu từ nhà trường mà đa số giáo sư văn chương cũng từ miền Bắc di cư vào Nam năm 1954. Chắc ông có đọc qua báo *Đời Mới*, báo *Nhân Loại* và báo *Thẩm Mỹ*, ba tờ báo nhiều tính văn học hơn hết hiện diện giữa thập niên 1950, nhưng lưu dấu sự hiện diện đến đầu thập niên 1960, nhờ vậy thế hệ Nguyễn Vy Khanh có dịp tiếp xúc, nhất là đối với thơ. Có ai nhắc lại thì ông nhớ ra mình từng biết các báo ấy. Chẳng hạn như ông đã có nhắc đến nhà thơ Hồ Hán Sơn từng có những bài thơ hay đăng trên báo *Đời Mới*, hoặc nhà thơ Vân Long cũng từng hiện diện trên tờ tuần báo này, hoặc biết được một số chi tiết về nhân sự của báo *Nhân Loại* (ở trang 50 và 132) mà ít ai biết đến. Dĩ nhiên càng về sau, khi ở tuổi thanh niên rồi trưởng thành rồi già giặn thì văn chương ở lại trong tâm hồn ông càng nhiều nhớ tưởng, càng nhiều chi tiết, càng rõ nét về khuynh hướng yêu văn học miền Nam đa dạng và phức tạp chen lẫn những vận động ý-thức-hệ.

Có phải ý-thức-hệ của nhà biên khảo Nguyễn Vy Khanh thì khá rõ ràng *thiên về Văn hóa Tây phương* (sẽ nói đến ở phần "Động Cơ Do Kiến Thức Triết Học Tây Phương Đưa Vào Biên Khảo" của Nguyễn Vy Khanh). Cái còn ở lại với Nguyễn Vy Khanh là *văn chương*, nhất là *thi ca*. Do đó, ông trích dẫn rất nhiều câu thơ hay trong phần thơ chiến tranh (ông phân biệt ra ba tiểu-đoạn: "thơ chiến tranh - thơ binh lửa - thơ phản chiến". Ta nhận ra chỉ có một chút khác biệt: thơ chiến tranh có ý nghĩa như chiến tranh là một tai ương cho nhân loại; thơ binh lửa dường như thơ của những quân nhân có tham dự vào cuộc chiến như Thanh Tâm Tuyền, Tô Thùy Yên, Phạm Ngọc Lư, Cao Hoành Nhân...; và thơ phản chiến dường như là thơ của những người ngoài cuộc mà suy tư về chiến tranh". Theo thiển nghĩ, phân biệt như vậy có sự giống nhau giữa thơ chiến tranh và thơ phản chiến; trong khi những người tham dự trực tiếp thì phần trích dẫn thiếu thơ của Trần Hoài Thư (quân nhân thuộc đội thám báo của sư đoàn trách nhiệm các tỉnh từ tỉnh Bình Định đến tỉnh Quảng Ngãi trước năm 1975); hoặc thơ của Lâm Hảo Dũng (quân nhân thuộc binh chủng pháo binh trấn đóng ở vùng ba biên giới). Tuy nhiên trong Quyển Hạ thì có những nhận định hai nhà thơ này. Có thể còn vài nhà thơ nhà văn quân nhân không thấy có tên. Ta nghĩ tác giả không cố tình quên mà vì số lượng các nhà thơ văn trong thời chiến khá đông... Ông nêu ra những người làm thơ lục bát mới (từ ngữ tân kỳ, ngắt câu bất ngờ) tưởng như khá ít ỏi, thực ra thì dồi dào, sở dĩ ta thấy ít ỏi vì ông có thiện ý nhắc nhở một số nhà thơ, tuy ít quen tên, mà lục bát của họ đã ở lại trong tâm hồn ông, còn lục bát tân kỳ thời Văn học Miền Nam 1954-1975 đã ở lại trong tâm hồn đa số người, trong đó cũng có ông, thì đã không hiếm gì trong sách báo vẫn tồn lưu đến giờ, nhất là được lưu lại ở hải ngoại. Thơ tình cũng một cách thiện ý ấy; nhắc đến thơ tình của một số tác giả dường như ít được biết đến như thơ Lâm Vị Thủy (thuộc nhóm Tạp chí *Phổ Thông* của nhà thơ Nguyễn Vỹ), hoặc một khía cạnh trong thơ Nhã Ca: vài bài thơ tình lấy cảm hứng từ kinh sách Cựu Ước của Thiên Chúa Giáo (trang 289).

Người cùng thế hệ, cùng trong bầu khí chiến tranh, ông nhớ đến nhiều những số báo đặc biệt của Tạp chí *Văn*, những số báo thỉnh thoảng trở lại chủ-đề "Những Người Viết Trẻ" và "Thơ Văn Có Lửa". Điều này cho thấy nhà biên khảo Nguyễn Vy Khanh như có khuynh hướng đề cập nhiều hơn Văn học Miền Nam thời Đệ Nhị Cộng Hòa từ 1964 đến 1975, đó là thời kỳ chiến tranh khốc liệt mà Văn Học lại không phản ánh đầy đủ sự phong phú của nó. Bởi thành phần nhà văn nhà thơ góp phần sáng tác thì không có báo chí trong tay để phổ biến, vì họ là những quân nhân trực tiếp tham dự nơi tiền tuyến, hoặc ở các ngành nghề cũng liên hệ đến chiến tranh nhưng không là nghề làm báo. Báo liên hệ đến quân đội đều thuộc về chính quyền; họa hoằn mới có báo quân đội không cần chịu quy chế nạp bản cho kiểm duyệt trước khi phát hành, chẳng hạn như tờ tuần báo *Khởi Hành*. Thời chiến tranh cao điểm, âm nhạc giữ vai trò tác động tâm hồn quần chúng, mà nhạc này thì cũng đều được sáng tác từ những nhạc sĩ ở nơi đô thị có lẽ không phản ánh tính hiện thực nhiều chiều cạnh của chiến tranh, của xã hội nơi khói lửa tràn lan; chỉ có tính đau buồn chung chung về đất nước, ảnh hưởng đến người sống nơi đô thị nhiều hơn ở nơi hẻo lánh ruộng đồng.

Văn thời chiến tranh đã ở lại trong tâm hồn nhà biên khảo rải rác ở những tiểu thuyết, truyện ngắn, của những tác giả muốn gửi lại cho đời những thông điệp về nhân bản, về sự bất công, về sự hy sinh mất mát, như ở cuốn "Vòng Đai Xanh" của Ngô Thế Vinh, "Dấu Binh Lửa" của Phan Nhật Nam, "Nỗi Bơ Vơ của Bầy Ngựa Hoang" của Trần Hoài Thư... Truyện của Văn học Miền Nam dĩ nhiên ông không thể không nhắc đến Võ Phiến, Bình Nguyên Lộc, Sơn Nam, Dương Nghiễm Mậu, Mai Thảo, Thanh Tâm Tuyền, Doãn Quốc Sỹ, Viên Linh, Nhật Tiến, Thế Uyên, Y Uyên... Ông còn đề cập đến truyện của các nhà văn sau này mới biết là "nằm vùng" hoạt động cho Mặt Trận Giải Phóng Miền Nam chống chính quyền Việt Nam Cộng Hòa. Những người ấy là Vũ Hạnh, Ngụy Ngữ, Thế Vũ, Trần Hữu Lục, Trần Duy Phiên (từ trang 202 đến 205). Nhà văn nhà thơ thời Văn Học Miền Nam phải nói là quá nhiều, vì lẽ đó ông cũng quên không nhắc đến văn truyện của Doãn Dân và Hoàng Ngọc Hiến, mà ở hải-ngoại mới thời gian gần đây nhà văn Trần Hoài Thư đã thực hiện hai số báo đặc biệt để tưởng niệm, một người thì tử trận mất xác, một người thì suốt thời kỳ quân ngũ trấn đóng nơi rất nguy hiểm ở ven quốc lộ

13, vùng mật khu của Mặt Trận Giải Phóng Miền Nam. Về kịch bản, văn chương có vẻ ở lại tâm hồn ông qua những vở kịch có bối cảnh vùng sa mạc Trung Á thời quân Mông Cổ một thời oanh liệt, như "Người Viễn Khách Thứ Mười" của Nghiêm Xuân Hồng, "Thành Cát Tư Hãn" của Vũ Khắc Khoan (từ trang 359 đến 363).

2/ Động Cơ Do Kiến Thức Triết Học Tây Phương Đưa Vào Biên Khảo: Về bộ môn biên khảo, như đã nói ở đoạn trước, nhà biên khảo Nguyễn Vy Khanh như nghiêng nhiều về kiến thức Triết học Tây phương. Còn lại trong tâm hồn, văn chương có lẽ nặng hơn triết học, vì lẽ đó nên nhà biên khảo biểu hiện sự thông cảm phần nào với cách thức *"triết học nhào nặn vào văn chương"* của một số tác giả đa số vốn là giáo sư triết học: những từ ngữ thoát thai từ trộn lẫn hai môn học này nghe thật hay được nhắc lại, khiến ta lưu tâm trước vẻ kỳ ảo của nó. Ví dụ Trần Nhựt Tân với các tựa đề: "Đi Tìm Ca Dao Trên Tọa Độ Không Thời", hoặc "Đinh Hùng Trên Lưng Cánh Chim Dĩ Vãng"; "Nguồn Nước Ẩn Của Hồ Xuân Hương" (Đỗ Long Vân); "Một Lối Tìm Về Triết Lý Cuộc Đời Trong Ca Dao Việt Nam" (Lê Tuyên); "Thiên Nhiên Trong Thi Ca Hölderlin" (Hoàng Châu Thanh, có lẽ đây là bút hiệu của Giáo sư Lê Tôn Nghiêm); "Đi Cho Hết Một Đêm Hoang Vu Trên Mặt Đất" (Phạm Công Thiện); "Vũ Trụ Thơ" (Đặng Tiến); "Sa Mạc Lan Dần" (Bùi Giáng)... Trong đó là những nhào nặn giữa văn chương và triết học của Nietzsche; của Hiện Tượng Luận Husserl và Merleau Ponty; của Sartre, Camus, Heidegger, Bachelard... Những trang nhiều thi tính của Camus trong "Kẻ Xa Lạ" và của Sartre trong "Buồn Nôn" khiến ta cũng không thể không kể đến tính thẩm mỹ trong văn của các nhà văn với khuynh hướng Dấn Thân này. Nhận định của Sartre qua Nguyễn Vy Khanh trích dẫn, ta biết thêm văn chương nhào nặn vào Hiện Sinh như thế nào. Trước đây ta chỉ biết Hiện Sinh biểu hiện trong nội dung, không rõ thể hiện như thế nào bằng hình thức, nghĩa là cách bộc lộ qua chữ nghĩa. Cách làm cho Hiện Sinh nhào nặn vào văn chương theo Sartre như sau: *"... lối chấm câu, xuống hàng, một cách tạo hình ảnh... sử dụng những yếu tố ngôn ngữ, ngữ pháp... lựa chọn ẩn dụ, hoán dụ, so sánh... sau đó sẽ khai triển Ý Nghĩa Hiện Sinh của bút pháp hiểu như một Lối Viết Riêng Biệt..."* (trang 425).

Đọc trọn vẹn Quyển Thượng của bộ sách biên khảo đồ sộ này, có một điều độc giả dễ nhận ra hơn hết: Tác giả Nguyễn Vy Khanh biết rất nhiều tư liệu và đề cập khá dồi dào về nhóm Hành Trình, nhóm Trình Bầy, nhóm Tinh Việt Văn đoàn, các nhà văn Công Giáo (có vài vị xem như Thiên Tả); và các giáo sư viết sách cho đến nay được coi là học giả về Triết học Hiện Sinh như Trần Thái Đỉnh, Lê Tôn Nghiêm; các giáo sư Đại học Văn Khoa xuất thân từ các trường đại học ở Âu Tây như Nguyễn Văn Trung, Nguyễn Nam Châu, Trần Văn Toàn, Lê Thành Trị, Bùi Xuân Bào, Nguyễn Khắc Hoạch, Thanh Lãng... Nói như vậy, nhưng trong sách của Nguyễn Vy Khanh cũng dồi dào phần đề cập đến các nhà văn nhà thơ, các nhà biên khảo, các tập san, một thời nổi tiếng như Tuệ Sỹ, Nhất Hạnh, Bùi Giáng, Phạm Công Thiện, Tạp chí *Tư Tưởng* của Đại học Vạn Hạnh, Tạp chí *Giữ Thơm Quê Mẹ* của nhà xuất bản An Tiêm; các sách biên khảo của nhà xuất bản Lá Bối. Dồi dào kiến thức phía Công Giáo xem như Thiên Tả trong sách của Nguyễn Vy Khanh, nhiều chi tiết mà trước đây người viết bài này chỉ thoáng biết mơ hồ như Tạp chí *Đất Nước*, Tạp chí *Hành Trình* của nhà xuất bản Nam Sơn; hoặc Tạp chí *Trình Bầy* gồm những ai điều hành và cộng tác. Các sách biên khảo Văn Học Miền Nam khác mà người viết bài này từng đọc qua, thấy không đầy đủ điều cần muốn biết về các Tạp chí thuộc khuynh hướng Dấn Thân. Đây là điều rõ nét riêng trong sách này, còn về những vấn đề thuộc Văn học Miền Nam khác thì dĩ nhiên phải dồi dào trong bộ sách. Từ trang 71 đến 76, ông Nguyễn Vy Khanh kiểm điểm khách quan sự du nhập tư tưởng Tây phương như sau đây: *"Ngay từ khi nền Đệ Nhất Cộng Hòa được chính thức thành lập ngày 26/10/1956, chủ trương văn hóa duy linh và nhân vị đã được nâng cao lên hàng quốc sách... chủ nghĩa Nhân vị được các vị lãnh đạo đề xướng và thực thi... để phê phán các vấn đề triết học, sử học, luân lý, văn nghệ và giáo dục... Cũng từ năm 1957, Nguyễn Nam Châu (tốt nghiệp Đại học Louvain ở nước Bỉ) đã nói đến sứ mạng văn nghệ trong "Những Nhà Văn Hóa Mới" và "Sứ Mệnh Văn Nghệ" (cả hai do Đại Học xb. 1958 tại Huế)... đặt lại vấn đề văn nghệ (chủ đích, ảnh hưởng, cái Đẹp, văn nghệ và vấn đề siêu hình)... Bài diễn văn của Camus (Camus nói đến một sự tự nguyện nhập cuộc, dấn thân và tinh thần đồng đội trong một tình cảnh không lựa chọn)... giáo sư Nguyễn Văn Trung (cũng tốt nghiệp ở Đại học Louvain) sử dụng (triết học Sartre) như quan điểm hiện đại, hợp thời... văn chương hôm nay không thể không vị-nhân-sinh, tức đã là dấn thân...".*

Tác giả Nguyễn Vy Khanh tiếp tục kiểm điểm dấu vết của Triết học (nhất là Tây phương) thấy có 2 nhóm: nhóm du nhập tư tưởng do các người tốt nghiệp từ những Đại Học ở Pháp, Bỉ, Thụy Sĩ; ngoài hai người đã kể trên, còn các vị như Nguyễn Khắc Hoạch, Nguyên Sa, Thanh Lãng, Lê Tuyên, Lý Chánh Trung. Nhóm thứ hai du nhập kiến thức từ các vị tốt nghiệp ở Anh hay Nhật Bản hoặc Ấn Độ như Đỗ Khánh Hoan, Lê Văn, Thích Minh Châu, Lê Xuân Khoa... Càng về sau, Triết học Hiện Sinh của Sartre và Camus, của Karl Jaspers và Gabriel Marcel, của Nietzsche và Heidegger, Triết lý Phân Tâm học Vật chất của Gaston Bachelard, Cấu Trúc Luận của Claude Lévi-Strauss... càng được phổ biến trong báo chí Văn học Miền Nam, và Nguyễn Vy Khanh không phải chỉ đôi lần viết đến trong sách của ông. Dĩ nhiên song hành với Triết lý Đông phương, nhất là ảnh hưởng Triết học Phật giáo, trong Văn học Miền Nam thời kỳ 1964 đến 1975 (theo sự phân chia thành hai giai đoạn Văn học Sử Văn học Miền Nam của Nguyễn Vy Khanh).

Nguyễn Vy Khanh trình bày rõ nội dung bài viết "Rời Bỏ Nền Văn Chương Trú Ẩn" của Nguyên Sa đăng trong tạp chí *Đất Nước* (số 2 năm 1967). Bài "Phê Bình quan điểm cách mạng xã hội của hai ông Nguyễn Văn Trung và Lý Chánh Trung" do Nguyễn Trọng Văn viết dưới bút hiệu Nguyễn Văn Bảy); bài "Văn Nghệ Trước Mưu Đồ Bất Chính Của Hệ Thống Chiến Tranh Lạnh" của Thế Nguyên... cũng đã được Nguyễn Vy Khanh tóm tắt cho ta biết nội dung (ở trang 97). Tác giả Nguyễn Vy Khanh có liên hệ đến cuốn sách "*Văn Hóa Văn Nghệ Miền Nam Dưới Chế Độ Mỹ Ngụy*" xuất bản năm 1977 ở trong nước của ông Trần Hữu Tá (phê bình ảo tưởng của nghiên cứu xã hội chủ nghĩa thời Văn học Miền Nam). Một đoạn được Nguyễn Vy Khanh trích ra như sau ở trang 118: "*... nghiên cứu về Mác Luận (Marxologie), một thứ triết thuyết xuyên tạc chủ nghĩa Mác chân chính, tước bỏ hết nội dung cách mạng... và Mác biến thành một nhà triết học tư biện*". Cũng nên nhớ, trước khi có sự du nhập Triết học

Tây phương từ các giáo sư tốt nghiệp chuyên ngành, ta cũng từng biết đến những tư tưởng này khá sớm qua vài bài viết của các nhà văn Tam Ích, Nghiêm Xuân Hồng, tuy rằng rời rạc chen lẫn với văn chương, tuy vậy cũng một thời làm độc giả lưu ý tinh chất tân kỳ trong những lập luận, nhất là những đoạn về tri giác cụ thể hay Trực quan hiện sinh của Sartre; hoặc con người bị kết án tự do có vẻ lạ lùng cũng của Sartre ("l'homme est condamné à être libre"- Nguyễn Vy Khanh nhắc đến ở trang 95) .

Đi vào chi tiết du nhập triết học Tây phương góp phần hình thành Văn học miền Nam, tác giả Nguyễn Vy Khanh lần lượt nêu ra: Du nhập Phê bình Hiện sinh với Giáo sư Nguyễn Văn Trung qua phân tích truyện của Dương Nghiễm Mậu, Thảo Trường, Thế Nguyên. Du nhập Phê bình Hiện Tượng Luận của Husserl (đồ đệ của Husserl gồm khá nhiều triết gia danh tiếng như Heidegger, Bachelard, Sartre) cho nên phê bình theo hướng trên là nói chung, trong đó phảng phất ảnh hưởng của triết gia này hay triết gia khác trong bầu khí Hiện Tượng Luận: như Lê Tuyên (Một Lối Tìm Về Triết Lý Cuộc Đời Trong Ca Dao Việt Nam); Đỗ Long Vân (Nguồn Nước Ẩn của Hồ Xuân Hương); Bùi Xuân Bào (không phải bài báo mà là Luận án Tiến Sĩ Văn Chương trình ở Đại học Sorbonne Paris: Biện Chứng Thời Gian - La Dialectique de la Durée); Trần Nhựt Tân (Tôi Đi Hái Trái Tim Đinh Hùng Theo Địa Bàn Không Gian và Thời Gian); Đặng Tiến (Vũ Trụ Đinh Hùng), Nguyễn Châu (cũng không phải bài báo mà là Luận án Cao Học Triết Tây: Ảnh Tượng Trong Triết Học Bachelard). Hoặc hướng phê bình theo thiển nghĩ gần như là "Giải Cấu Trúc"của Huỳnh Phan Anh qua cuốn "Văn chương và Kinh Nghiệm Hư Vô", cũng như qua sách "Đi tìm Tác phẩm Văn Chương". Có thể nghĩ ông bàn luận theo hướng Giải Cấu Trúc, vì Huỳnh Phan Anh đã có nhận định như sau: "... *tác phẩm không là một trạng thái, nó là một vận hành... tác phẩm là khả thể, vô số những khả thể. Nó mở ra vô cùng... tác phẩm ước muốn hư vô, ước muốn cái không có gì...*" Những phê bình này được Nguyễn Vy Khanh trình bày rõ ở trong sách, từ trang 394 đến trang 458. Các phê bình nhận định thơ văn Bùi Giáng, Phạm Công Thiện, Tuệ Sỹ, Ngô Trọng Anh, thì cũng không hiếm trong sách của Nguyễn Vy Khanh.

Chủ điểm của phần viết này muốn nêu ra động cơ kiến thức Triết học Tây phương có phần nào giúp Nguyễn Vy Khanh làm nên công trình biên khảo. Những nhà biên khảo phê bình thuần túy văn học như Lê Văn Siêu, Nguyễn Hiến Lê, Cao Huy Khanh, Nguyễn Văn Sâm, Phạm Thế Ngũ, Phạm Việt Tuyền, Lê Ngọc Trụ, Lê Huy Oanh... qua nhận định của Nguyễn Vy Khanh thật là thiết yếu cho ta biết những nét đại cương trong sách của họ; cùng hơn 40 nhà nhận định phê bình khác được liệt kê đầy đủ làm rõ sự phong phú của Văn Học Miền Nam (từ trang 451 đến 456). Riêng về người viết bài này thời Văn Học Miền Nam cũng có dự phần đóng góp một số biên khảo nhận định, nhất là từng sáng tác Thơ Văn Xuôi, được nhà phê bình Nguyễn Vy Khanh xếp vào loại phổ biến tư tưởng Siêu Hình và cổ động Văn chương theo hướng Hiện Đại (trang 84 và 220 trong sách của Nguyễn Vy Khanh)... Tương tự như nhà phê bình Đặng Tiến trong nguyệt san *Tin Sách* năm 1963, khi điểm qua tập thơ của Trần Văn Nam, có nhận định "điều đáng trách" của TVN là đề cập đến một số tư tưởng không nên biết với tuổi trẻ thời ấy, như tư tưởng của Sartre (?) của Feuerbach (?). Lúc xuất bản hạn chế tập thơ, mặc dầu in ấn lối Typo, TVN vừa tròn tuổi 23 vào năm 1963. Và người viết bài này cũng đã đôi lần cải chính: Đem vài đoạn ngắn tư tưởng trừu tượng làm thành các văn ảnh hay huyền truyện (theo thể Thơ Văn Xuôi) thì chủ đích thiên về nghệ thuật hơn là nghiêng về tư tưởng...

Tiếp tục, do động cơ lưu tâm Triết học Tây phương, nên Nguyễn Vy Khanh nhắc đến sự công nhận đã phổ biến Triết Học Hiện Sinh ở Miền Nam trong Bản Kiểm Thảo của Giáo sư Nguyễn Văn Trung trình bày cho chính quyền mới sau năm 1975 (trang 446). Giáo sư Trung nói những người phổ biến Triết Học Sartre vào Văn Học Miền Nam gồm có vài giáo sư Đại học, trong đó có ông và Giáo sư Linh Mục Trần Thái Đỉnh. Giáo sư Đỉnh cải chính: chỉ Giáo sư Trung mới là người phổ biến sâu rộng tư tưởng của Sartre (theo thiển nghĩ: Giáo sư Nguyễn Văn Trung phổ biến khuynh hướng Dấn Thân của Sartre nhiệt tình hơn khuynh hướng Trực quan Hiện Sinh từng áp dụng qua cuốn "Ca Tụng Thân Xác"). Giáo sư Đỉnh quả là người đã "nghiêm khắc phê phán Triết Học của Sartre". Đọc nơi cuốn "Triết Học Hiện Sinh" (xb, trước 1975; Nxb. Văn Học ở Hà Nội

tái bản năm 2005), Linh Mục Đỉnh có viết về Sartre trong 49 trang –
từ trang 298 đến 346 – trình bày khúc chiết khía cạnh chuyên môn
Triết Học rất khó hiểu của Sartre ở tác phẩm "Hữu Thể và Hư Vô"
(L'être et le néant). Linh Mục Đỉnh đánh giá như sau: *"Các học giả
công nhận đây là kỳ công của Sartre: triết nhân đã gửi vào cuốn sách
này tất cả những gì là tinh hoa của tư tưởng ông. Trong hơn bảy
trăm trang giấy đen nghịt những chữ, qua những phân tích đôi khi
rất tinh vi về những cảnh huống sinh tồn, Sartre đã vạch trần những
dự tính thầm kín của con người, cả những ý hướng mà con người vì
"ngụy tín" đã tự bịt mắt để khỏi nhìn nhận".* Đây là đoạn Giáo sư Đỉnh
khen Triết học Sartre, khen những mô tả Hiện-Tượng-Luận hay
Trực quan Cụ thể Hiện sinh (Sartre khởi đầu áp dụng Trực quan này
trong Tiểu thuyết "Buồn Nôn"); còn đoạn ông nghiêm khắc phê phán
Triết học Sartre ở chỗ Triết Học Sartre không có Giai Đoạn Tổng
Hợp Đề khi giải quyết Biện Chứng Mâu Thuẫn giữa hai điều gì đối
nghịch (ví dụ Mâu thuẫn giữa Tinh Thần và Tự Nhiên của vạn vật,
Hegel tổng-hợp-đề bằng Giai đoạn Thuần Lý sau cuộc Hành Trình
Hiện Tượng Hóa của Tinh Thần để thăng hoa thành Tinh Thần Tuyệt
Đối. Còn Mâu thuẫn giữa Tư bản và Vô sản, Marx tổng-hợp-đề bằng
Cần lao đưa tới chế độ Cộng Sản. Triết Học Sartre không có giai-
đoạn Tổng-hợp-đề giữa "être en-soi" và "être pour-soi", tức là giữa
chủ-thể và khách-thể nói cho dễ hiểu. Thực ra thuật-ngữ être en-soi
và être pour-soi theo cách dùng của Sartre thì chính Giáo sư Đỉnh
cũng xác nhận Sartre viết quá chuyên môn về Triết học nên rất khó
hiểu. Không có giai-đoạn tổng-hợp-đề nên Triết học Sartre chủ trì
Tất Cả Vũ Trụ Con Người Vạn Vật đều Phi Lý. Từ Phi lý trong chuyên
môn Triết học đưa tới Phi lý trong đời người, trong xã hội, nên Triết
học Sartre bị Giáo sư Đỉnh nghiêm khắc phê phán như sau đây: *"Ông
coi cái chi cũng tồi, xấu, nôn, y như kiểu con nhà giàu ngồi trước mâm
cơm đầy cao lương mỹ vị mà vẫn ngoảnh đi không muốn ăn… chúng
tôi không phủ nhận giá trị văn học của Sartre, nhất là phần phân tích
tâm lý học. Chúng tôi chỉ phê bình triết nhân sinh của Sartre thôi… Hễ
hết nếp sống trưởng giả, thì cái nọc hiện sinh của Sartre cũng sẽ hết
thời. Dân cần cù Việt Nam đòi một triết học hợp với sinh hoạt của
mình hơn."*

3/ Động Cơ Phải Thực Hiện Nghiêm Túc Do Quen Nghề Chuyên Viên Thư Viện: Phần tổng quan của một nền văn học là phần khó nhất trong bất cứ một cuốn sách biên khảo nào. Tâm trí của tác giả đầu tư vào phần này, vì nó đòi hỏi sự hiểu biết nhiều chiều cạnh để tổng hợp, chương nào phải là chương khởi đầu, chương nào kết thúc, chương nào đào sâu nhiều hơn hết. Đường hướng của nhà biên khảo lần lần rõ nét trong phần tổng quan này, vì tác phẩm không chỉ là toàn là tài liệu gom góp. Chính phần ý hướng này đưa tác giả vào ý thức có hạn chế dành cho công trình của mình. Tác giả Nguyễn Vy Khanh đã hoàn tất công trình qua ba động cơ như đã trình bày ở trên, phần gần cuối của Quyển Thượng biểu hiện động cơ thứ ba: muốn tác phẩm này là một tài liệu tham khảo cần thiết về mọi khía cạnh làm nên Văn học Miền Nam, gồm có đủ mọi ngành có liên hệ đã hình thành một nền Văn học phong phú do nằm lọt vào thời kỳ xảy ra cuộc chiến tranh lớn giữa hai ý thức hệ.

Kiểm điểm mới thấy rằng ngoài bộ sách này, không còn thấy ở cuốn sách nào đầy đủ những liệt kê mọi yếu tố thuộc về văn học (đôi khi ngoài văn học nhưng có liên hệ nào đó). Trong hai động cơ (đã trình bày như trên) thúc đẩy Nguyễn Vy Khanh thực hiện bộ sách, ta đã thấy rồi những ghi chú chính xác về thời gian lịch sử, những trích dẫn đầy đủ cần thiết do công phu đọc sách đọc báo; những xuất xứ rõ ràng đoạn văn hay đoạn thơ hay ở tài liệu nào... Không những liệt kê thứ tự mà tác giả Nguyễn Vy Khanh còn giới thiệu cho ta biết qua. Chẳng hạn nhật báo hay tuần san hay tạp chí có khuynh hướng ra sao, ngày tháng nào có mặt và ngày tháng nào đình bản với những lý do. Hoặc báo của những người chủ trương có khi bí ẩn giấu tông tích; hoặc cuốn sách viết những điều gì, nghĩa là không chỉ nhắc đến nhan đề. Các tác giả, dù không nổi tiếng lắm, cũng không phải chỉ ghi lại cái tên, mà còn đôi dòng giới thiệu. Rồi còn liệt kê Văn Chương Xám, tức những sách báo chỉ lưu hành không kiểm duyệt, hoặc chỉ in ronéo là phương tiện in ấn thủ công khá phổ biến trong thời Văn Học Miền Nam không có những phương tiện tối tân điện tử như bây giờ.

Quen nghề xếp đặt thứ tự, quen nghề kê khai công phu, quen nghề lưu trữ những tài liệu cổ xưa hiếm quý... Cộng với ước mong gìn giữ di sản Văn Học Miền Nam mà ông nói văn chương của nó đã ở lại với tâm hồn ông từ thời còn ở bậc Trung Học... từ đó Nguyễn Vy Khanh quyết định tổng-liệt-kê mà ta nghĩ chưa có sách biên khảo Văn Học Miền Nam nào đã từng thực hiện đầy đủ công phu sưu tầm hơn. Xen kẽ với những đoạn nhận định hay viết phụ lục, hoặc viết Sơ Kết, ta thấy có những phần Liệt Kê sau đây. Chương 6: Liệt kê về Dịch Thuật và Văn học Nước Ngoài: Nguyễn Vy Khanh đã liệt kê kèm những lời nhận định về văn học mỗi nước và đặc điểm mỗi dịch giả. Như dịch thuật Văn Học Pháp, Văn Học Anh, Văn học Hoa Kỳ, Văn học Đức, Văn Học Nga, Văn Học Nhật Bản, Văn Học Ấn Độ, Văn chương Trung Hoa, và Văn chương Thức Tỉnh gồm các tác giả Solzhenitsyn, Milovan Djilas, Koestler, Kafka. Dịch giả gồm 19 vị, với những lời giới thiệu khá chi tiết. Ngoài ra có 4 nhà xuất bản chuyên về sách dịch (từ trang 461 đến 484). Chương 7 Liệt kê về Báo chí Miền Nam: Tác giả Nguyễn Vy Khanh liệt kê có đến 95 tờ báo định kỳ gồm tạp chí, tuần san, nguyệt san, đặc san... Tác giả giới thiệu các báo văn chương với rất nhiều hiểu biết, kèm theo những nhận định khá tường tận các chủ nhiệm chủ bút của các Tạp chí Văn Học ấy. Những Tạp chí Văn Học sau đây được ông viết nhận định gồm một hai trang: *Sáng Tạo, Hiện Đại, Thế Kỷ 20, Văn Nghệ, Vui Sống, Bách Khoa, Văn Hóa Á Châu, Đại Học, Nghiên Cứu Văn Học, Văn Học, Văn, Nghệ Thuật, Vấn Đề, Thời Tập, Khai Phá, Ý Thức, Thế Đứng, Tin Sách, Hành Trình, Trình Bầy, Đất Nước, Thái Độ, Đối Diện, Lập Trường, Hải Triều Âm, Tư Tưởng, Giữ Thơm Quê Mẹ* (từ trang 485 đến trang 554)... Ông liệt kê đến 60 tờ Nhật báo. Cũng trong chương 7 này, ông liệt kê 48 nhà xuất bản sách (từ trang 573 đến 589). Chương 8: Đặc biệt liệt kê Biên-Niên Lịch Sử và Văn Học. Phần này chưa từng thấy ở đâu trong các sách biên khảo Văn Học, họa hoằn mới có thể hiện hữu trong các sách về Lịch sử đất nước. Chương 8 liệt kê gần như tất cả sự kiện xảy ra từ 1954 đến 1976, từ sự kiện lịch sử, chính trị, quân sự, đến sinh hoạt báo chí, sinh hoạt văn chương (từ trang 593 đến 634).

4/ Ý hướng thống nhất nhân tâm và ý thức hạn chế của bộ sách biên khảo: Nhà biên khảo Nguyễn Vy Khanh thực hiện một công trình lớn, đầu tư rất nhiều thời gian tìm tòi, đúc kết, lao tâm tổng hợp, sau đó tự ý thức có sự hạn chế mà vẫn cứ tiến hành. Xuất bản một cuốn sách dày đến 1530 trang trong hoàn cảnh nơi hải ngoại không có độc giả nhiều, số người lớn tuổi hiểu biết Văn học Miền Nam ngày càng hao hụt; tuổi trẻ nơi hải ngoại chỉ có một số ít lưu tâm, lại thêm ở thời kỳ phương tiện điện tử dần dần thay thế sách báo in ấn. Vậy tác giả Nguyễn Vy Khanh có mong ngóng sách của mình sẽ được phổ biến ở trong nước? Nếu có điều mong ngóng ấy thì chắc là mong ngóng trong tương lai. Từ 1975 đến 1990, trong 15 năm dưới chế độ mới, có ai tiên đoán một số sách của vài tác giả thuộc Văn Học Miền Nam lại được tái bản; nhạc vàng không còn bị cấm đoán; người về nước không còn nhiều phiền phức trình báo chính quyền... Có thể có mong ngóng ở tương lai, vì trong bài "Phụ Lục 1" từ trang 640, tác giả liệt kê vài dáng vẻ như sau: "*... các tác phẩm của các tác giả thuộc Tự Lực Văn Đoàn và tiền chiến được in lại lần đầu trong tuyển tập "Văn xuôi Lãng Mạn Việt Nam"... sau đó có bộ "Văn Chương Tự Lực Văn Đoàn"... một số giáo sư, nhà văn của chế độ Việt Nam Cộng Hòa được tham khảo, lên tiếng hoặc nghiên cứu công khai trở lại... sách dịch của các nhà văn sống thời Việt Nam Cộng Hòa từng bị cấm, nay được tìm kiếm để in lại... nhiều nhà văn hải ngoại đã in sách ở trong nước... mảng văn chương thuần túy, vị-nghệ-thuật đã có nhiều giao lưu, hợp tác... Những từ Ngụy, Mỹ Ngụy, bù nhìn, thực-dân-mới dần mất trong diễn văn chính thức... thế thời có thế nào thì văn học vẫn là hy vọng...*".

Tuy vậy vẫn chỉ là mong ngóng trong tương lai thôi, còn bây giờ thì chính tác giả cũng vạch ra một ranh giới ý thức hệ, hoàn toàn đứng về phía Văn Học Miền Nam từ 1954 đến 1975, đầu tư sự hiểu biết cho Văn học Miền Nam khiến ông đã hoàn thành được bộ sách đồ sộ, vậy kỳ vọng "thống nhất nhân tâm và địa lý" (như nhận định của ông Mai Anh Tuấn, ở trang 1520) cũng phải bị hạn chế. Ý nguyện "thống nhất nhân tâm" đối với những phức tạp trong Văn học Miền Nam mà thôi. Từng đọc qua vài bộ sách biên khảo về Văn học Miền Nam khác, người viết bài này nhận thấy không ở đâu (trong số các sách đã biết) có dồi dào tài liệu hơn về Tạp chí *Hành Trình*, tạp chí *Trình Bầy*, tạp chí *Đối Diện*, Tạp chí *Đất Nước*, Nhóm Tinh Việt Văn Đoàn (từ trang 536 đến trang 546). Trong khi đó, kiến thức về các

Tạp chí *Tư tưởng, Giữ Thơm Quê Mẹ, Hải Triều Âm*, trong sách của Nguyễn Vy Khanh cũng cung cấp khá đầy đủ sự hiểu biết mà bấy lâu đôi người vẫn chỉ nhớ lờ mờ (từ trang 550 đến trang 552).

Những phức hợp do phân biệt "chiếu trên chiếu dưới" trong văn học mà ông Nguyễn Vy Khanh muốn đừng mắc phải; có lắm trang nhận định cho "các người viết trẻ" thời Văn Học Miền Nam; cho các nhà văn ngoài trận mạc; cho các tạp chí văn chương ngoài Sài Gòn. Sự thật những đóng góp ấy không nhiều lắm. Chính tác giả Nguyễn Vy Khanh bỏ vào sách thật dồi dào tài liệu cùng với những tận tình nhận định cho các nhà văn thơ thuộc các tạp chí, thuộc các nhóm văn nghệ, phần lớn quy tụ ở Sài Gòn. Có một điều ta cũng thắc mắc tại sao Văn Học Miền Nam thời Đệ Nhị Cộng Hòa, kể từ 1964 đến 1975, tức là thời chiến tranh ác liệt, mà văn chương phản ánh lại ít được nhắc nhở hơn nền Văn Học Miền Nam từ 1954 đến 1963. Tác giả như muốn không bỏ sót một ai trong những thơ văn đóng góp vào Văn Học Miền Nam, do đó ông sưu tầm liệt kê tất cả 16 Tuyển Tập Thơ Văn 1954-1975 (từ trang 456 đến trang 458), nhờ vậy mà nay chỉ đọc đến nhan đề tuyển tập thì ta muốn tìm đến để thưởng thức, chẳng hạn tuyển tập "Những Truyện Ngắn Hay Nhất Của Quê Hương Chúng Ta" (xb. 1974); như "Ba Miền Mười Khuôn mặt" (xb. Năm 1966); hoặc "Hai Mươi Nhà Văn, Hai Mươi Truyện Ngắn" (xb. Năm 1962). Nhà biên khảo Nguyễn Vy Khanh có lòng nhắc nhở hết tất cả các giải thưởng văn chương thời Văn học miền Nam 1954-1975 (từ trang 635 đến 638).

Nhà biên khảo còn thêm một điều nhắn gửi cho đời đừng quá thành kiến, đừng có theo thói thường *"chạy theo hơi hướm của những người đã từng nổi danh một thời… không mở tầm thưởng thức nghệ thuật rộng ra…"* (trang 70). Những điều trên là ý hướng thống nhất nhân tâm cho một nền văn học nay chỉ còn là di sản. Trong khi đó, với lập trường tận tình cho Văn Học Miền Nam, nên ý-thức sự hạn-chế dành cho bộ sách biên khảo này thuộc về chính trị thì ông biết dĩ nhiên là như vậy.

Trần Văn Nam
City of Walnut, California, tháng 12 năm 2016

MAI ANH TUẤN
CHÂN DUNG PHÊ BÌNH: NGUYỄN VY KHANH

... Nguyễn Vy Khanh từng viết thơ, thừa nhận niềm yêu thích không khí tiểu thuyết của Thanh Tâm Tuyền và lối viết của Nguyễn Đình Toàn (tác giả tiểu thuyết *Con Đường*) nhưng sự học và quá trình làm việc của ông lại nghiêng hẳn về lĩnh vực biên khảo. Với tư cách là chuyên viên thư viện (librarian) ở Montréal và Québec City từ năm 1978, quỹ thời gian của ông được dùng để "ôn cố tri tân" trong nỗ lực đi tìm sự thực và ghi lại cho thế hệ sau, nhằm thúc đẩy cái Mới cũng như niềm hy vọng về thống nhất nhân tâm và địa lý. Việc thống nhất nhân tâm và địa lý, theo ông, chỉ diễn ra khi những khúc mắc và vấn nạn lịch sử đã được nhìn nhận và giải tỏa, do đó, tâm niệm và ý chí biên khảo của ông được coi như một lợi khí. Nguyễn Vy Khanh có ưu thế nhờ vốn kiến thức cổ học, triết học khá thâm sâu, trên con đường biên khảo, ông còn được bảo trợ bởi những tư liệu xác tín mà ông được tiếp xúc hằng ngày thông qua công việc của mình dù không ít lần, ông coi việc kiểm soát thư tịch là công việc đa đoan và lẽ dĩ nhiên, nhập vai hậu sinh là kẻ phê bình tối hậu mọi nền văn học đã qua thật không dễ.

Sự trình bày tư liệu trong các công trình biên khảo của Nguyễn Vy Khanh có tính giáo khoa. Khi nhìn lại lịch sử văn học quốc ngữ thời kỳ đầu, Nguyễn Vy Khanh lấy tiêu chí hiện tượng và thể loại văn học làm cơ sở, bởi theo ông, văn chương là đối tượng nguyên thủy tự tại, nó cần thoát khỏi cái nhìn sai lạc từ một ý thức hệ, một cao trào hay một khuynh hướng thời thượng. Tiếp nhận kiến giải của Roland Barthes về thực thể văn chương, Nguyễn Vy Khanh cho rằng những vận động, cách tân, thử nghiệm trong một giai đoạn văn học không hẳn đã chịu sự chi phối của lịch sử xã hội. Từ đó, ông kêu gọi phải trở về cội nguồn lịch sử để hiểu văn chương, mỗi thời đại phải trở về nguồn để đặt lại vấn-đề , cập nhật một cách sâu xa. Trong hơn 135 năm văn học quốc ngữ, Nguyễn Vy Khanh ghi nhận vai trò khai phóng của các tác giả miền Nam lâu nay hoặc bị lãng quên hoặc được đánh giá chưa đúng mức. Những phát hiện dựa trên cứ liệu văn bản phong phú đã giúp tác giả chỉ ra: nhiều thế kỷ và trường phái văn học thế giới đã chung đụng cùng văn hóa thuần túy dân tộc trong giai đoạn sơ khởi của văn học quốc ngữ và đặc biệt, với sự xuất hiện của độc giả, văn học quốc ngữ có trở nên có tính phổ thông văn chương hơn, có vai trò lớn trong công cuộc hiện đại hóa đất nước, nâng cao dân trí.

Có lúc dường như Nguyễn Vy Khanh vươn cao hơn giới hạn biên khảo của mình khi ông phác thảo một vài gương mặt tác giả, tác phẩm bằng lối phê bình theo đuổi lý trí, tìm đến khoa học. Ông không dẫn nhập nhiều lý thuyết nhưng vẫn dựa vào thực nghiệm lý thuyết, đôi khi chỉ dừng lại ở mức gợi ý, để làm mới những nét đặc sắc riêng trong từng trường hợp văn chương. Các bài viết về Tô Thùy Yên, Thanh Tâm Tuyền, Nguyễn Huy Thiệp, về thơ hôm nay... có một sự tiết kiệm dung lượng nhất định so với các công trình biên khảo nhưng không thiếu đi nét chuẩn mực và cẩn trọng thường thấy, hơn nữa, lại mang nhiều kinh nghiệm giác quan hữu hiệu, lý thú.

Chú tâm vào văn học sử từ 1995, khởi đi từ nguyên tắc đi tìm chân thiện mỹ, tự nhận chỉ là nhà nghiên cứu nghiệp dư với bổn phận yêu quý sự thật hơn tình đồng hương, đồng ngũ..., Nguyễn Vy Khanh đã cho thấy những khía cạnh, giá trị văn hóa trong sinh hoạt văn học.

12-2-2012

Phê bình văn học hải ngoại: nhắc một vài cuốn

(...) Thế kỷ XX là thế kỷ cực thịnh của lý thuyết phê bình. Cuộc phiêu lưu lý thuyết, từ phê bình mới, thi pháp, cấu trúc, hậu cấu trúc, phân tâm học, ký hiệu học... theo một tâm thức nhất định, qua việc sưu tập giới thiệu và ứng dụng đã có mặt trên nhiều nẻo đường học thuật.

Thành tựu bước đầu của xu hướng này là Đặng Phùng Quân với *Văn chương và lưu đày* (1985), được tạp chí Văn học nghệ thuật số tháng 10/1985 ghi nhận "là tác phẩm biên khảo về văn học đầu tiên của chúng ta sau mười năm lưu vong". *Văn chương và lưu đày* có dạng thức của việc lập thuyết mà ở đó, chủ đích của người viết là thực nghiệm, khám phá và tự mình tư tưởng đồng nghĩa tự do tư tưởng.

Trong sự đa dạng của các lý thuyết phê bình trên, có thể thấy, các nhà phê bình hải ngoại ưa chuộng và thành công nhiều hơn với cấu trúc luận, giải cấu trúc và hậu hiện đại. Có thể kể ra các công trình tiêu biểu: Thụy Khuê với *Cấu trúc thơ* (1995), *Sóng từ trường I* (1998); Nguyễn Vy Khanh với *Bốn mươi năm văn học chiến tranh 1957 – 1997* (1997), *Văn học và thời gian* (2000); Nguyễn Hưng Quốc với *Thơ, v.v... và v.v...* (1996), *Văn học Việt Nam từ điểm nhìn h(ậu h)iện đại* (2000), *Văn hóa văn chương Việt Nam* (2002). (...).

Thụy Khuê, trong vai trò ký giả và nhà biên khảo, đã đến với các lý thuyết Roman Jakobson như một trạng thái bị phát bỏng để rồi, ở công trình đầu tiên, *Cấu trúc thơ*, luôn đặt độc giả vào tình thế đối đầu với lý thuyết, đôi khi có phần xơ cứng. Công trình này ghi dấu sự xuất hiện của nhà phê bình Thụy Khuê trên văn đàn hải ngoại với nhiều phẩm chất cụ thể mà sau này đã in đậm trong phong cách phê bình của bà: xông xáo, quyết liệt, không ngần ngại làm mới mình bằng cách gia giảm những lý thuyết và phương pháp đã tích lũy được.

Nguyễn Hưng Quốc, ngoại trừ cuốn *Võ Phiến*, trong ba cuốn còn lại, có thể tóm tắt ở mức giản lược một phương trình tư tưởng cốt lõi, mà chính nó gây được tiếng vang kéo theo nhiều đồng tình: "đối thoại, phản biện = giá trị". Tước bỏ thậm chí đi đến phá hủy các kiến trúc thẩm mỹ đã tồn tại, Nguyễn Hưng Quốc đầy tham vọng muốn đưa ra những điều kiện tối thiểu để phủ sóng một điển phạm mới trong sinh hoạt nghiên cứu phê bình.

Còn với Nguyễn Vy Khanh, nhờ ưu thế vốn kiến thức cổ học, triết học khá thâm sâu, trên con đường biên khảo, ông còn được bảo trợ bởi những tư liệu xác tín mà ông được tiếp xúc hằng ngày thông qua công việc của một librarian (chuyên viên thư viện), đã cố gắng nhìn nhận và giải tỏa những khúc mắc và vấn nạn lịch sử của văn chương nhằm đi đến thống nhất nhân tâm và địa lý. Mục đích thống nhất nhân tâm và địa lý của ông, khi nhập vai hậu sinh là kẻ phê bình tối hậu mọi nền văn học đã qua, thật không dễ nhưng xứng đáng được hy vọng và thúc đẩy. (...)

08-06-2013

Phê-bình là gì?

Trả lời câu hỏi, truy cả từ nguyên, Nguyễn Hưng Quốc cho rằng: *"Phê bình, như vậy, là tạo nên sự nghi ngờ, sự bất ổn và sự thay đổi"* [[1]]. Cũng bằng cách truy từ nguyên, Đặng Phùng Quân, sau khi vận dụng một trích dẫn của R. Wellek *"khá lạ về mặt thực tiễn không có tư liệu nào về lịch sử của từ criticism hay cả critic ngoại trừ mục viết kritikós của Gudeman trong thời cổ đại"* đã vươn tới bao quát ba tác phẩm lớn của Kant mang tên Phê bình. Ông nhận xét: *"Phê bình như Kant đã chỉ ra là công cuộc điều tra những khả năng nhận thức, đề ra cơ sở hữu thể luận của lý thuần túy"* [[2]]. Tinh thần phê phán hay phê bình của Kant có thể đã dẫn đến cách suy luận này của Nguyễn Hưng Quốc: *"lý thuyết chỉ được ra đời từ, và được nuôi dưỡng bởi, tinh thần phê phán... Phê bình vừa là một cách vận dụng lý thuyết nhưng đồng thời cũng vừa là tiền đề của lý thuyết; lý thuyết cũng vậy, vừa sinh ra từ phê bình lại vừa phục vụ phê bình"* [[3]]. Điểm lại phê bình với tư cách là một lý thuyết, cả Đặng Phùng Quân, Nguyễn Hưng Quốc, Nguyễn Vy Khanh và sau này, Nguyễn Minh Quân đều có những tổng thuật đáng chú ý.

Cách truy tìm từ nguyên và tổng thuật chỉ mới dừng ở tiền trạm của nghiên cứu về phê bình. Để có một cái khung lý thuyết, hiện đại nhưng không thời thượng, các nhà nghiên cứu đã cố gắng mô tả thuật ngữ phê bình dưới hai mối quan hệ chính: Một, mối quan hệ giữa viết và đọc. Hai, mối quan hệ giữa người sáng tác và nhà phê bình. Ở mối quan hệ đầu tiên, cái viết đồng nghĩa với công việc sáng tạo, một phương thức sản xuất văn bản. Còn đọc, hành vi tiếp nhận, một biểu hiện cơ bản của phê bình, được coi là phương thức diễn giải. Ngay từ năm 1933, trong tập *Phê bình và Cảo luận*, Thiếu Sơn đã nhắc đến việc đọc như là hình ảnh tập trung nhất của phê bình. Ông định nghĩa nhà phê bình là *"kẻ đọc giùm người khác"*. Đọc giùm để diễn giải và cách đọc hoàn toàn khác biệt nhau, dẫn đến cách nhìn về văn bản khác nhau. Lê Thanh, người cùng thời với Thiếu Sơn, có trích chua lại một nhận xét: *"Phê bình tức là giải những tình cảm của mình về một công trình, một nhân vật, nhưng mỗi người cảm một cách, nghĩ một cách"* [[4]]. Ý muốn chủ quan trong hành vi đọc là hệ số chung và luôn được vận dụng để cứu trợ cho mọi lý lẽ phân tích. Nhưng nếu cách hiểu về đọc của Thiếu Sơn lẫn cách hiểu về diễn giải của Lê Thanh có phần đông cứng ở một chiều tiếp nhận thì sau này, Nguyễn Vy Khanh có khai triển chiều ngược lại, tiếp biến. Ông cũng cho rằng *"phê bình tức là có nhiều cách khác nhau để đọc, để nghiên cứu một tác phẩm, một tác giả"* nhưng liền đó, ông coi cuộc viết đã bị chia sẻ theo chiều hướng tiếp biến văn bản: *"Tác phẩm trở thành sở hữu của người đọc và các thế hệ sau... Văn chương phải chăng là cái đọc được trong cái bất khả tư nghị, cái khả dĩ vượt lên trên cái đọc được"* [[5]]. Cuộc đọc biến thành sinh mệnh riêng và dần ngang bằng với cuộc viết trong tư cách duy trì cấu trúc văn chương. "Cách đọc có thẩm quyền" (dùng chữ của Murray Krieger) gắn chặt với đời sống văn bản và trong nhiều trường hợp, vượt trước văn bản để dự báo những thay đổi có tính lý thuyết: *"Có khi nhà phê bình phải xây dựng lại câu chuyện, tiểu thuyết, cá nhân hóa những khám phá, nắn lại sự thực, tìm ra cái ẩn số ý tại ngôn ngoại, khởi từ những nguyên lý, điểm mốc"* [[6]]. Chính khả năng cân bằng hoặc vượt trên cái viết mà phê bình, thông qua cách đọc, sẽ sáng tạo một cách đọc mới.

(...) Phê bình, từ R. Barthes trở đi, *"có xu hướng vừa là cách đọc, vừa là cách viết"* (J.Y.Tadié). Chịu ảnh hưởng của R. Barthes trong việc lý giải đọc, Nguyễn Vy Khanh phát hiện ra cái tôi sáng tạo, cái tôi hư cấu khi phê bình. Ông viết: *"Động tác phê bình khiến người đọc khác biết được tác phẩm. Cái tôi khi tôi đọc một tác phẩm cũng là cái tôi của tác giả tác phẩm đó".* Cái Tôi thứ hai của nhà phê bình đã biểu lộ một đời sống cá tính cụ thể khi cuộc chuyển dịch văn bản diễn ra, dĩ nhiên nó có thể, nói theo A. Compagnon, đồng cảm hay phản cảm với chính tác giả văn bản. Cho nên, cách đọc cũng là cách viết, hợp nhất hóa hai kỹ thuật cũng là một nghệ thuật đầy sáng tạo. Từ đó, nhiệm vụ của người phê bình không có gì khác hơn là "phải viết cho hay" như Nguyễn Hưng Quốc mong muốn. Vì cái đích đến, tinh thần nhân văn không thể che giấu của phê bình đôi khi lại nằm ở phát hiện thú vị: *"Hóa ra phê bình là đi tìm mình!"* [[9]].

(...) Cả nhà phê bình lẫn nhà văn đều phải gặp gỡ trên một cấu trúc ngôn ngữ. Mỗi lĩnh vực tự lựa chọn cách sắp xếp của mình nhưng đều hướng tới một sáng tạo nghệ thuật và thẩm mỹ mới. Sự lựa chọn còn được khuyến khích bởi, qua ngôn từ, *"nhà văn bày tỏ cách thế sống của y, cho thấy những mối liên hệ giữa y với thế giới"* còn nhà phê bình *"sẽ xác định lại những liên hệ và cách thể hiện của tác giả"* (Nguyễn Vy Khanh). Qua đó, thêm một bước, nhà phê bình đóng vai người thợ mộc lành nghề, cách hình dung của R. Barthes hoặc đóng vai gián điệp nhị trùng theo ý Nguyễn Vy Khanh, để khớp nối các ngôn ngữ với nhau, lưỡng hóa nó (...).

Chú thích:
[[1]] Nguyễn Hưng Quốc, 'Phê bình – dân chủ và quyền lực'
[[2]]] Đặng Phùng Quân, 'Cơ sở phê bình vị lai'
[[3]] Nguyễn Hưng Quốc, 'Tinh thần phê phán'
[[4]] Ý của Lê Thanh khi chua lại nhận xét này là nhấn mạnh tính thời thượng của phê bình lúc đó. Nhưng vì thế mà phần nào cho thấy bản chất chung của việc diễn giải hay là cách đọc. Lê Thanh: *Nghiên cứu và phê bình văn học*
[[5]] Nguyễn Vy Khanh, 'Từ viết đến phê bình'.
[[6]] Nguyễn Vy Khanh, như trên.
[[9]] Nguyễn Vy Khanh, tài liệu đã trích.

Mai Anh Tuấn
02-10-2011

BÙI CÔNG THUẤN
NHỮNG NHÀ PHÊ BÌNH VĂN HỌC HẢI NGOẠI

Tôi ghi lại đây đôi điều suy nghĩ về những nhà phê bình hải ngoại mà tôi đã gặp trên Internet. Theo cảm nhận của tôi, họ là những nhà phê bình chuyên nghiệp, có trình độ chuyên sâu, đã có nhiều công trình về phê bình và về văn học Việt Nam. Họ vừa là nhà nghiên cứu vừa là nhà phê bình. Họ đa dạng về cách viết nhưng cũng phức tạp về tư tưởng. Tôi chú ý đến những bài phê bình của họ và xem xét những đóng góp của họ đối với văn chương Việt Nam. (...)

Nguyễn Vy Khanh phê bình viết văn học sử

Nguyễn Vy Khanh sinh năm 1951 tại Quảng Bình. Tốt nghiệp cử nhân giáo khoa Triết Tây (1973), Cao học Triết Tây (1975) tại đại học Sài Gòn, Thủ khoa Sư phạm Việt Hán (1974). Tốt nghiệp Cao học Quản trị Thư viện tại đại học Montréal năm 1978. Ông làm việc 8 năm ở thư viện Quốc hội sau đó ở bộ Giao Thông ở Québec City và Montréal (Canada). Nghề gốc là thủ thư.

Tôi ghi những dòng này về tiểu sử Nguyễn Vy Khanh vì nó có ảnh hưởng đến trang văn của ông. Ông là một tác giả hải ngoại nên không thể hiểu tường tận văn học trong nước. Ông học Triết nên khuynh hướng viết phê bình của ông thiên về tìm hiểu tư tưởng. Nhưng trước hết ông là một nhà biên khảo. Năm 2016 ông in cuốn *Văn học miền Nam 1954-1975*. Theo Trần Văn Nam [9], cuốn sách đồ sộ này có độ dày hơn 1530 trang:

"Đọc trọn vẹn Quyển Thượng của bộ sách biên khảo đồ sộ này, có một điều độc giả dễ nhận ra hơn hết: Tác giả Nguyễn Vy Khanh biết rất nhiều tư liệu và đề cập khá dồi dào về nhóm Hành Trình, nhóm Trình Bầy, nhóm Tinh Việt Văn đoàn, các nhà văn Công Giáo (có vài vị xem như Thiên Tả); và các giáo sư viết sách cho đến nay được coi là học giả về Triết học Hiện Sinh như Trần Thái Đỉnh, Lê Tôn Nghiêm; các giáo sư Đại học Văn Khoa xuất thân từ các trường đại học ở Âu Tây như Nguyễn Văn Trung, Nguyễn Nam Châu, Trần Văn Toàn, Lê Thành Trị, Bùi Xuân Bào, Nguyễn Khắc Hoạch, Thanh Lãng... Nói như vậy, nhưng trong sách của Nguyễn Vy Khanh cũng dồi dào phần đề cập đến các nhà văn nhà thơ, các nhà biên khảo, các tập san, một thời nổi tiếng như Tuệ Sỹ, Nhất Hạnh, Bùi Giáng, Phạm Công Thiện, Tạp chí Tư Tưởng của Đại học Vạn Hạnh, Tạp chí Giữ Thơm Quê Mẹ của nhà xuất bản An Tiêm; các sách biên khảo của nhà xuất bản Lá Bối. Dồi dào kiến thức phía Công Giáo xem như Thiên Tả trong sách của Nguyễn Vy Khanh, nhiều chi tiết mà trước đây người viết bài này chỉ thoáng biết mơ hồ như Tạp chí Đất Nước, Tạp chí Hành Trình của nhà xuất bản Nam Sơn; hoặc Tạp chí Trình Bầy gồm những ai điều hành và cộng tác. Các sách biên khảo Văn Học Miền Nam khác mà người viết bài này từng đọc qua, thấy không đầy đủ điều cần muốn biết về các Tạp chí thuộc khuynh hướng Dấn Thân. Đây là điều rõ nét riêng trong sách này, còn về những vấn đề thuộc Văn học Miền Nam khác thì dĩ nhiên phải dồi dào trong bộ sách..."

Trần Văn Nam cho biết Nguyễn Vy Khanh *"muốn tác phẩm này là một tài liệu tham khảo cần thiết về mọi khía cạnh làm nên Văn học Miền Nam, gồm có đủ mọi ngành có liên hệ đã hình thành một nền Văn học phong phú do nằm lọt vào thời kỳ xảy ra cuộc chiến tranh lớn giữa hai ý thức hệ"*.

Tôi chưa được đọc trực tiếp cuốn sách này nên không thể có ý kiến gì, nhưng có thể ghi nhận nỗ lực rất lớn của Nguyễn Vy Khanh đối với Văn học Miền Nam 1954-1975. Như vậy, cùng với bộ Văn Học Miền Nam gồm 7 tập của Võ Phiến, Nguyễn Vy Khanh đã cung cấp cho người đọc một khối tài liệu đồ sộ và đáng tin cậy về văn học Miền Nam từ năm 1954 đến 1975 như ông mong muốn.

Nhìn trong dòng chảy văn chương dân tộc, Văn học miền Nam 1954-1975 là một bộ phận quan trọng trong tiến trình phát triển văn học thế kỷ XX. Ngày nay khi viết về văn học miền Nam trước 1975, nhà nghiên cứu cần đứng trên lập trường dân tộc, với quan điểm lịch sử cụ thể và phương pháp nghiên cứu khoa học thì cái nhìn mới không thiên lệch và kết quả nghiên cứu mới có giá trị. Rất tiếc Nguyễn Vy Khanh vẫn bị thiên kiến chính trị chi phối, dù có lúc ông đã bình tâm hơn. Bài "Tương lai của văn chương Việt Nam" (2010) thể hiện rõ thiên kiến chính trị khi nhìn nhận vấn đề [10].

Tôi không viết về các công trình văn học sử của Nguyễn Vy Khanh mà chú ý đến nhà phê bình văn học Nguyễn Vy Khanh. Nguyễn Vy Khanh dám nói thẳng những vấn đề liên quan đến phê bình văn học hải ngoại. Trong bài trả lời phỏng vấn Nguyệt san văn hóa Hồn Quê (2003), ông cho biết:

"... Văn học hải ngoại sau hơn 27 năm, tôi thấy ngày càng phong phú, đa dạng, phương tiện in ấn dễ dàng khiến công việc viết và xuất bản cũng dễ hơn, dân chủ hơn. Nhưng tác giả đúng nghĩa thì ngày càng hiếm hơn, tác phẩm lớn thì còn hiếm hơn nữa. Gần đây tôi có hai bài viết sẽ đi trên Hồn Quê, Chủ Đề và Hợp Lưu có ghi lại một số nhận xét này của tôi và về phía thơ thôi. Có thể tôi hơi lý tưởng, nhưng tôi nhận thấy những người làm văn học vì văn học rất ít, ngay cả các tạp chí văn học được xem là tiêu biểu, quý ngài chủ trương hay chủ bút có những thái quá hoặc thiển cận, nhỏ mọn, tính yêu sự thật và tư cách văn hóa cũng khả nghi. Người viết hoặc cộng tác ít được tôn trọng, thường thì trở thành nạn nhân của chính hobby này. Trong không khí đó, không thể có đối thoại, trao đổi dân chủ, thẳng thắn và có văn hóa được. Muốn có bài được đăng nếu không cùng phe thì phải mua báo, tặng quà rồi phải nhắc tên vợ chồng chủ báo, quê hương của họ hay bạn bè họ, hoặc tâng bốc những gì họ viết. Còn nếu nói thật, ngay cả theo lời yêu cầu của chính họ, thì sẽ bị tẩy chay và không bao giờ còn được họ nhắc đến, ngay cả việc bày ra trò chơi thảo luận mới với những người y chang họ (semblables!)!

"... Phê bình đối với một số người trở thành chụp mũ, bôi xấu, thí dụ những vụ xào xáo Văn Bút Hải Ngoại, Nguyễn Ngọc Ngạn, Nhật Tiến, v.v... Riêng cá nhân tôi, có thể tôi xưa hoặc quá nguyên tắc,

nhưng đối với tôi, con người văn nghệ sĩ phải có tư cách. Một nhà thơ có thể rượu chè, đời sống không giống ai nhưng tôi khó chấp nhận chung chiếu nhà thơ những kẻ vừa làm thơ ca tụng cuộc đời vừa làm "đặc công" chuyên phá hoại cộng đồng, tập thể, làm ung thối mọi sinh hoạt chung! Cũng vậy, một trí thức (tự xưng) theo thời, hoạt đầu chính trị, không thể là một nhà văn đúng nghĩa, theo ý tôi! v.v..."

"... Đến nay tôi vẫn đã chỉ có những đóng góp rất nhỏ, tôi luôn khởi đi từ nguyên tắc đi tìm chân - thiện - mỹ, đem áp dụng cho việc học, làm việc chuyên môn kiếm sống cũng như cho việc nghiên cứu nghiệp dư, trong thực tế dĩ nhiên tôi đã gặp phải một số phản ứng phần lớn bất ngờ dù khi viết ra đã tiên đoán được phần nào [11].

Đọc những đoạn văn trên, người đọc có thể hiểu khó khăn của nhà phê bình như thế nào, và hơn thế, hiểu được tính cách của nhà phê bình Nguyễn Vy Khanh. Trong phê bình văn học, Nguyễn Vy Khanh sử dụng phương pháp làm việc của một nhà nghiên cứu. Ông đi từ những tác phẩm cụ thể, sau đó khái quát về tác giả, so sánh với các tác giả khác đồng thời đối chiếu với tiểu sử tác giả để lý giải, nhờ thế ông có những nhận định sâu sắc và đáng tin cậy, cung cấp cho người đọc lượng thông tin thú vị và bổ ích về đề tài ông viết.

Thí dụ, viết về Dương Nghiễm Mậu, ông đã đọc các tác phẩm: Niềm Đau Nhức Của Khoảng Trống, Bồn Cát Tuổi Thơ, Tiếng Động Trên Da Thú, Làm Thân Con Gái, Gia Tài Người Mẹ (1963), Tuổi Nước Độc (1965), Đêm Tóc Rối (1966), Phấn Đấu (1966), Nhan Sắc (1966), Từ Hải Và Cuộc Phiêu Lưu Của Đời Chàng, Ngày Lạ Mặt (1967), Con Sâu (1971) [12] từ đó đi đến nhận định: *"Dương Nghiễm Mậu đã tạo được một thế giới, một không khí riêng: những độc thoại như không ngừng, những sinh lão bệnh tử bất hạnh dồn dập đến, những gia tài cuối cùng chẳng có, những nhận diện khó khăn và đưa đến thất vọng khác, ý dục có mà vật dục cũng đầy rẫy"*, và ông kết luận: *"Dương Nghiễm Mậu thuộc những nhà văn hậu chiến ở miền Nam cổ võ một nền "văn nghệ mới", nhưng với một triết lý hiện sinh đen, bi-đát thời thượng, hoang mang mất niềm tin ở một di sản hơn là mất tin tưởng ở một chế độ, mất niềm tin ở con người nói chung hơn là con người ở vùng đất mới "*[12 đđ].

Chỉ tiếc rằng Nguyễn Vy Khanh đã không phân tích sâu tư tưởng hiện sinh trong truyện Dương Nghiễm Mậu (để so sánh với J.P. Sartre, A. Camus...), và không đọc được cách miêu tả Hiện tượng luận trong những trang văn đầy ám ảnh của Dương Nghiễm Mậu. Vì thế, Nguyễn Vy Khanh đã không nhìn ra những đóng góp tư tưởng và nghệ thuật của Dương Nghiễm Mậu với văn chương Việt Nam đương đại. Những truyện hiện sinh của Nguyễn Huy Thiệp sau này còn đi sau rất xa so với Dương Nghiễm Mậu. Có lẽ, không phải tình cờ, trong nước cho in lại các tập truyện của nhà văn họ Dương.

Tôi đã đọc các bài phê bình của Nguyễn Vy Khanh viết về Bùi Giáng, Thanh Tâm Tuyền, Nguyên Sa, Du Tử Lê, Tô Thùy Yên, Mai Thảo, Nguyễn Huy Thiệp, Thơ hôm nay, Tương lai của văn chương Việt Nam [13]... Nguyễn Vy Khanh hiện lên như một nhà nghiên cứu viết phê bình. Ông say mê văn chương và có tấm lòng với văn chương dân tộc. Ông làm việc nghiêm cẩn và có nhiều phát hiện sâu sắc thú vị. Có lẽ gốc của ông là dân Triết nên ông thường nghiêng về tìm hiểu tư tưởng. Ông cho rằng Bùi Giáng là người: "đến bên bờ vực của Hư Vô - một ngã ba tâm thức, một tuyệt vọng tư tưởng, một hoài nghi biện chứng"; "Tô Thùy Yên đã dừng lại ở bờ vực hư vô!".

Đây là đoạn Nguyễn Vy Khanh bình thơ Bùi Giáng: Ông diễn giải ý thơ theo cảm tính chủ quan trước, rồi chứng minh bằng thơ (đây là cách viết áp đặt, không phải là cách đọc văn bản):

"Ông làm người tiều phu lạc lối bên ngã ba đường rừng lý luận bằng hư vô, có khi tìm ra được tới bìa rừng lại "sa mù chiếu cố" nên vô lại rừng, ngơ ngác nhìn cõi hữu thể ông không thể hiểu. Vô núi đọc sách và làm Trung-Niên Thy-Sỹ luôn lơ đểnh "nhìn một nẻo mà thấy ra một ngã ba", rồi "một hôm đếm một ra ba / Thật là lạ lắm ấy là cái chi". Phải chăng là một tổng hợp mới, một một-mà-ba ba-mà-một?

> *"Hoặc rằng người cũng là tôi*
> *Hay là tôi cũng là tôi như người*
> *Ấy rằng tinh thể đười ươi*
> *Lời rằng quyết tuyệt và tươi vui và*
> *Ấy rằng một cũng là ba*
> *Là hai mai một mốt là hôm nay"*

Đoạn thơ này xác định sự chứng ngộ Thiền của Bùi Giáng. Bùi Giáng không "lạc lối bên ngã ba đường rừng lý luận bằng hư vô", ông cũng không làm "một tổng hợp mới, một một-mà-ba, ba-mà-một?". Người là tôi, tôi như người vì cùng tinh thể (Phật tánh) [8a]. Khi không còn cái Tâm sai biệt, tức là nhìn vạn pháp một cách nhị nguyên, tách biệt thành "một, hai, ba", khi thời gian "hôm nay, mai, mốt" cũng là Một, nói cách khác khi thời gian và không gian trở thành nhất thể, trong vạn pháp cùng một Phật tánh, thì đó là cảnh giới chứng ngộ của Bùi Giáng. Bùi Giáng dùng trò chơi chữ, xáo trộn trật tự từ, xen lẫn từ thuần Việt và Hán Việt, tung tẩy các từ nối (hay là, và tươi vui và) làm lạc hướng đọc theo logic lý trí, từ đó diễn đạt tư tưởng Thiền. Giọng của Bùi Giáng là giọng bông đùa, của một người đã vượt qua thực tại nhị nguyên. Bùi Giáng đâu có "lạc lối bên ngã ba đường tư tưởng" như Nguyễn Vy Khanh gán cho ông.

Đoạn bình thơ Bùi Giáng trên lộ ra hạn chế trong năng lực đọc tác phẩm văn học của Nguyễn Vy Khanh. Tôi không thấy Nguyễn Vy Khanh thủ đắc một lý thuyết văn học hay lý thuyết phê bình văn học nào cụ thể trong các bài viết của ông, và có lẽ điều đó ngăn trở ông tiếp cận sâu sắc tác phẩm. Nếu ông vận dụng cách đọc Hiện tượng luận và lối miêu tả "dòng ý thức" của văn chương Hiện sinh để đọc Dương Nghiễm Mậu, có lẽ ông đã nhìn thấy vấn đề khác hơn. Nếu ông hiểu cách nói vô ngôn và mỹ học Thiền, ông sẽ phát hiện ra một Bùi Giáng khác với những gì ông đã viết. Nếu ông đọc bằng lý thuyết Cấu trúc và Giải Cấu trúc, ông sẽ nhận ra thơ Du Tử Lê và Nguyên Sa là thơ cũ, vẫn nằm trong giòng Thơ Mới giai đoạn (1930-1945).

Vì thiếu nền tảng lý thuyết văn học, nên việc lập luận của ông không có cơ sở. Xin đọc một đoạn ông "lý luận" về thơ. Thú thực là tôi không hiểu ông muốn nói gì:

"Vũ trụ thơ là một vũ trụ con chữ, sử dụng với mỹ học khiến thơ hay. Ngôn ngữ có những ký hiệu ước định của nó. Có ngôn ngữ mới có văn chương, nhờ hư cấu, sáng tạo mà ngôn ngữ trở nên văn chương và ngôn ngữ đó đến được với người khác, với ký hiệu ước định của ngôn ngữ thơ! Thật vậy, tổ chức ngôn ngữ tạo nên thi-tính,

tức, thơ có cách tổ chức ngôn ngữ riêng. Thơ cũ được tổ chức để dễ nhớ, thơ mới không hẳn vậy, vì chỉ cốt tạo ấn tượng cho hợp mỹ học thời đại. Dù sao thì ngôn ngữ thi ca phải/nên mang chức năng thi pháp!"[13d]

Có nhiều thuật ngữ được dùng lộn xộn, vô nghĩa trong đoạn văn này: Trong câu "vũ trụ con chữ, sử dụng với mỹ học khiến thơ hay", mỹ học là gì và thế nào là thơ hay? Vì sao con chữ sử dụng với mỹ học lại khiến thơ hay? Thực ra Ký hiệu học đã xem xét tính ký hiệu của ngôn ngữ, không phải "Ngôn ngữ có những ký hiệu ước định", mà ngôn ngữ là ký hiệu. Nguyễn Vy Khanh không xác lập "thơ cũ" là thơ nào, "thơ mới" là thơ nào và "mỹ học thời đại" là mỹ học gì? Khi Nguyễn Vy Khanh viết: "Dù sao thì ngôn ngữ thi ca phải/ nên mang chức năng thi pháp!" thì tôi không rõ ông có đọc Thi pháp học và lý luận về Thi pháp của trường phái Hình Thức Nga hay không? Đoạn văn hoàn toàn thiếu tri thức khoa học cần thiết, vì thế lý luận trở nên chông chênh!

Tôi có cảm tưởng rằng ông chưa nghiên cứu Mỹ học, chưa nghiên cứu các lý thuyết văn học và lý thuyết phê bình văn học, vì thế lý luận đối với ông là điều vượt quá sức mình! Người đọc chắc chắn không hiểu ông muốn nói gì trong đoạn lý luận trên, ấy còn là lỗi về diễn đạt câu chữ... Khi ông đem vốn lý luận này vào viết những đề tài cần đến lý luận, bài viết của ông thiếu tính thuyết phục và cách viết của ông tỏ ra lúng túng.

Thí dụ, trong bài Thơ hôm nay, ông không xác lập được "cách tân" thơ là gì. Ông lẫn lộn cách tân với canh tân. Bài viết không nhất quán về nội dung, phương pháp nghiên cứu, càng thiếu phương pháp luận nghiên cứu vấn đề. Phần đầu bài viết ông cho rằng cách tân thơ là thay đổi hình thức câu chữ, phần sau ông lại cho rằng nội dung sex, đồng tính là cách tân... Nguyễn Vy Khanh đã không triển khai vấn đề theo dòng lịch sử thi ca, để thấy thơ Việt có những cách tân như thế nào, ở giai đoạn nào? Ông cũng không hiểu cách tân thơ trước hết là cách tân tư duy nghệ thuật thơ, thí dụ, thơ Việt từ kiểu tư duy nghệ thuật thơ Đường, chuyển sang mỹ học thơ Lãng mạn, rồi chủ nghĩa Siêu thực, [chủ nghĩa] Hậu hiện đại. Cách tân không phải là cắt nát câu, chữ, vần điệu như kiểu thơ Du Tử Lê, hay thay đổi cách ngắt nhịp của thơ Lục bát...

Có lẽ vì thế ông đã không nhận ra Thanh Tâm Tuyền là người góp phần cách tân thơ Việt những năm 1960 trong cách viết dòng ý thức. Thơ Thanh tâm Tuyền là "dòng ý thức" của chủ thể hiện sinh, khác với Thơ Mới (Xuân Diệu, Huy Cận, Nguyễn Bính...) thơ là "dòng tâm trạng" của nhân vật trữ tình. Xin thử so sánh bài Tĩnh vật của Thanh Tâm Tuyền với bài Tương tư chiều của Xuân Diệu, hay Tương tư của Nguyễn Bính. Thơ Du Tử Lê và thơ Nguyên Sa là dòng tâm trạng như thơ Xuân Diệu. Các nhà phê bình đề cao thơ Thanh Tâm Tuyền là đề cao sự cách tân này.

Bùi Công Thuấn
Tháng 6-2017

Chú-thích
[9] Văn học miền nam 1954 – 1975 của Nguyễn Vy Khanh: động cơ thực hiện công trình và ý thức hạn chế
http://vanchuongviet.org/index.php?comp=tacpham&action=detail&id=23143
[10] Nguyễn Vy Khanh - Tương lai văn chương Việt Nam
http://www.vanchuongviet.org/index.php?comp=tacpham&action=detail&id=16095
[11] http://phannguyenartist.blogspot.com/2016/06/nguyen-vy-khanh.html
[12] Dương Nghiễm Mậu - Cuộc đời tình cờ
http://www.vanchuongviet.org/index.php?comp=tacpham&action=detail&id=15495
[13] a. Bùi Giáng - Con đường ngã ba
http://www.vanchuongviet.org/index.php?comp=tacpham&action=detail&id=15407
[13] b. Nguyễn Huy Thiệp - Những chuyện Huyền, Kỳ, Núi, Sông và Nước...
http://www.vanchuongviet.org/index.php?comp=tacpham&action=detail&id=16053
[13] c. Thơ Thanh Tâm Tuyền

http://www.vanchuongviet.org/index.php?comp=tacpham&action
=detail&id=15363

[13] d. Thơ hôm nay

http://www.vanchuongviet.org/index.php?comp=tacpham&action
=detail&id=19359

[13] e. Thơ Du Tử Lê

http://www.vanchuongviet.org/index.php?comp=tacpham&action
=detail&id=16187

[13] f. Mai Thảo, hoài niệm của người viễn xứ

http://www.vanchuongviet.org/index.php?comp=tacpham&action
=detail&id=15820

[13] g. Nguyên Sa, Nhà báo, Nhà thơ

http://www.vanchuongviet.org/index.php?comp=tacpham&action
=detail&id=15235

[13] h.Thơ Tô Thùy Yên, quán trọ hồn phương đông

http://www.vanchuongviet.org/index.php?comp=tacpham&action
=detail&id=15313

HÀ NGUYÊN DU
Nguyễn Vy Khanh, Người Cắm Nhiều Hoa Đẹp và Thơm Vào Bình Hoa Văn Nghệ!!

Bắt đầu viết về Nhà Biên Khảo *Nguyễn Vy Khanh*, tôi suy nghĩ thật nhiều, suy nghĩ miên man là không biết viết thế nào cho cân xứng với tầm cỡ to lớn trong sự nghiệp biên khảo tương đối đồ sộ của anh, trải qua sự tận tụy hơn nửa đời người. Một việc làm với sự vận dụng hết sức của tư duy, trí tuệ.!! Một việc làm trí thức với sự nỗ lực không ngừng, qua đặc tính trì chí và kiên tâm hơn người của anh!!

Nói về chuyên ngành nghiên cứu, lý luận, phê bình văn học ở ngoài nước, tôi thấy có rất nhiều người đóng góp vào lãnh vực "khó nhai" này. Như Đặng Tiến và Thụy Khuê - ở Pháp, Nguyễn Hưng Quốc và Hoàng Ngọc-Tuấn - ở Úc. Trần Văn Nam, Bùi Vĩnh Phúc, Đoàn Nhã Văn, Võ Phiến, Đỗ Quí Toàn, Trần Doãn Nho, Nguyễn Mộng Giác và Nguyễn Mạnh Trinh - ở Mỹ. Lê Hữu Mục, Nguyễn Văn Trung, Nguyễn Quốc Trụ , Nguyễn Thị Sông Hương, Nguyễn Văn Lục, Nguyễn Kiến Thiết và Nguyễn Vy Khanh - ở Canada ... Và những năm sau này còn có thêm một cây bút biên khảo nữa là Nguyễn Minh Triết ở Texas, Hoa kỳ.

Khi đánh giá, phân tích hay phê bình về những ngòi bút trong các thể loại sáng tác chuyên môn, nhà phê bình có ý thức cá nhân cao độ sẽ vượt qua mọi cám dỗ của chủ quan, không mang tính chất cực đoan, để trở về đối thoại với chính mình trong từng bước khiêm tốn mà không nhân danh. Nhà phê bình đích thực sẽ hội nhập với *sinh hoạt trí thức hiện đại* với không khí của xã hội dân chủ, tự do sáng tác hay tự do phát ngôn trong tâm thế chịu trách nhiệm với những gì mình phê hay những gì mình bình!!

Một khi được đám đông trong sinh hoạt trí thức văn học, gọi là ("Nhà" Phê Bình), thì anh xứng đáng đứng vững trên đôi chân của mình với lòng tự tin mang tính chất công tâm, bình đẳng và trách nhiệm như một sứ mệnh đóng góp cho văn học. Tất cả những logic trên là một minh định cho anh là Nhà Phê Bình một cách trên những xứng đáng!!

Như Nhà phê bình *Nguyễn Vy Khanh*, dựa trên nhãn quan trí tuệ hay kiến thức thụ đắc trên mức độ đạt tầm, anh như một nhà chuyên môn có vốn *"khoa học văn học"* … Từ đó anh, một khi lãnh nhiệm phê bình hay nhận định về một loại hình nghệ thuật nào, Nguyễn Vy Khanh luôn dựa vào văn bản tác phẩm với "Kim chỉ nam" vốn sẵn như một chìa khóa, anh mở toang kho tàng Mỹ Học để tìm cái hay cái đẹp trong tác phẩm, hầu đưa ra cho mọi người đọc hay thưởng thức, vì thế anh mạnh bước đi vào tác phẩm mà anh nhận định hay phê bình …

"Có nghiên cứu sâu vào tiếng Việt mới thấy Tiếng Việt phản ánh rõ hơn hết linh hồn, tính cách của con người Việt Nam và những đặc trưng cơ bản của nền văn hóa Việt Nam. Nghệ thuật ngôn từ Việt Nam có tính biểu trưng cao. Ngôn từ Việt Nam rất giàu chất biểu cảm – sản phẩm tất yếu của một nền văn hóa trọng tình." (https://tudienso.com/tu-dien/tu-dien-tieng-viet.php?q=m%E1%BB%B9+h%E1%BB%8Dc)

Nhà phê bình, nhận định tác phẩm văn học Nguyễn Vy Khanh là người luôn cất công hay ra sức khám phá khi đi vào vườn Văn Học Nghệ Thuật, nói chung… (vườn nghệ thuật ngôn ngữ, nghệ thuật diễn đạt). Với công tâm, chính trực của anh là để tìm những cái hay cái đẹp, cái thơm tho trong đóa hoa nghệ thuật, trong tác phẩm. Nói một cách " hình tượng" là chính tay anh ngắt từng đóa " hoa thơm, hoa đẹp và cắm vào bình hoa văn nghệ… Và sự ngát hương lan tỏa rộng khắp vào không gian Văn Hóa, Văn Học Việt Nam xuyên qua công trình đồ sộ của nhà phê bình, nhận định tác phẩm văn học Nguyễn Vy Khanh, hẳn đã là một dấu ấn đậm nét son trong gia tài Văn Học Sử Việt Nam …

Hà Nguyên Du

TRẦN VẠN GIÃ
Nhà Nghiên Cứu và Phê Bình Văn Học:
Nguyễn Vy Khanh, "Người Cần Cù Góp Nhặt Văn Chương"

Chiến tranh Việt Nam kết thúc. Người đi xa quê hương, người ở lại quê hương dù ngàn trùng xa cách nhưng tình cảm của người Việt: Người đi, kẻ ở vẫn ngong ngóng đợi chờ trong đó có người làm văn chương và người yêu thích văn chương, họ có tâm trạng chung: Người ở lại sống và viết ra sao? Người ra đi viết và sống thế nào? Những tin tức thật, giả trở thành nghi vấn đúng, sai tệ hại hơn hiểu lầm nhau và một số trí thức, văn nghệ sĩ có nơi, có lúc bị giữa hai làn đạn.

Thời 4.0 đã nối mạng nên không còn ngàn trùng xa cách chỉ cần "nhấp con chuột" sẽ kết nối nhau hình ảnh, tiếng nói... tất nhiên tha hồ đọc văn chương của người viết trước 1975 ở lại cũng như đã ra nước ngoài kể cả văn chương những người sinh và lớn lên sau 1975 ở trong nước và nước ngoài.

Tuy nhiên với tôi đọc mạng không là thói quen của người cao tuổi nên tôi đã bằng mọi cách mua, mượn những sách viết về tác giả miền Nam trước 1975 ở nước ngoài viết về Văn học miền Nam trước 1975 do tác giả ở nước ngoài viết.

Tôi tìm đọc được sách một số tác giả trong đó có sách của Nhà nghiên cứu và phê bình văn học Nguyễn Vy Khanh. Tôi không quen ông nên chưa lần gặp gỡ được biết ông trước 1975 có thời gian ngắn ở Nha Trang nơi tôi đang sống và có đạo Công giáo như tôi.

Nhà nghiên cứu và phê bình văn học Nguyễn Vy Khanh sinh ngày 5.3.1951 tại tỉnh Quảng Bình đã tốt nghiệp Cử nhân giáo khoa Triết Tây và Cao học Triết Tây (Đại học Văn khoa Sài Gòn) tốt nghiệp thủ khoa ban Việt-Hán khóa 13 (Đại học Sư phạm Sài Gòn) trước 1975; ra sống ở nước ngoài ông tiếp tục tốt nghiệp Cao học thư viện và Khoa học Thông tin (Đại học Montréal – Canada) làm chuyên viên thư viện ở Quốc hội và Chính phủ Québec. Về hưu đang sống ở Toronto, Canada).

Sách biên khảo của Nhà nghiên cứu và phê bình văn học Nguyễn Vy Khanh đã viết 8 bộ sách trong đó tôi đã được đọc :

- *Văn học Miền Nam 1954 - 1975* nhận định, biên khảo và thư tịch (2 tập) - NXB Nhân Ảnh tái bản năm 2019.

- *Nhà văn Việt Nam hải ngoại:* tuyển tập nhận định văn học - NXB Nhân Ảnh năm 2019.

- *44 năm văn học Việt Nam hải ngoại* (7 tập) Nhà văn, họa sĩ Khánh Trường chủ trương và Nhà nghiên cứu và phê bình văn học Nguyễn Vy Khanh, Nhà thơ Luân Hoán trong nhóm thực hiện - NXB Mở Nguồn năm 2019.

Bộ sách *Nhà văn Việt Nam hải ngoại* có 851 trang, đây là tuyển tập nhận định văn học về 73 nhà văn, nhà thơ Việt Nam ở nước ngoài trong số có rất nhiều vị tên tuổi quen thuộc với độc giả.

Bộ sách *44 năm văn học Việt Nam hải ngoại (1975-2019)* do NXB Mở Nguồn xuất bản tháng 4.2019 tại Hoa Kỳ ghi nhận nhà thơ, nhà văn tăng lên con số 308 tác giả. Bộ sách này số tác giả tăng lên do dày công sưu tầm tư liệu và đã ghi nhận trong bộ sách này như tôi đã viết ở trên, bộ sách này có Nhà nghiên cứu và phê bình văn học Nguyễn Vy Khanh tham gia thực hiện. Đây là một công trình văn học đồ sộ, cung cấp khá đầy đủ những khuôn mặt người Việt làm văn chương ở nước ngoài những năm 1975-2019. Nhà văn, họa sĩ Khánh Trường đã viết trong bộ sách này: Từ "có một mẫu số chung: yêu tiếng Việt, sáng tác bằng ngôn ngữ Việt, cho dù có thể họ không cùng chung chỗ đứng, quan điểm, khuynh hướng sáng tác". Từ lời viết trên của Nhà văn, họa sĩ Khánh Trường tạo không khí khách quan và ấm áp chỗ ngồi trên "vuông chiếu văn chương" tỏa hương thơm ngôn ngữ Việt Nam của chúng ta.

Hai bộ sách *Nhà văn Việt Nam hải ngoại* và *44 năm văn học Việt Nam hải ngoại* giúp người đọc trong nước bước đầu giải quyết được những tìm tòi, khao khát bị dồn nén mong chờ được đọc, được biết Nhà văn Việt Nam ở hải ngoại họ đã viết những gì để góp phần vào dòng chảy văn chương của dân tộc Việt.

Nhà nghiên cứu và phê bình văn học Nguyễn Vy Khanh trước đó đã mở đường khai phá viết bộ *Văn học miền Nam (1954-1975)* và sau đó là bộ *Nhà Văn Việt Nam hải ngoại*. Bước 2 Nhà nghiên cứu và phê bình văn học Nguyễn Vy Khanh bung thêm bút lực đã cùng Nhà văn, họa sĩ Khánh Trường, Nhà thơ Luân Hoán thực hiện bộ sách *44 năm văn học Việt Nam hải ngoại* (1975 -2019) rất bổ ích và đã đến tay bạn đọc.

Tôi biết ở nước ngoài cũng đã có người viết về Văn học miền Nam trong đó có bộ sách *Văn học miền Nam tổng quan* (xuất bản tại Hoa Kỳ năm 1987) của Nhà văn Võ Phiến, bộ sách này có nhiều dư luận khác chiều trong công chúng văn học, ngược lại bộ sách *Văn học Miền Nam 1954 - 1975* - cũng như *Nhà văn Việt Nam hải ngoại* (1975-2019) và bộ sách *44 năm văn học Việt Nam hải ngoại* (1975-2019), được bạn đọc thích thú, bởi vì: "Chiến tranh thì có thua có thắng nhưng văn hóa dân tộc làm gì có thắng có thua và hơn nữa văn chương nhân bản phục vụ cái Đẹp của con người sẽ còn mãi mãi đến những đời sau".

Trần Vạn Giã

ĐOÀN VĂN KHÁNH
BÁT CANH CUA RAU TẬP TÀNG

quý tặng bạn Nguyễn Vy Khanh

Ngày xưa... Mẹ bán lưng cho trời
Sục bùn bờ ao cỏ dại
Tấm áo nâu non tươm mồ hôi bạc phếch
Xốn xang điều càn rỡ
Bắt gặp được tình người
Sáng bừng lên hớn hở

lưỡi
Lột lưỡi như con nhồng
Líu lo tuồng nịnh hót
Lòng có tự hỏi lòng
Biết đắng, cay, chua, xót...

răng
Cơm rau dưa lưng chén
Rượu khê cạn vài ly
Già đời thiếu mỹ vị
Mỏi mòn răng bỏ đi

tóc
Thương sợi tóc đổi màu
Hết đen rồi tới bạc
Tôi ơi! Đừng kinh ngạc
Khi tình lỡ biển dâu

râu
Sáng nào cũng cạo râu
Râu cứ lì lợm mọc
Không xanh một ngọn trầu
Khuya về là... nhớ nhau ∎

NGUYỄN ĐỨC BẠT NGÀN
CẢM NGHĨ SAU KHI ĐỌC "VĂN HỌC MIỀN NAM" CỦA NGUYỄN VY KHANH

nhận sách từ amazon.ca mấy bữa nay
vừa đọc vừa thú vị
tác giả Nguyễn Vy Khanh
đã có tầm nhìn khá rộng rãi

với tôi
biểu tượng 20 năm Văn Học Miền Nam (1954-1975) như
một ngôi nhà
tuy chẳng lớn lao
nhưng ở đó là tổng hợp hương sắc
của mọi khuynh hướng thành phần cầm bút
cư trú khắp nơi
từ địa đầu hỏa tuyến Gio Linh Bến Hải
xuôi nam dọc sống lưng miền trung
lên cao nguyên
xuyên qua miền đông
xuống miền tây
đến tận Cà Mau cuối Việt

tất cả đã cùng góp sức xây đắp
trong tinh thần
tự do nhân bản khai phóng
và đã cống hiến cho dân tộc nhiều thành tựu không thể phủ
nhận
so với chiều dài lập quốc 4000 năm

đã từng có những tác giả
trong và ngoài nước
khi viết văn học sử của giai đoạn này
có thể vì thừa tài thiếu tâm
nặng mặc cảm tự ti tự tôn
hoặc thân phận nô dịch tay sai chính trị
nên tác phẩm của họ đã phơi bày sai lầm khiếm khuyết
họ viết để tự đánh bóng
thù tạc phe nhóm
tráo trở
ngụy danh và tiếm danh

bộ sách Văn Học Miền Nam của Nguyễn Vy Khanh
với dàn bài phong phú
những điều mà lâu nay tôi luôn nhớ tới luôn thao thức
về những góc khuất của giai đoạn này
đều đã được tác giả đề cập rất trung thực

bằng bút pháp giản dị
chan hòa phong cách miệt vườn
nhưng thuyết phục
sâu sát vào chi tiết
đây là bộ văn học sử tương đối sòng phẳng bao quát
sẽ bù đắp bổ sung cho những bộ mang tính chuyên đề văn
học sử miền Nam đã xuất bản trước đây

(dĩ nhiên đâu đó vẫn có những sơ sót
nhưng đây là công việc phức tạp
không thể đòi hỏi quá mức khả năng của một cá nhân
nếu trong chúng ta
có ai bất phục
thì cách phản ứng lương thiện nhất
là hãy viết một bộ văn học sử khác
hoàn hảo hơn)

tri ân tác giả Nguyễn Vy Khanh
nhà nghiên cứu phê bình văn học
hiền lành
tâm huyết ∎

14-10-2016

LUÂN HOÁN
Tám Chân Dung Nguyễn Vy Khanh

ra đời năm năm-mốt
giữa sông núi Quảng Bình
vào Nam năm năm-bốn
chưa cụng tuổi học sinh

đất lành ươm giống tốt
khai mở trí thông minh
bắn bi ôm cặp táp
thong dong suốt học trình

cử nhân giáo khoa triết
nghiêng về trời phương Tây
nhưng thủ khoa Việt Hán
khi chọn đi làm thầy

đứng lớp chưa đủ thấm
hương phấn bảng học trò
gói hy vọng vượt biển
hướng đời tìm tự do

nhớ ngọn lửa đốt sách
càng thêm mê văn chương
theo cao học thư viện
hành nghề quản trị luôn

ngày ngày bên đống sách
ngoại ngữ và Việt Nam
ngấm hương tình chữ nghĩa
tay trổ thơm từng trang

dư hương thơ Khung Cửa
ngày xưa không bén duyên
lạc bước chân thi sĩ
mát tay người điều nghiên

không e ngại chính trị
sẵn một bụng văn thơ
thấy thích và gặp hứng
thả nhận định ngay vào

xa như truyện Lỗ Tấn
gần như thơ đương thời
đề tài nào cũng được
thích viết thì viết thôi

nhưng hình như cũng có
nhiều lúc giúp bạn bè
có niềm vui nho nhỏ
ông viết hơi e dè

sách ông in lượng lớn
từ Xuân Thu Đại Nam
chứng tỏ giàu độc giả
có thu nhập đàng hoàng

với văn phong điểm sách
phê bình hơi khô khan
ông lồng nhiều tình cảm
chính trị cũng nhẹ nhàng

hăm chín năm cư ngụ
cùng nàng Mộng Lệ An
hai chục năm tôi có
ông trong số bạn vàng

trông ông rất điềm đạm
thần thái như ông thầy
kính trắng vầng trán rộng
thường có sách cầm tay

đi ăn đi tham dự
những sinh hoạt cộng đồng
ông cũng khá ít nói
nhưng thua tôi, ngồi trông

ngày thân mẫu ông ở
cùng khu phố với tôi
thỉnh thoảng tôi thấy bóng
xe ông qua vù vù

một lần ông chợt ghé
cho tác phẩm vừa ra
vẫn để xe nổ máy
khói trắng bay tà tà

khi gặp nhau bất tử
ông thường hỏi "ça va?"
tôi luôn luôn lặp lại:
cũng "comme ci comme ça"

bè bạn ở hải ngoại
dù gần cũng cứ xa
nhưng là khối đồng nhất
kính quý nhau đậm đà

mấy tháng nay không gặp
từ khi ông hồi hưu
ông lo viết sách mới
không phí giờ như tôi

tôi chờ ông gởi tặng
những tác phẩm sẽ in
hú nhau ra quán cóc
như thói quen bọn mình ∎

NGUYỄN VĂN SÂM

Nguyễn Vy Khanh: Đã Từng Có Một Nền Văn Học Việt Nam Cộng Hòa

Độ một phần tư thế kỷ gần đây, ở hải ngoại này, Nguyễn Vy Khanh (NVK) là người làm nhiều công việc tương tợ với Vũ Ngọc Phan (VNP) thời tiền chiến nhứt. Bộ *Nhà Văn Hiện Đại* (NVHĐ) của ông Phan được hoan nghinh từ Bắc xuống Nam bao nhiêu năm không có bộ nào thay thế được. Ông Phan viết như là để xác định rằng có một giai đoạn văn học mà ông gọi là Văn Học Hiện Đại, lúc đó là vào những năm 1920 tới 1945.

Vũ Ngọc Phan xưa đọc tác phẩm nhà văn mình muốn giới thiệu rồi phân tích hay dở, tuy có đôi chút chủ quan nhưng cung cấp cho người đọc đời sau nhiều tư liệu khó tìm. NVHĐ là tác phẩm viết vì cảm thức văn hóa của ông VNP.

Nguyễn Vy Khanh đi xa hơn, ông cho thấy luôn **sinh hoạt văn nghệ** của nơi chốn và thời gian nó xuất hiện, đâu vào đó, đầy đủ tới nỗi có thể nói là cho độc giả bội thực luôn. NVK có lợi thế là gần gũi những nơi hình như là chứa hầu hết sách báo của Miền Nam trước đây và sách báo xuất bản ở hải ngoại sau 1975. Nhưng đó chỉ là điều kiện bên ngoài, điều kiện cần, NVK còn phải có một quyết tâm thiệt lớn quyết viết thiệt là đầy đủ mới chịu khó lục lọi trong hàng tấn sách báo để cung cấp nhiều thông tin cho chúng ta mà người trong cuộc cũng không thể nhớ hết những chi tiết như vậy.

Sau VNP, các ông Dương Quảng Hàm (DQH), Nghiêm Toản, (NT), Hà Như Chi (HNC), Phạm Văn Diêu (PVD), Phạm Thế Ngũ (PTN)... và vài ba người khác có viết sách liên quan tới lịch sử văn học của Việt Nam, hoặc toàn phần, hoặc một giai đoạn nào đó, nhưng hầu như người viết đều viết tác phẩm mình theo chương trình giáo dục bậc Trung học đương thời, nghĩa là nhắm tới phục vụ cho nhu cầu trường ốc giai đoạn tác phẩm sẽ được xuất hiện. Đó không phải là ý hướng của VNP và NVK.

Các nhà nghiên cứu nói trên là người viết văn học sử, chia thời kỳ, chia trường phái, tìm ảnh hưởng của nhà văn A, B lên nhà văn C, D... khi cần thì giới thiệu tác phẩm để cung cấp cho học trình của thời nó xuất hiện. VNP và NVK không viết văn học sử mà viết về hiện trạng văn chương một giai đoạn, một thời kỳ. Mỗi người nhắm một mục tiêu khi cất bút. Bộ *Việt Nam Văn Học Giảng Bình* của Hà Như Chi, bộ *Văn Học Việt Nam* của Phạm Văn Diêu thì do tài hoa của người viết, có giá trị của giai đoạn nhưng hai tác giả trên không viết thêm những vấn đề mà vì khuôn khổ của quyển sách mình không cho phép khai triển để người đọc có được thêm những kiến thức văn học về một vấn đề lớn nào đó. Mấy mươi năm ở hải ngoại cũng có một số tác giả đặt bút viết những cuốn sách dính dáng tới văn học Việt Nam nói chung hay văn học một thời kỳ nào đó nói riêng, như Võ Phiến, Du Tử Lê hay Trần Bích San, nhưng nhìn chung các công trình của những vị này chưa đi sâu vào vấn đề gì, có mặt nhưng không được bao nhiêu giá trị thực tế để có sự chào đón của giới chuyên môn. Họ, hoặc do thiếu thốn tài liệu mặc dầu là nhà văn, là thi sĩ, nhưng không phải là người được đào tạo để sống trong dòng sông văn học sử để **nắm bắt vấn đề một cách toàn diện.**

Nguyễn Vy Khanh có lợi thế mà những người đi trước không có: Ông đủ thời giờ, tài liệu, nhiệt tâm và kiến thức để viết những bộ sách dày có tánh cách như văn học sử hay những cuốn sách khai triển những vấn đề nho nhỏ của văn học sử nhưng là vấn đề lớn khi nó đứng ngoài với tư cách là vấn đề văn chương hay triết học trong một cuốn sách riêng.

Các cuốn nói trên là:

1. *Bốn Mươi Nam Văn Học Chiến Tranh* (1957-1997) (Grendale CA: Đại Nam 1997) khai thác về vấn đề chiến tranh mà những nhà văn thời này, 57-97, chấp bút.

2. *Văn Học và Thời Gian* (Westminster CA: Văn Nghệ 2000, khai thác về những đề tài của cùng một cây viết nhưng với thời gian khác thì đề tài họ nhấn mạnh cũng khá là khác.

3. *Văn Học Việt Nam thế kỷ XX*: Một số hiện tượng và thể loại (Grendale CA: Đại Nam 2004)

4. *Ba Mươi Ba Nhà Văn Nhà Thơ Hải Ngoại* (Montreal, TGXB, 2008)

5. *Văn Học Quốc Ngữ Thời Đầu & Miền Nam Lục Tỉnh* (Nhân Ảnh, 2021),

Tôi chú trọng tới bộ *Văn Học Miền Nam 1954-1975* (Toronto, Nguyễn 2016) vì đó là tác phẩm quan trọng nhứt của NVK, cho chúng ta có cái nhìn toàn diện về một nền văn học đã bị phủ nhận bởi nhà cầm quyền mới trong nước: Văn Học Miền Nam 1954-1975 hay là Văn Học Việt Nam Cộng Hòa (theo ý nghĩ của tôi, NVS).

Nền văn học này như vậy đi đã qua gần nửa thế kỷ rồi, những người lớn lên từ năm 1960 về sau chắc là không có dịp để biết nó. NVK đã thực hiện công trình này hết sức công phu, giá trị và khoa học. Công phu ở chỗ ông để mắt hầu hết các tác phẩm thời này – do có dịp gần gũi các thư viện nơi đã chứa những tư liệu quý giá đó. Giá trị ở chỗ ông đưa ra đầy đủ dữ tư liệu, chi tiết để tạo thêm xác tín cho những điều mình nói. (Xin xem phần nhập đề của ông về tạp chí Sáng Tạo khi ông viết về Doãn Quốc Sỹ, trong cuốn Hành Trình của dòng sông - *Thư Quán Bản Thảo* số 102, tháng 11-2022). Về tính khoa học ta có thể thấy ở bất cứ chương nào trong sách nào của NVK.

Tôi không thấy sự sai lầm nào trong tất cả các công trình nặng ký của NVK, toàn bộ là một sự chính xác, hoàn hảo vì NVK là người được đào tạo chánh quy, của thế hệ sinh viên – dầu là cuối cùng - trước 1975. (Tốt nghiệp thủ khoa Đại Học Sư Phạm ban Việt Hán khóa 13 năm 1974, và Cao học Triết Tây, 1975.) Ở ông không có điểm sai, dầu nhỏ mọn như có người mới đây viết rằng, *"Việt Pháp Tự Điển của Paulus Của là một bộ tự điển mà gần đây cả người Bắc lẫn người Nam vẫn còn dùng."* (!)

Tôi biết những gì NVK viết ra là ông đã nghiên cứu tư liệu và có trong tay hay trước mắt cuốn sách mà ông nói về, chứ không phải chép đi chép lại những gì được người khác nói mà không kiểm chứng.

Chẳng hạn chương 7 về Báo chí Miền Nam, chắc rằng cho tới sau này vài ba chục năm, hay cả thế kỷ nữa cũng khó thể có tác giả nào đầy đủ tài liệu mà trình bày gọn gàng như NVK để nói về các báo và tạp chí của thời 54-75 ở Miền Nam bằng NVK. Chương này dài gần trăm trang (487- 572) chữ nhỏ khổ sách lớn với hầu như đầy đủ các tạp chí quan trọng xuất hiện của thời này, nếu in thành một tác phẩm về báo chí cũng còn được. Nói như vậy vì NVK khi kể tên tạp chí thường cho biết tạp chí đó có bài gì quan trọng, ông phân tích và giới thiệu các bài quan trọng khi có dịp khiến người đọc dễ nắm bắt, dầu là một cách tổng quan về tạp chí đó.

Nhìn chung các sách của NVK nhất quán, liên kết trong chủ đề văn học Việt Nam.

NVK in, phát hành những công trình của mình, không tuyên bố gì hết, có thể ông không chú ý tới tác dụng gián tiếp của chúng là chống lại sự phủ nhận hay bêu xấu nền Văn học Việt Nam Cộng Hòa.

Ta hãy ngó lại chút ít lịch sử của chuyện này, một cách đơn giản qua hai quyển sách dày nặng của tác giả Trần Hữu Tá với cuốn *Nhìn lại một chặng đường Văn Học* (NXB TP HCMinh, 1999) và tác giả Trần Trọng Đăng Đàn với cuốn sách đình đám: *Văn Hóa, Văn Nghệ Nam Việt Nam 1954-1975*. Hai tác giả này, Trần Hữu Tá thì ôm hết những người viết có chút gì đó nói lên sự bất bình của mình với thời đại – dầu người viết đó chống Pháp hơn là chống VNCH - là những tiếng nói phản kháng sự bất công, *là khuynh hướng yêu nước, cách mạng ở các thành thị Miền Nam thời VNCH*. Từ lý luận đó Trần Hữu Tá không thấy có nền văn học của nước Việt Nam Cộng Hòa mà chỉ có loại văn học chống đối ở vùng đất này của người dân bị áp bức. Trần Trọng Đăng Đàn thì ngó đâu cũng thấy một thứ văn nghệ sa đọa, dơ dáy kết quả của chế độ nô dịch, sản phẩm của thực dân mới Mỹ Ngụy, nghĩa là không có loại văn học đúng nghĩa của Miền Nam trong những năm 1954-1975.

Nguyễn Vy Khanh không dao to búa lớn nhưng việc làm của ông cho thấy lòng yêu văn chương đúng nghĩa của một bậc trí thức và lòng *yêu sự thật*, không bị chỉ thị chánh trị hướng dẫn. Tác phẩm của NVK xác định rằng có một thời gian trước đây ở Miền Nam nước Việt **đã hiện hữu một thứ văn chương tạo nên nền văn học Miền Nam, xứng đáng là văn học.** Đó là điểm son, và đó là những gì người đọc tác phẩm của ông có thể trả lời thật ngắn và chính xác khi được hỏi cảm tưởng sau khi đọc NVK.

*

Nguyễn Vy Khanh là một trong 5 người chủ trương trang mạng namkyluctinh.com. Chúng tôi thân thiết vì làm việc chung trên mạng nhưng chỉ có dịp gặp nhau chừng 1, 2 lần do sống ở hai quốc gia khác nhau: Mỹ và Canada. Tôi nhớ hoài hình ảnh anh, lần sau cùng gặp nhau thân thiết trong quán cà phê ấm cúng bên Toronto, Canada, cùng với thi sĩ Bắc Phong. NVK, một người bạn trẻ - so với chúng tôi - nhưng công việc anh dành cho văn học thì già dặn hơn với bề dày đầy kinh nghiệm của người chấp bút cần mẫn để tạo nên những quyển biên khảo nặng ký.

Tôi nghĩ nhiều bậc thức giả, tuy không nói ra nhưng thật lòng ngưỡng mộ và trân trọng công việc thầm lặng của anh, người đã cố công lôi kéo quá khứ Văn Học của Miền Nam Việt Nam, đã bị quên lãng vì thời cuộc suốt nửa thế kỷ ra vùng ánh sáng hiện nay, cho lớp hậu bối sau này có cơ hội tìm hiểu và tôn vinh một nền văn học đầy giá trị, sản xuất từ một thể chế dân chủ bị bức tử do sự sắp xếp không thuận lợi và bất công cho Miền Nam của những nước lớn khi chơi bàn cờ thế giới.

NVK và NVS, tuổi đời cách nhau một con giáp. Quá trình được đào tạo gần như giống nhau: NVK tốt nghiệp Văn Chương Việt Hán, Cao Học Triết Tây, NVS tốt nghiệp Cử nhơn Giáo Khoa Triết học Tây Phương, Cao Học Văn Chương VN, cho nên đọc và hiểu nhau dễ dàng. Tôi tâm đắc với một đoạn dài NVK phóng bút luận về ý hướng sáng tạo của Doãn Quốc Sỹ trong bài viết về nhà văn thời danh này. Xin trích lại hầu độc giả dầu hơi dài... Mà những đoạn luận hay như thế này không thiếu trong các sách của NVK:

"Doãn Quốc Sỹ đã hơn một lần nỗ lực làm mới văn-chương, nghệ-thuật, nhưng không như một số đồng hành ở tạp chí Sáng Tạo, mà ở lõi ý tưởng chuyên chở, ở ý hướng đóng góp, đưa đến cái mới, kể cả khi viết đoản văn, tùy bút, tạp bút hay tiểu-thuyết, truyện thần thoại. Doãn Quốc Sỹ thuần túy là một nhà văn - nhà giáo, hay có thể thâu tóm gọi ông là một nhà nho thời đại mới, thời mà đã là hiền giả thì không thể không trở nên lạc lõng. Nhưng ông đáng quý vì tính nhân hậu, mà bên trong còn là một con người tâm hồn phản kháng, cứng rắn và kiên trung khi cần phải đương đầu với bạo quyền, bền gan tiếp tục đề cao chân thiện mỹ và ngợi ca những nét đẹp tinh thần và thực tế của dân tộc, cũng như vạch ra cái gian cái ác của bầy yêu ma quái quỷ vẫn còn đang thống trị trên quê hương.

Cái ác của quá-khứ ai cũng mong không có chỗ đứng mai sau, nhưng cái ác vốn không tự hủy, không tàn lụi, nếu con người không ý thức và ra tay! Tác-phẩm của Doãn Quốc Sỹ đã ra tay! Viết như một người có lý tưởng và như một nhà giáo, đầy lòng nhân hậu, kiên nhẫn, nhưng ông giáo cũng chờ đợi ở những cải đổi và ở chân thiện mỹ! F. Nietzche ở thế-kỷ XIX đã lớn tiếng khai tử Thượng đế, con người được tự hào đề cao, đến thế-kỷ XX thì một mặt chủ nghĩa cộng-sản tận diệt con người như một chủ thể tự do thì ở thế-giới gọi là không cộng-sản, người ta cứ thi đua phát triển kỹ thuật, văn minh có vẻ vô cùng tận, dù có phải hy sinh môi trường sống, thì rồi người ta cũng nhận ra con người đã chết! Nhà văn Doãn Quốc Sỹ ngược lại, lúc nào cũng đề cao con người và kinh-nghiệm văn-chương của Doãn Quốc Sỹ đồng thời và rốt cùng cũng là kinh-nghiệm làm người Việt Nam ở thế-kỷ XX!" (VHMN, Quyển Hạ, tr. 921)

Nguyễn Văn Sâm
Victorville, CA, Nov, 20, 2022

SỬ MẶC

NGUYỄN VY KHANH, KÍN & MỞ

Nguyễn Vy Khanh (NVK) là một người chững chạc, nếu không muốn nói là đứng đắn và có phần khép kín.

Anh giao tiếp rộng, không hề vồ vập nhưng cũng không hời hợt quá. Vừa đủ để cho tương tác qua lại thân tình đúng nghĩa tương kính. Anh khiến tôi nghĩ đến Nguyễn Mộng Giác, một nhà văn thành hậu khác. NVK cũng như anh Giác, hiền lành, trầm tĩnh, chừng mực trong qua lại thân hữu bạn bè. Nhưng trong văn học, thế giới của NVK là thế giới mở. Anh sáng tác thật nhiều, đều đặn và có nhiều tác phẩm về nghiên cứu, phê bình nhận định văn học. NVK sáng tác không sôi nổi nhưng dày dặn, thâm tình với văn chương nghệ thuật. Miệt mài và trân trọng chữ nghĩa.

Tôi biết NVK qua tờ báo của Liên Hội Người Việt tại Canada từ năm 1985 qua cộng tác bài vở. Anh là một phụ tá đắc lực của chủ nhiệm Nguyễn Hải Bình (một thầy dạy học cũ của tôi). NVK và tôi cũng ít gặp gỡ thường xuyên dù anh và tôi cùng sinh hoạt trong hội Cựu giáo chức tại tỉnh bang Québec. Không như một nhóm văn nghệ khác gặp nhau khá thường xuyên gồm Võ Kỳ Điền, Song Thao, Trang Châu, Luân Hoán, Lưu Nguyễn, Hồ Đình Nghiêm... có chuyện trò, vui đùa trên bàn nhậu. Hiện nay, NVK dọn về định cư ở tỉnh bang Ontario - Canada, sự gặp gỡ càng thưa thớt hơn, hầu như chỉ còn trao đổi trên Facebook những lúc cần thiết đúng như ý nguyện của anh.

NVK có viết một bài nhận định về sinh hoạt thơ ca của HXS (cùng bút danh Sử Mặc) mà tôi rất trân quý. Có vẻ anh thích phong cách SM hơn, nên tôi ghi lại một bài ký Sử Mặc tặng Nguyễn Vy Khanh, nhân dịp *Ngôn Ngữ* ra số báo đặc biệt về anh:

V Ô X Ứ

[đọc lại Cao Tần vài chục năm sau]

))

cứ khép lại sẽ thấy liền khe hở
điều đương nhiên của thế giới tụt quần
cứ tức ngực như mình đương hít thở
cứ thả mồi bắt đặng bóng trầm luân
,

cứ để gió cuốn mây về nguyên thủy
hài nhi thơm một đóa lạnh trần tình
hoa cứ nở cho mùa màng thâm xứ
nối đuôi người nhìn mặt lạ cùng đinh
,

cồn lún bãi hay bần cùng phố chợ
bọn người lùn mơ chiếm lĩnh xa hoa
nơi công viên chó ngáp rất thầm lặng
xúi người điên tự xử với tam tòa
,

cứ sửa tới thêm tung hoành bát nháo
cái mắc áo đầu hôm lộn tùng phèo
lũ quỷ sứ có quần không chịu bận
cứ lờ vờ giương mặt lợn đầu heo
,

mốt mai hết lùng ra căn cước
hài nhi ơi bé bự xới tông đồ
nị-ngộ-ngươi-ta lần hồi đánh cược
mả khép lại rồi hết cửa chui dzô

)(
)(
S ử M ặ c
29/7/2013

NGUYỄN KIẾN THIẾT

Nguyễn Vy Khanh với
"Văn Học Quốc Ngữ Thời Đầu & Miền Nam Lục Tỉnh"

Gần hai thập niên nay cái tên Nguyễn Vy Khanh đã rực sáng trên vòm trời văn học Việt Nam tại hải ngoại về lãnh vực biên khảo và phê bình văn học. Theo lẽ thường, một tác giả viết về nơi mình xuất thân, về các tác giả có gốc gác tại địa phương của mình, dầu rằng hết sức trung thực, với tinh thần nghiêm cẩn khách quan vẫn bị ngộ nhận là mang nặng đầu óc địa phương, phe nhóm. Nguyễn Vy Khanh không phải xuất thân từ Lục tỉnh nhưng đã mạnh dạn nói thay cho người dân Nam Kỳ *chánh hiệu* về nỗi đau đáu khôn nguôi: *"Cả một thế hệ văn học bị bỏ quên"* (tr. 89) qua tác phẩm *"Văn Học Quốc Ngữ Thời Đầu & Miền Nam Lục Tỉnh"* (Nhân Ảnh, 2021).

Về tiểu sử và tác phẩm đã xuất bản của ông, độc giả có thể tham khảo ở các trang mạng Internet cũng như ở bìa 4 cuốn sách này. Ngoại trừ nhiều bài viết đăng rải rác đây đó, trong khoảng thời gian "nở rộ" về văn nghiệp (1997-2021), ông đã trình làng hàng chục cuốn sách biên khảo, dịch thuật và nhận định văn học có giá trị - trong đó có tập sách đồ sộ và nặng ký: *"44 Năm Văn Học Việt-Nam Hải Ngoại"* (7 tập, thực hiện chung với Khánh Trường và Luân Hoán; San Jose CA: Mở Nguồn, 2019). Người viết muốn bắt chước nhà thơ Luân Hoán qua việc *"Dựa Hơi Bè Bạn"* để nhận định về một tác giả qua tác phẩm đã "gãi đúng chỗ ngứa" cho mình.

Tập sách *"Văn Học Quốc Ngữ Thời Đầu & Miền Nam Lục Tỉnh"* gồm 20 đề mục, mỗi đề mục là một *mảnh vụn văn học* được tác giả khéo lồng ghép một cách có dụng ý, tập trung vào trọng tâm của chủ đề. Trong *Lời mở đầu*, tác giả khiêm tốn cho rằng cuốn sách này *"không phải là một công trình phê bình văn học hay văn học sử đúng nghĩa"* mà chỉ là *"ghi lại một số cảm tưởng về một số hiện tượng văn hóa, văn học, về một số tác giả và tác phẩm, về khuynh hướng của một thời cũng như nhận định, cổ võ những cố gắng làm mới văn học và dân tộc của một số tác giả, của một vài tập thể"* (tr. 9). Để hiểu phần nào nội dung của tác phẩm, ngoài Lời mở đầu, độc giả có thể lướt qua Mục lục và tham khảo các đề mục, cụ thể là:

-013 Văn-Học chữ quốc-ngữ thời đầu; -061 Miền Nam khai phóng; -107 Miền Nam đạo lý; -141 Văn-học yêu nước; -201 Tiếng Việt qua một số tác-phẩm chữ quốc-ngữ thời đầu; -225 Báo-chí từ thời bình minh văn-học chữ quốc-ngữ đến buổi qua phân 1954; -325 Về Nguyễn Đình Chiểu và lý-luận văn-học; -335 Trương Vĩnh Ký và các tác-phẩm văn xuôi tiền-phong; -381 Huình Tịnh Paulus Của; -407 Trương Minh Ký; -427 Nguyễn Trọng Quản, Hồ Biểu-Chánh và Ảnh hưởng Âu-Tây trong thể-loại tiểu-thuyết thời đầu; -507 Ngôn-ngữ của tiểu thuyết Hồ Biểu-Chánh (...); -569 Đôi nét về Văn-học Công Giáo Việt-Nam, v.v...

Ngay Lời mở đầu, tác giả xác định Văn học miền Nam một phần được giới hạn ở tính "miền Nam lục-tỉnh" để từ đó đưa ra một số nhận định như sau (nguyên văn):

- Văn-học chữ quốc-ngữ đã khởi đầu từ Miền Nam Lục-tỉnh (Nam kỳ, Cochinchine), từ 1869 với Gia Định Báo - là tờ báo chữ Quốc-ngữ đầu tiên ở Việt-Nam, từ ngày 15-4-1865;

- Nền văn-học chữ quốc-ngữ này xuất hành từ báo chí: các truyện kể, truyện ngắn, thơ, vè, bút ký, nghị luận đã xuất hiện trên các báo thời đầu này trước khi được xuất bản và được gọi là tác phẩm văn học;

- Tác phẩm văn xuôi mang tính văn học đầu tiên được xuất bản là *Chuyện Đời Xưa* của Trương Vĩnh Ký năm 1866, 74 văn bản bằng chữ Quốc-ngữ, sau đó đến tác phẩm của Trương Minh Ký và Huình Tịnh Của;

- Tiểu-thuyết chữ Quốc-ngữ đầu tiên được xuất bản là truyện Thầy Lazaro Phiền của tác giả tiên phong Nguyễn Trọng Quản vào năm 1887;

- Văn bản kịch nói đầu tiên được xuất bản là *Tuồng Joseph* của Trương Minh Ký, vào năm 1887;

- Thể loại tự truyện xuất phát với *Chơn Cáo Tự Sự* (1910) của Michel Tính (tr. 10).

Để tránh bị hiểu lầm là phân biệt vùng miền, kỳ thị địa phương, tác giả đã biện minh: *"Văn-học là một phần quan trọng của văn-hóa và lịch sử một dân tộc và phê bình, nghiên cứu đặc tính địa lý được nhiều nhà phê bình văn học Âu Mỹ xem trọng"*, và *"chúng tôi làm công việc văn-học sử, mục-đích phân tích và nhận định, chớ không nhắm kỳ thị địa phương hay đề cao, hạ giá tác-giả nào cả!"* (tr. 11). Nguyễn Vy Khanh đã "nhứt quán" trong việc khẳng định "miền Nam đi trước", mọi lãnh vực đều "khởi sự/khởi xướng ở miền Nam": Từ báo chí, tác phẩm văn xuôi, tiểu thuyết rồi thơ, thơ mới, dịch thuật (đặc biệt truyện Tàu) đến văn nghệ kháng chiến, tự truyện, kịch nói, ... nhứt nhứt đều bắt đầu tại Miền Nam Lục tỉnh bằng dẫn chứng xác đáng của mình với tinh thần nghiêm cẩn khoa học *với ước vọng sẽ làm hài lòng đông đảo độc giả khó tánh và kỳ thị* địa phương. Xin dẫn vài thí dụ cụ thể:

**Nguyễn Vy Khanh*: "*Miền Nam đã có tờ Gia-Định Báo được xem là tờ báo đầu tiên bằng chữ Quốc-ngữ*" (tr. 63). "*Miền Nam đã tiếp nhận văn hóa Tây-phương sớm hơn miền ngoài*", "*Nguyễn Hữu Hào viết truyện Song Tinh, là tác phẩm văn học dài hơi đầu tiên của miền đất mới và cũng là tiểu-thuyết văn vần đầu tiên của Việt-Nam*" (tr. 62). "*Chính miền Nam là đất nẩy mầm, bắt gốc của báo chí, tiểu thuyết văn xuôi và cả phong trào Thơ Mới mà các sách văn học sử xuất bản từ gần thế kỷ nay thường bỏ qua hoặc đánh giá không đúng mức*" (tr. 62-63). "*Phong trào Thơ Mới cũng đã xuất phát từ Sài-Gòn*" (tr. 64). "*Kháng chiến chống Pháp khởi xướng ở miền Nam-bộ*" (tr. 54). "*Miền Nam kháng chiến trước miền Bắc hơn một năm!*" (tr. 147). Tiểu thuyết chữ quốc ngữ đầu tiên là truyện *Thầy Lazaro Phiền* của Nguyễn Trọng Quản xuất bản năm 1887 "*không được nhiều nhà văn học sử trước nay nhắc tới và sự đóng góp của tác giả Nguyễn Trọng Quản đã không được đánh giá công bằng*" (tr. 69).

Ngoài ra, ông còn trích dẫn một số nhận định của một số nhà văn, nhà biên khảo khác trong tập sách này:

- **Vũ Ngọc Phan** trong bộ *Nhà Văn Hiện Đại* (1941, tr. 37) đã nhìn nhận: "*người Nam kỳ là những người Việt-Nam đã dùng chữ Quốc-ngữ trước nhất*" (tr. 75).

- **LM Thanh Lãng** trong *Bảng Lược Đồ Văn Học Việt Nam*, Quyển Hạ (1967, tr. 32) đã xem Trương Vĩnh Ký là "*ông tổ văn học mới*", "*bậc chỉ đạo của thời này, là linh hồn của thế hệ 1862, ông thầy khai đường mở lối cho thế hệ đến sau tức thế hệ 1913*" (tr. 77).

- **Nguyễn Văn Xuân** trong tập *Khi Những Lưu Dân Trở Lại* (Thời Mới xuất bản, Sài Gòn 1969) đã nhận ra rằng "*miền Nam vốn có một địa vị văn nghệ và có ảnh hưởng sâu rộng trong quảng đại quần chúng lan tràn đến cả miền Trung lẫn miền Bắc*" (tr. 78-79). Ông nhận định từ năm 1862 đến 1932 thì miền Nam đã vọt lên vai trò tiền phong của cả hai miền: "*Định lại giá trị văn học miền Nam, chính là trở về sự thật, chính là biết tỏ lòng yêu quý và lo lắng cho đời sống tinh thần của dân miền Nam trong hoàn cảnh hiện tại, đó là lực lượng chủ yếu của mọi thăng trầm*" (tr. 79).

- **Phan Khôi** trong "Chữ Quốc-ngữ ở Nam Kỳ với thế lực của phụ nữ" (*Phụ-Nữ Tân-Văn*, số 28, 7-11-1929, tr. 8-10) đã khẳng định: "*Tôi muốn nói xứ Nam Kỳ là thầy dạy chữ Quốc-ngữ cho cả và dân Annam cũng không phải là quá đáng*" (tr. 590), ...

Văn Học Quốc Ngữ Thời Đầu & Miền Nam Lục Tỉnh là một tập sách có giá trị, sử dụng nhiều nguồn tư liệu quý, hiếm được soạn thảo công phu - đặc biệt vô số chú thích với tinh thần nghiêm cẩn khoa học "nói có sách, mách có chứng" của Nguyễn Vy Khanh. Một quyển sách nên có trong Tủ Sách Gia Đình của những ai yêu quý sách - đặc biệt là các nhà nghiên cứu phê bình văn học, các nhà viết văn học sử. Sau hết, để biện minh cho việc làm của mình, nhà biên khảo Nguyễn Vy Khanh đã viết: "*Chúng tôi viết bài này đưa ra một số sự kiện bị bỏ quên cũng như những thiếu sót, bất công trong quá khứ với hy vọng công việc viết văn học sử Việt-Nam từ nay và về sau sẽ công bằng hơn, "của Cesar trả cho Cesar" và đối với công lao người đi trước, kẻ hậu sinh cần phải biết ơn, ghi nhận. Độc giả đọc bài này, xin vô tư, đừng thiên kiến, đừng kẻ thắng kẻ thua, đừng phe phái, bỏ chiếu trên chiếu dưới, hãy quên mình gốc Bắc hay Nam, hãy rời xa những "quan điểm Tống Nho", "văn-hóa Bắc Hà", ... sẽ không thấy chúng tôi lý luận vì mặc cảm hoặc kỳ thị địa phương*" (tr. 99).

Tóm, chúng tôi xin dẫn nhận định sắc sảo của nhà phê bình Nguyễn Hưng Quốc để kết thúc bài viết: "*Nhiệm vụ chính của nhà phê bình không phải là viết cho đúng mà, trước hết, theo tôi, nằm ở chỗ: họ dám thách thức lại những điều mọi người đều cho là đúng. Có thể nói mục tiêu lớn nhất của phê bình không phải là bảo vệ cái trật tự hiện có. Một điều mà nhà phê bình cần làm hơn chính là tranh đấu cho một trật tự mới, cái trật tự vừa mới chớm, chưa được nhiều người thấy và chưa được ủng hộ. Làm công việc đó, nhà phê bình có thể ít nhiều gây ra sự bất an. Nhưng đó không phải là điều đáng lo lắng. Không có bất an thì sẽ không có sáng tạo*" (*Nhiệm vụ của nhà phê bình*). Trên tinh thần đó, chúng ta sẽ không lấy làm ngạc nhiên với một Thanh Lãng đã hết lời ca ngợi Trương Vĩnh Ký là "*ông tổ văn học mới*", xem Đông Hồ như Nhất Linh của miền Nam; một Nguyễn Văn Trung đã phản tỉnh về việc đánh giá lại Trương Vĩnh Ký, tha thiết với *Lục Châu Học*; một Nguyễn Văn Xuân đã khẳng định vai trò tiền phong của văn nghệ miền Nam... để đối lại "một cái nhìn mang tính xã hội-chính trị" của ai đó khi đã xóa tên mười "biệt kích" văn nghệ!

Nguyễn Kiến Thiết
Montréal, cuối Thu 2022

VÔ DANH

"NGUYỄN HUY THIỆP: NHỮNG CHUYỆN HUYỀN KỲ, NÚI, SÔNG VÀ NƯỚC... CỦA NGUYỄN VY KHANH"

Đầu tiên, Nguyễn Vy Khanh đã đề cập đến nguyên nhân hình thành yếu tố huyền thoại trong sáng tác của Nguyễn Huy Thiệp: hoàn cảnh sống của nhà văn: Khía cạnh nổi bật trong các truyện của nhà giáo sử từng sống nhiều năm giữa những đồng bào Mường và Thái đen ở vùng thượng du Tây Bắc là những chủ đề huyền thoại, truyền kỳ và lịch sử. Tiếp theo, người viết so sánh giữa huyền thoại và truyền kỳ và kết luận: Nguyễn Huy Thiệp sử dụng cả hai thể loại. Tiếp đến, Nguyễn Vy Khanh thâm nhập vào những tác phẩm, chỉ ra ý nghĩa, mục đích việc sử dụng bút pháp và phương thức sáng tác huyền thoại của nhà văn: Dùng huyền thoại, tác giả muốn người đọc thông hiểu thay vì lý luận, phán xét. Cảm nhận bằng trực giác, kinh qua, cá nhân, riêng tư, thay vì lý trí cái phải đưa đến một kết luận chung, hợp lý, hợp biện chứng hay đưa đến một sự thực phổ quát mà trong thực tế và lịch sử, đã sản xuất những Lý Tư, Tôn Ngô, Machiavelli, Descartes, Hegel, Marx...

Thể huyền thoại không chứa phổ quát, không có chân lý, có chăng là chân lý tự tại hay những giá trị đối với cá nhân, ai có khả năng hoặc thiên khiếu cảm nhận sẽ đọc được sứ điệp của tác giả. Trong truyện ngắn Nguyễn Huy Thiệp, đời thường như huyền ảo, thơ mộng, huyền hoặc, các nhân vật như có tâm hồn trong sạch, nguyên sơ lẫn khôn ngoan của con người đời thường. Mặt khác, Nguyễn Huy Thiệp huyền thoại hóa một số nhân vật và đề tài lịch sử. Huyền thoại là cách cảm nhận lịch sử khác đi, đương đại hóa cái quá vãng. Đây là nỗ lực vượt thoát cái nhìn tập thể, bình thường để nhắc rằng cái hôm nay là hệ quả của những hệ thống, danh nhân và lịch sử vẫn nghe thấy mỗi ngày hoặc đang chìm khuất. Nhưng Nguyễn Huy Thiệp phê phán những huyền thoại dựng đứng một cách nhân tạo, bá quyền.

Tiếp theo, người viết bài chỉ ra những biểu hiện khác nhau trong chất huyền thoại của nhà văn: "Tướng về hưu": huyền thoại anh hùng chiến tranh; huyền thoại "người cha đã chết", người cha vắng nhà và những đứa con mồ côi, đi hoang. Nỗi bất lực của người anh hùng trong đời thường và báo động về một xã hội suy đồi phong hóa, đạo đức. Trong "Kiếm sắc", qua nhân vật Đặng Phú Lân, tác giả viết về nhân vật lịch sử như được nghe dân dã nói về họ, truyền tụng về họ. Huyền thoại theo nghĩa đồn đại, ghi nhận bởi tứ phương thiên hạ. "Phẩm tiết" với hình tượng Ngô Thị Vinh Hoa hiện thân của vẻ đẹp tuyệt đối. "Vàng lửa" – đoạn mở đưa người đọc vào cõi mơ hồ của các biến cố lịch sử. Còn kết thúc với ba đoạn kết nhưng không là kết cục lịch sử của các sách sử. Tất cả nằm trong sự phỏng đoán huyền hoặc.

Nhân vật Gia Long được phản huyền thoại hóa, còn Nguyễn Du được huyền thoại hóa là người "đại diện cho nhân dân ở phần u uất nhất, trữ tình nhất nhưng cũng đáng thương nhất". Vấn đề đặt ra là cần phải đánh giá lại quan hệ giữa nghệ thuật và chính trị như là điều kiện để xây dựng lại đất nước sau chiến tranh. "Con gái thủy thần" tên Mẹ Cả, nhân vật huyền ảo. Chuyện là cuộc tìm kiếm huyền ảo trong một đời thực khốn khó. "Những ngọn gió Hua Tát" gồm mười truyện trong một bản nhỏ là một loại ký ức tập thể. Nhờ thế huyền thoại, Nguyễn Huy Thiệp có những đoạn truyện như là thơ, một thứ thơ dân gian, xa chốn văn minh giả tạo. Đất, núi và nước là những yếu tố sinh động làm nên đất nước. Đất là lẽ sống, người ta sản xuất trên đất và không gian núi rừng bao phủ 10 truyện trong "Những ngọn gió Hua tát" đã đẩy con người về nơi tận cùng ý thức cá nhân chính nó với muôn vàn thấp thỏm lo âu về chính bản thân và cuộc sống. Nước là nhu cầu sống còn của con người và muôn vật như trong Chảy đi sông ơi, Con gái thủy thần. Mặt khác nước cũng là tai họa cho con người, làm chết đuối nhiều người, làm chết cả cô Thắm, người đã cứu nhiều người chết đuối chảy đi sông ơi. Đạo làm người, trung đạo là đạo đứng giữa Trời và Đất trong vị thế Tam Tài là đạo khó. Khó vì "trong thiên hạ không chỉ có người mà có cả thánh nhân, yêu quái".

Người đọc Nguyễn Huy Thiệp như chìm đắm trong không khí truyền kỳ xa xưa của *Lĩnh Nam chích quái* và *Việt Điện u linh* mà đa số những cắt nghĩa văn hóa về nguồn gốc dân tộc Việt, về ý niệm quốc gia hay về con người trên mảnh đất văn hóa này. Truyện và kịch của Nguyễn Huy Thiệp vừa rất "đời" và "tục" vừa làm người đọc chìm đắm trong thế giới hoang dã. Với huyền thoại, tác giả muốn theo lối mòn nhị nguyên, có ác thì tất phải có tốt. Ông phác họa cái xã hội nguyên sơ, có khi thô sơ, hoang dã. Buổi sơ khai, tâm tình nguyên thủy với tiềm thức và bản năng thời đại. Ông lạnh lùng với cái ác, với tai ương và nhất là khi cái ác ở ngay chính bản thân mỗi người.

Nguyễn Huy Thiệp hạ cấp một số thần tượng lịch sử vì ông coi họ là tương đối và thời nào cũng có. Ông trần tục hóa họ, mặc cho họ cái áo vải tầm thường đầy sân si. Nguyễn Phúc Ánh và Nguyễn Huệ đều tàn nhẫn, dâm ô và hiếu sắc như nhau. Huyền thoại trong nội dung câu chuyện và trở thành nghệ thuật ngôn từ, chữ nghĩa. Huyền thoại là con đường hợp lý và văn khác sử ở chỗ có thể khai thông những bế tắc lý luận.

Thể huyền thoại khiến Nguyễn Huy Thiệp hay úp mở, gợi tưởng tượng. Truyện không có kết thúc hay không thực sự kết thúc; nếu có cũng huyền hoặc như dẫn đưa của đầu và thân truyện trong Vàng lửa, Con gái thủy thần, Trương Chi.

Một điểm nữa, bài viết nhận định nét độc đáo trong trang viết của nhà văn: *Nhờ thể huyền thoại, Nguyễn Huy Thiệp có những đoạn truyện như là thơ, một thứ thơ dân gian, xa chốn văn minh giả tạo và dối trá.* Cũng ở tiêu mục này, bài viết đã trực tiếp đề cập đến đất, núi và nước, những yếu tố của huyền thoại, chảy trong những câu chuyện kể của Nguyễn Huy Thiệp, một dạng thức tư duy huyền thoại cổ xưa trong triết lý về vũ trụ của người Phương Đông, nhưng cũng rất đời.

Sau đó, bài viết như chốt lại vấn đề bằng một tên lạ: Huyền thoại phố phường, để gọi tên cho tính chất huyền thoại hòa quyện với chất hiện thực, đời thường trong sáng tác của nhà văn. Và bài viết kết luận: *Từ huyền thoại bước sang truyện dị thường chỉ là một bước nhỏ, khi tác giả phải nói đến thực tại và đời thường hôm nay. Dị thường vì quá tầm với con người và dị thường vì có dụng công của tác giả muốn gây suy nghĩ nơi người đồng thời và cả xã hội.*

Nhìn lại quá trình lược thuật trên, ghi nhận những ý kiến của Nguyễn Vy Khanh, tôi suy nghĩ... Phải chăng tác giả bài viết đã xây dựng một hệ thống đầy những ẩn dụ, mà trong nhất thời, tôi chưa thể tiếp nhận, hay là một cách trình bày quá mẫn cảm, nên tính hệ thống của bài viết bị tước bỏ? Tôi nghĩ, với một tiêu đề độc đáo và hấp dẫn: Nguyễn Huy Thiệp: những chuyện huyền kỳ, núi sông và nước..., đặc biệt là hình tượng núi, sông và nước, bài viết chắc chắn sẽ đem lại những khám phá thú vị. Nhưng bài viết quá chú trọng đến huyền kỳ, mà nhẹ phần khai thác hình tượng nghệ thuật đậm chất huyền thoại: núi, sông và nước. Dù vậy, Nguyễn Vy Khanh đã có những nhận xét rất thú vị về hình tượng này. Đất, núi, sông và nước tồn tại trong câu chuyện kể của Nguyễn Huy Thiệp, như là một minh chứng rõ nét nhất của huyền thoại dân gian, nhưng nó mang dấu ấn nhà văn. Nó trở thành công cụ nghệ thuật đắc lực đạt hiệu quả thẩm mỹ cao. Nó biểu hiện sâu sắc nỗi cô đơn, bất lực của con người: *Đất, núi và nước là những yếu tố sinh động làm nên đất nước (Thiên nhiên không hề dối trá). Đất là lẽ sống... Rừng muôn đời là thế, vô tình, vô cảm, thản nhiên, lạnh lùng, tàn nhẫn. Tất cả đều đẩy con người về nơi tận cùng ý thức cá nhân chính nó. Con người tự co lại như con sâu, cái kiến, thúc thủ trong phần sinh linh vừa bé mọn, vừa cô đơn vừa bất lực...* Phải chăng, Nguyễn Huy Thiệp đang phơi bày trước mắt bạn đọc, lên tiếng cảnh báo những ấu trĩ về chính trị, kinh tế, văn hóa, nghệ thuật..., đang được một số người xem là kinh điển để hành xử trong xã hội? Còn những cái thuộc về tình cảm của nhân dân, của dân tộc, nhà văn không hề nhạo báng, mà làm sao lại có thể bỡn cợt được những giá trị thuộc về nhân dân! Dĩ nhiên, không phải kiểu nhân dân trong cửa miệng của một Xuân tóc đỏ.

Nguồn: *www.scribd.com/doc/30547217/Nguyen-Huy-Thiep* (27-4-2010)

PHẦN VĂN THƠ
NGÔN NGỮ 23

NGUYỄN THỊ HẢI HÀ
Mùa Xuân và Con Mèo của Công Chúa Onna

Mấy ai ngờ con mèo nhỏ bé của công chúa thứ ba, Onna San no Miya lại là nguyên nhân dẫn đến một chuyện tình say đắm, táo bạo, và ly kỳ trong thâm cung bí sử của Nhật Bản.

Bức tranh Công Chúa Thứ Ba và Con mèo của Hokusai.
Tranh cuộn vẽ trên lụa.

Bức tranh bên trên miêu tả một đoạn văn trong chương 34, Wakana: Jo, trích trong truyện dài Truyện Hoàng Đế Genji - The Tale of Genji. Tùy theo dịch giả, có sách dịch Wakana Jo là Spring Shoots, hay New Herbs. Wikipedia tiếng Việt dịch là Cỏ non, phần 1.

Truyện Hoàng Đế Genji của tác giả Shikibu Murasaki tương truyền là tiểu thuyết đầu tiên trên thế giới. Genji là con của Hoàng Đế Kiritsubo với một người phi tần tuy nhan sắc tuyệt trần nhưng lại là con nhà dân dã. Genji có một vẻ ngoài xinh đẹp phi thường, toàn thân ông như tỏa ra một thứ ánh sáng diệu kỳ nên còn được gọi là Quang Nguyên Thị. Bên cạnh vẻ ngoài tuấn tú, Genji lại rất thông minh nhạy cảm nên rất được mọi người, nhất là phái nữ, yêu mến.

Bức tranh vẽ một thiếu nữ đứng sau rèm, tay nắm sợi dây giữ con mèo nhỏ đang vụt chạy. Bụi hoa trắng đang nở rộ dưới góc phải của bức tranh cho biết thời tiết đang mùa xuân. Bức tranh đơn giản, nhưng con mèo nhỏ bé kia là nguyên nhân dẫn đến một thâm cung bí sử rất ly kỳ.

Ngày xuân, nhân dịp sinh nhật thứ bốn mươi của hoàng đế Genji, lễ hội xuân được tổ chức linh đình, bốn mươi tấm thảm tatami trải ra, trên đó trưng bày bốn mươi lẵng hoa và trái cây tươi, rượu trà và yến tiệc. Một buổi tranh tài đá bóng được tổ chức giúp vui hoàng thượng Genji, lúc này đã về hưu. Tuy tuổi đã bốn mươi nhưng ngài vẫn rất tuấn tú như thuở đôi mươi. Genji vừa mới cưới thêm thứ phi, tên là Onna San no Miya thường được gọi là Công Chúa Ba (con thứ ba của hoàng đế Suzaku người cũng đã về hưu). Công chúa Ba còn rất trẻ, tuổi chừng mười ba hay mười lăm. Cùng xem buổi bóng đá có Kashiwagi, vị quan cai quản đoàn quân bảo vệ cửa thành bên phải, tuổi chừng hai mươi lăm. Vị quan này cũng rất điển trai, tuy không nổi tiếng đẹp như Genji nhưng chắc chắn là trẻ hơn hoàng đế. Kashiwagi là con cả của Tō no Chūjō, quan Tể Tướng và là bạn thân của Genji. Kashiwagi cưới công chúa Hai, chị của công chúa Ba, do đó là anh em cột chèo với Genji. Chuyện cung đình, quan hệ khá rối rắm. Người ta gả vợ gả chồng cho những người thuộc dòng dõi vua chúa và quan lớn, để bảo vệ địa vị và gây thêm vây cánh vì thế họ hàng gia đình gả cưới lẫn nhau. Có chỗ nói

Kashiwagi là cháu gọi Genji bằng cậu. Không tìm được chỗ ngồi thuận tiện để xem, Kashiwagi cùng với một vị quan khác, ngồi trên bậc thềm lầu Tây, cung điện của công chúa Ba.

Cuộc đấu bóng đang độ gay go, thì có tiếng xôn xao ở trong lầu. Con mèo *Kara Neko,* còn gọi là mèo Trung quốc, của công chúa Ba, vì còn lạ với chỗ mới nên rất sợ hãi. Nó lại bị một con mèo khác to lớn hơn rượt đuổi nên vụt chạy ra hàng hiên. Con mèo có sợi dây cột ở cổ khi chạy vướng vào tấm rèm cửa và kéo rèm sang một bên. Do đó Kashiwagi nhìn thấy một cô gái trẻ đứng sau rèm.

Sau tấm rèm là một bức màn, và đằng sau tấm rèm một bước là một thiếu nữ mặc chiếc kimono lộng lẫy. Ở chỗ đó, ai cũng có thể nhìn thấy nàng dễ dàng. Chiếc áo lụa dài quét đất nàng mặc có nhiều lớp, từ màu sậm đến màu nhạt – màu hoa hạnh hồng đậm trên nền lụa có thêu hình những đóa hoa đào. Mái tóc nàng, đen nhánh và thật dày, được chăm sóc cẩn thận, thả dài xuống nền nhà cả hai tấc. Dáng người mảnh mai, thon thả, cái váy kimono cũng rất dài, mái tóc đen thả sau lưng dựa vào chiếc áo kimono càng làm dáng dấp nàng thêm quý phái và thanh thoát. Tuy vậy, trời dần sụp tối, Kashiwagi thất vọng vì không thể nhìn thấy rõ ràng hơn bóng người trong phòng. Các cô hầu của nàng có lẽ đang say mê xem các chàng trai trẻ đá bóng nên chẳng ai buồn chú ý đến những cánh hoa đào đang rơi, bởi vì các cô cũng chẳng chú ý là họ đã bị người ta nhìn thấy. Ánh nhìn và cử chỉ của nàng lúc quay người để nhìn con mèo đang miu mao, đầy vẻ khả ái và ngây thơ của một cô gái trẻ. [1]

Thứ phi Onna vì còn trẻ nên không theo đúng nề nếp. Thông thường, phía sau rèm cửa còn một lớp màn, theo đúng tục lệ, Onna phải đứng sau cả bức màn để không bị nhìn thấy. Để được xem trận đấu bóng rõ hơn nàng chỉ đứng sau tấm rèm. Và nhan sắc, vẻ quý phái, đầy nét ngây thơ của Onna làm Kashiwagi mang bệnh tương tư.

---

[1] Shikibu, Murasaki. The Tale of Genji: (Penguin Classics Deluxe Edition) (p. 620). Penguin Publishing Group. Kindle Edition. NTHH dịch từ bản tiếng Anh của Royall Tyler.

Kashiwagi dùng nhiều cách để gặp Onna, thậm chí mượn cả con mèo của nàng để có cớ gặp nàng. Cuối cùng Kashiwagi mua chuộc người hầu gái thân tín nhất để được đưa vào phòng riêng của Onna. Chàng nấp sau bức màn phía trước giường và chiếm đoạt nàng. Cuối cùng, Onna có thai với Kashiwagi nhưng ngoại trừ đôi tình nhân trẻ, ai cũng tưởng đứa con là của Genji. Điều này được xem là quả báo cho Genji vì vị vua này đã từng chiếm đoạt mẹ kế vốn là thứ phi của vua cha, Lady Fujitsubo, và có được đứa con trai tên Reizei, về sau cũng lên làm hoàng đế.

Con mèo xuất hiện khá nhiều trong văn chương và nghệ thuật Nhật Bản, từ thế kỷ thứ 11 trong Truyện về Hoàng Đế Genji đến thời hiện tại trong truyện của Haruki Murakami. Trong haiku của Yaso và Issa. Từ cổ tích hoang đường đến kịch kabukai (The Cat Stone). Trong tranh của Hokusai và các bức biếm họa khắc trên gỗ của Utagawa Kuniyoshi.

Mấy ai ngờ con mèo nhỏ bé của công chúa thứ ba, Onna San no Miya lại là nguyên nhân dẫn đến một chuyện tình say đắm, táo bạo, và ly kỳ trong thâm cung bí sử của Nhật Bản.

Nguyễn Thị Hải Hà

chim chuyền vạt cải trổ hoa
ngổng cao ngọn gió đưa qua đưa về
hạt mưa cuối đông lạnh tê
vuông sân đất ướt ủ ê mặt mày
ba mươi đang vào cuối ngày
ngó chừng cửa đợi loay hoay buồn buồn
mẹ cha chưa về mà xuân
trên cây vạn thọ tưng bừng trổ bông - lh

NGUYỄN KIẾN THIẾT
NHÂN TẾT CON MÈO NGHĨ VỀ TỤC LÀM RỂ
Ở LỤC TỈNH QUA CA DAO

Năm Quý Mão cầm tinh con Mèo, có nhiều điều thú vị để nói. Trước hết trong bài *Vè mười hai con giáp* có câu: *"Tuổi Mẹo là con mèo ngao; Hay quấu hay quào, ăn vụng thành tinh"*. Người viết muốn bàn về con Mèo trong ca dao có liên quan ít nhiều tới việc cưới hỏi và tục ở rể/làm rể của người dân Lục tỉnh.

*Trước hết hãy **nói sơ qua về Mèo.**

Trong 12 con giáp, Mèo đứng ở vị trí thứ tư, sau con Cọp và trước con Rồng. Người ta còn gọi Mèo là Miêu/Mao (Tàu), Miu (Ai Cập), Felis (Latin), Chat (Pháp), Cat (Anh), Gatto (Ý), v.v... Thủy tổ của giống Mèo là con vật tên Miacis đã bị tuyệt chủng khoảng 50 triệu năm. Mèo là động vật nhỏ có vú, là loại thú săn mồi như cọp, beo, sư tử và săn bắt các sinh vật nhỏ hơn như chuột, cóc nhái, cá để ăn thịt. Mèo có nhiều loại như mèo Ta, mèo Tây, mèo Xiêm, mèo Mướp, mèo Mun, mèo Tam thể... Có loại mèo lông ngắn, có loại lông dài. Có loại *mèo hoang, mèo đàng, mèo rừng* (*Mèo đàng lại gặp chó hoang; Anh đi ăn trộm gặp nàng bứt khoai*) đối lại *mèo nhà* thường ngủ li bì có khi tới 16 giờ mỗi ngày (*Con gì ngủ thẳng giấc; Chính là con mèo nhà* - Vè cầm thú). Mèo có khả năng nhảy cao tới 3 thước, là lực sĩ giỏi bởi tốc độ chạy nước rút tới 1,6 cây số / giờ. Mèo rất thích trèo cao, cao chót vót. Mèo không "thính" bằng chuột, nhưng rất nhạy cảm và tinh tế. Thị giác mèo tăng lên trong bóng tối, tầm nhìn lên tới 200 độ (tầm nhìn của người chỉ có 180 độ). Khứu giác của mèo mạnh hơn 10 lần ở người, nên khả năng "đánh hơi" của chúng thật *tuyệt cú mèo*! Là loài thú chuộng sạch sẽ, mèo thường tự làm lấy vệ sinh cho cơ thể và giấu đồ dơ "*như mèo giấu cứt*". Nhà nông nuôi mèo để bắt chuột *(Chó giữ nhà, mèo bắt chuột)* và đôi khi làm thú cưng như ở các đô thị nên chúng rất thân thuộc và gần gũi với con người.

***Một vài bài ca dao có liên quan tới Mèo**

Từ thuở nằm nôi theo nhịp võng đưa, mẹ đã rót vào tai con lời ru dịu dàng trầm ấm những vần ca dao ngọt ngào, ngộ nghĩnh: "*Con mèo con chuột có lông / Ống tre có mắt nồi đồng có quai*", và: "*Con mèo con mẻo con meo / Muốn ăn thịt chuột thì leo xà nhà*". Đến khi lớn lên đi học ở trường, được nghe thầy cô giảng dạy về ca dao, chẳng hạn như: *"Con mèo mà trèo cây cau / Hỏi thăm chú chuột đi đâu vắng nhà / Chú chuột đi chợ đàng xa / Mua mắm mua muối giỗ cha chú mèo!"* thì chúng ta mới hiểu rằng bài ca dao mô tả mối quan hệ ở nông thôn xưa, giữa kẻ mạnh cai trị (Mèo) và kẻ yếu bị trị (Chuột). Đó là quan hệ đối kháng, nước - lửa, mất - còn, trong đó chuột luôn ở thế yếu. Bài ca dao trên còn hàm chứa một nghịch lý: kẻ bị trị lại lo giỗ quải cho ông cha kẻ thống trị nhằm thể hiện mong muốn hòa bình, an phận, yên thân. Nghịch lý đó còn được thể hiện ở bức tranh *Đám cưới chuột* - tức *Trạng chuột vinh quy* của làng tranh Đông Hồ.

Văn hóa phương Đông và phương Tây gặp nhau ở chỗ ví người con gái là *con mèo*, là người yêu, người tình. Chàng trai tán tỉnh một cô gái, người Bắc gọi là *chim gái*, còn người Nam gọi là *o mèo*; có bạn gái, có người tình, người thương là *có mèo*. Đừng lầm *o mèo* với *ghẹo gái* vì theo định nghĩa của *Bách khoa Từ điển Mở Việt Nam*: "*Ghẹo gái là trêu phụ nữ bằng lời nói hoặc cử chỉ suồng sã, chớt nhả*".

Ca dao Lục tỉnh có câu:

Khổ qua xanh, khổ qua trắng, khổ qua mắc nắng khổ qua đèo
*Anh có **thương** em thì làm giấy giao kèo*
*Lăn tay điểm chỉ, em mới thiệt là **con mèo** của anh.*

Ngoài ra quan hệ Mèo - Chuột còn ẩn dụ phong tình, chuyện trai gái yêu đương, chuyện mèo chuột vụng trộm. Từ đó mà dân gian Lục tỉnh có bài ca dao hài hước:

Chuột kêu chút chít trong rương
Anh đi cho khéo đụng giường má hay
Bắt được, má hỏi đi đâu?
Con đi lấy muối cho **mèo** *ăn cơm!*

Đó cũng là bài ca dao có liên quan tới **Tình yêu và hôn nhân của người dân Lục tỉnh cũng như tục ở rể/làm rể.*

Nơi bắt đầu của tình yêu đối với người dân Lục tỉnh có thể là trong các dịp hội hè, đình đám, giỗ chạp, cưới xin. Nhưng phổ biến nhứt vẫn là trong lao động sản xuất như cấy hái, xay giã, bơi chèo, từ trong sân nhà đến ruộng đồng sông nước. Cũng có khi qua những cuộc hò hát đối đáp trong một *vạn cấy**, trong mùa gặt, trong các cuộc thi hò hát đối đáp, các chàng trai - cô gái có dịp gặp gỡ, trò chuyện, để ý *thương* nhau. Dân gian Lục tỉnh thường dùng từ *thương, người thương* thay vì dùng từ *yêu, người yêu.* Quan niệm thẩm mỹ trong tình yêu của họ cũng đơn giản, chân chất, thật thà như con người của họ. Chàng trai nông dân *thương* cô gái quê ruộng rẫy bởi cái đen giòn có duyên: "*Trắng như bông lòng anh không chuộng; Đen như cục than hầm làm ruộng anh **thương**".* Ngược lại cô gái miệt vườn cũng để ý thương chàng trai làm ruộng quê mùa chất phác: "*Chèo dài sông hẹp khó lùa; Thấy anh ở ruộng quê mùa, em **thương**".* Một khi tình yêu chớm nở, chàng trai sẽ cậy mai mối đến nhà gái xin hỏi cưới *người thương* của mình. Qua nghiên cứu, chúng tôi được biết văn hóa miền Trung, miền Bắc là *văn hóa tịnh và đóng;* còn văn hóa miền Nam là *văn hóa động và mở.* Cho nên quan niệm "Cha mẹ đặt đâu con ngồi đó" hoặc "Áo mặc sao qua khỏi đầu" cũng có phần *thoáng* hơn. Nói khác đi trong việc hôn nhân mặc dầu chàng trai và cô gái đã *phải lòng* nhau nhưng còn phải *đợi lịnh mẹ cha* để hợp thức hóa việc hôn nhân bằng một *Lễ cưới* có hôn thơ hôn thú (giá thú) hẳn hòi (*Phụ mẫu sở sanh do phụ mẫu định / Hai đứa mình còn đợi lịnh mẹ cha*).

Hôn lễ ở nước ta cũng có phần khác biệt tùy từng vùng, miền. Trước hết là *sáu lễ* do Nhâm Diên, Thái thú quận Cửu Chân truyền sang nước ta, gọi là *Chu Công Lục lễ* gồm: Lễ nạp thái, Lễ vấn danh, Lễ nạp cát, Lễ nạp tệ (Lễ ăn hỏi), Lễ thỉnh kỳ (Lễ xin cưới), Lễ thân nghinh (Lễ nghinh hôn, Lễ cưới). Về sau, càng về gần phương Nam, tục lệ này chỉ còn *bốn lễ* như: Lễ chạm ngõ (Lễ xem mặt), Lễ ăn dạm (Lễ vấn danh), Lễ ăn hỏi (Lễ nạp tệ), Lễ nghinh hôn (Lễ cưới, Lễ đón dâu)**.

Hôn lễ ở Lục tỉnh cũng có phần *tiểu dị* so với cái *đại đồng*. Trong những chuyến đi điền dã sưu tầm văn hóa dân gian ở các tỉnh đồng bằng sông Cửu Long, chúng tôi may mắn được tham dự một vài *Đám cưới*, nên xin được đúc kết việc cưới xin như sau. Tục lệ cưới hỏi nơi đây đã thay đổi và được giản tiện thành *ba lễ*. Dân gian Lục tỉnh gọi là "đám", như đám giỗ, đám ma, đám thôi nôi, đám cúng đình, v.v... bởi lẽ trong việc tổ chức "đám" cũng đầy đủ các nghi thức của "lễ". *Ba lễ* trong hôn nhân ở Lục tỉnh được gọi là *Đám giáp lời*, *Đám nói* và *Đám cưới*. Do đó mà có *tập tục ở rể/làm rể* khá thú vị.

***Tập tục ở rể/làm rể**

Tại các tỉnh miền Tây, tập tục ở rể/làm rể trước kia thường diễn ra sau *Đám nói*, dài hay ngắn tùy hai họ giao ước, nhưng không quá ba năm. Đây là thời gian để nhà gái thử thách chàng rể về mọi mặt, từ sức khỏe, chuyên cần tới nhân cách, đạo đức. Người con trai qua ở hẳn bên nhà vợ sắp cưới để *làm rể*. Mọi công việc lớn nhỏ bên gia đình vợ, anh phải cáng đáng hết. Nào là gánh nước bửa củi, đào ao nuôi cá, nào lên liếp làm vườn, rồi cày bừa, nhổ mạ, cấy gặt, đập lúa, chàng rể phải làm không hở tay. Đây chính là *hủ tục* có thể xem là một sự lường công mà nhà gái đem con mình ra làm mồi "câu" chàng rể. Vì vậy ca dao có câu:

Con nhỏ của qua còn nhỏ xíu dại khờ,
*Cậy anh vô **làm rể** thử để qua nhờ đôi năm.*

Có một chuyện vui ghi nhận *cảnh ngộ làm rể* ở Nam kỳ. Làm lụng vất vả như đã kể nhưng tới bữa ăn, chàng rể bị sắp xếp ngồi cạnh nồi cơm để ngầm nhắc khéo anh ăn phải coi nồi và bới cơm phục vụ cho từng người trong nhà. Trước khi ăn, theo phép lịch sự, anh phải mời tất cả mọi người trong nhà trước khi dùng bữa. Khi vừa và cơm chưa kịp gắp thức ăn, cha vợ kiếm cớ hỏi hết chuyện này sang chuyện khác, hết chuyện nọ xọ chuyện kia khiến cho chàng rể tội nghiệp bụng đói cồn cào mà không thể nuốt trôi một chén cơm bởi màn chất vấn của ông già vợ cắc cớ! Đó là chưa kể chuyện vui *"Chàng Rể Bắt Chước Cha Vợ"* mà học giả Trương Vĩnh Ký đã kể trong quyển *Chuyện Đời Xưa*, cũng như bài Vọng cổ hài *Tôi Đi Làm Rể* do nghệ sĩ Văn Hường trình diễn có câu: *"Suốt bữa cơm tôi chỉ nuốt trôi một chén mà phải nghẹn mấy lần"*, hoặc *"Cưới được con vợ cũng ê cái đầu"*, vân vân... Tối về, chàng rể phải ngủ ở nhà ngoài hoặc nơi chái bếp. Tất nhiên, anh không được bén mảng đến buồng riêng của vợ, thường bị ngăn cách bởi buồng của cha/mẹ vợ. Đây là thời gian thử thách, chàng rể bị bắt khoan bắt nhặt, làm tình làm tội đủ điều, nên phải cắn răng chịu đựng, nín thở qua sông. Dân gian Lục tỉnh có câu:

> *Bước vô nhà má, tay tôi xá, cẳng tôi quỳ*
> **Lòng thương** con má, sá gì thân tôi.

Nếu bị đánh giá không tốt như lười biếng hoặc có những cử chỉ, lời nói không đứng đắn, thiếu lễ độ, chàng rể sẽ bị nhắc nhở, cảnh cáo. Phạm lỗi nặng hơn - đặc biệt về *đạo đức*, chàng rể sẽ bị đuổi về và coi như mất vợ! Ca dao Lục tỉnh đã nhắc tới cảnh lỡ làng duyên phận và tiếng than não nề chua chát của người trong cuộc:

> *Tiếc công anh đào ao thả cá*
> *Năm bảy tháng trời, người lạ tới câu!*

Sau một thời gian thử thách ở rể, nếu chàng trai được "chấm" đậu, hai bên sẽ bàn đến Đám cưới. Nhà trai chịu trách nhiệm chọn ngày lành tháng tốt để thống nhứt với nhà gái tổ chức Đám cưới (*Việc nhà nay đặng thảnh thơi / Làm thơ **Đám cưới** nghe chơi sánh tài!* – Vè đám cưới). Đám cưới bên nhà trai treo bảng đề chữ *Lễ Thành hôn* trước cổng nhà, còn bên nhà gái treo bảng *Lễ Vu quy*. Đám cưới thường diễn ra trong ba ngày, bên nhà trai cũng như bên nhà gái. Ngày thứ nhứt: *nhóm họ giả*, ngày thứ hai: *nhóm họ thiệt* và ngày thứ ba: *rước dâu* (nhà trai)/*đưa dâu* (nhà gái). Bên nào cũng cất *Rạp cưới*, có mời nhóm đờn ca tài tử hoặc gánh hát miệt vườn tới trình diễn giúp vui *(Việc **đám cưới** có nào là dễ / **Cất rạp** ra ván ngựa lót dài – Vè đám cưới)*. Thật ra so với *làm dâu*, *làm lẽ* thì phận *làm rể* còn nhiều thua thiệt. *Làm dâu* dẫu có cực nhọc, nếu xui xẻo gặp phải mẹ chồng cay nghiệt, em gái chồng chua ngoa, tối đến vẫn được "ngủ" cùng chồng một cách danh chánh ngôn thuận. *Làm lẽ* một tháng đôi lần gần chồng ít ra cũng gọi là "có". Còn *Làm rể*, trong thời gian dài đăng đẳng mà "tình có như không" đến nỗi chàng trai phải cất tiếng than não nề, đau đớn:

*Công anh **làm rể** ba năm,*
Chiếu chẳng đặng nằm, đất lại cắm chông.

***Ý nghĩa bài ca dao "Chuột kêu chút chít trong rương…"**

Giống như một số động vật khác, *Chuột* cũng là một biểu tượng hai mặt: mặt xấu, mặt tốt. Mặt xấu là chuột hay cắn xé đồ đạc, phá hại mùa màng, có khả năng gây ra dịch hạch. Mặt tốt, chuột biểu trưng cho sự cần cù, tánh ky cóp và sự giàu có; nói chung là sự phồn thực, sự sanh sản. Người Nhựt đã thần thánh hóa chuột, coi chúng như là vị *thần* bảo hộ mùa màng. Ở nước ta, dân vạn chài đều lập trang thờ "ông Tý", không dám gọi ông Tý là "chuột" với ước vọng cầu xin ông Tý đừng đục thủng nan ghe thuyền! Thần thoại Ấn Độ cho rằng *thần chuột* - con của thần bão táp Rudra, cũng có khả năng gây bịnh và chữa bịnh cho loài người.

Chút chít là tiếng kêu nhỏ, đều đều, phát ra liên tiếp, đôi khi dồn dập, chỉ sự mừng vui. Ngoài ra đồ chơi trẻ con giống búp-bê khi bóp mạnh phát ra tiếng kêu chút chít. *Rương* là thùng gỗ mà dân quê dùng để đựng đồ dùng như quần áo, sách vở *(Củi mục bà để trong rương; Ai mà đụng tới: trầm hương của bà).* Người miền Bắc gọi rương là *hòm*, trong khi dân Nam gọi hòm là *quan tài* dùng để khâm liệm người chết. *Giường* là vật dụng bằng gỗ, tre lão hay sắt, có khung xung quanh, trải chiếu hoặc đệm để nằm ngủ. Ở nông thôn, người nhà quê thường làm giường ngủ bằng *tre già* - thường gọi là chõng tre. Lúc mới đóng, giường tre rất chắc chắn, lâu ngày thành xiêu lỏng, nếu trở mình cử động nó kêu cót két, giống như tiếng chuột kêu chút chít.

Trở lại đề tài, như đã dẫn trên, chàng trai đi *làm rể* ở nhà cô vợ sắp cưới, từ sau *Đám nói*. Có trường hợp làm rể sau *Đám cưới* - đúng ra là *ở rể*, bị *bắt rể*. Đó là trong những trường hợp bên nhà vợ khá giả, có của ăn của để cần tới sức lao động của chàng rể (Chúng tôi xin miễn bàn vì không sát với nội dung đề tài). Đành rằng được cha mẹ đôi bên tác hợp, nhưng còn rào cản bởi tập tục - nói đúng hơn là *hủ tục*, nên đôi trẻ chưa được phép "gần" nhau dầu rằng tình yêu của họ cũng cháy bỏng với bao nỗi khát khao. Ngày ngày gặp gỡ *người thương*, đôi lúc như "mèo thấy mỡ", mà một cái nắm tay, một nụ hôn lén (?) cũng không dám, nên đêm đêm chàng trai mơ ước:

Giường anh trải chiếu rộng thinh thinh
Anh lăn đụng gối tưởng bạn tình, anh **hun**
Phải chi mình được ngủ chung
Thì đâu có ra nông nỗi anh phải hun cái gối gòn!

Cô gái cũng đồng cảm với nỗi đắng cay rạo rực của người chồng sắp cưới của mình. Họ lo sợ tình yêu của mình vì một lý do nào đó sẽ bị lỡ làng, chia cắt. Vì vậy họ đã đồng tình tương kế tựu kế tìm ra cách để "gần" nhau cũng như nghĩ cách "đối phó" nếu bị bắt quả tang. Như đã phân tích, quan hệ Mèo-Chuột là quan hệ đối kháng, còn trong bài ca dao Lục tỉnh là quan hệ hỗ tương, ẩn dụ ngôn tình. Trong đêm trường vắng lặng, tối đen như mực, cả nhà ai nấy đều say giấc. Mọi hành động dầu nhỏ nhặt cũng gây ra tiếng động. Sự trở mình trên chiếc giường tre cũ kỹ cũng phát ra tiếng cót két cọt kẹt. Tiếng chuột kêu chút chít rúc rích trong rương hình như muốn mời gọi chuyện ân ái yêu đương, chuyện tình tự vụng trộm. Có lần trong đêm tối, nghe tiếng chiếc giường tre kêu cọt kẹt, bà mẹ cô gái chợt thức giấc và gạn hỏi, cô gái đã nhanh trí trả lời rằng đó là do *chuột ở trong rương, mèo chuột cạy nồi* (!). Nếu chàng rể lỡ bị bà mẹ vợ *bắt gặp* và hỏi đi đâu thì phải kiếm cớ trả lời, đôi khi ngớ ngẩn, vô lý: *"Con đi lấy muối cho mèo ăn cơm"*. Thật ra đêm tối mèo ngủ li bì, thỉnh thoảng kêu meo meo vì mớ ngủ, đâu cần thức giấc để ăn cơm; và mèo lại càng không ăn cơm với muối! Có khi nhà gái đã "chấm" con rể tương lai của mình, hoặc bắt quả tang chuyện tình tự vụng trộm giữa đôi trẻ nên họ chọn giải quyết theo một trong hai cách: một là bỏ qua việc vi phạm *đạo đức* của chàng rể vì gia cảnh đơn chiếc cần người giúp việc không công; hai là rút ngắn "hợp đồng ở rể" bằng cách tác hợp Hôn lễ cho đôi trẻ bởi họ không muốn khư khư giữ cái "hũ mắm thúi" trong nhà!

***Kết:** Nhìn chung, **tục ở rể/làm rể** còn phảng phất ảnh hưởng của chế độ mẫu hệ. Càng về phương Nam, sự ràng buộc bởi tập tục xuất phát từ phương Bắc đã có phần mờ nhạt và thông thoáng hơn. Sự gần gũi yêu đương vụng trộm của đôi trẻ sau *Đám nói*, trong thời gian ở rể cũng là một hình thức phản kháng cái tập tục được định hình từ lâu. Quan niệm "môn đăng hộ đối" dần dần bị phá bỏ. Hủ tục "thách cưới" cũng không còn chỗ đứng trong việc cưới xin. Dầu sao sự câu thúc bởi lễ nghi tập tục cũng ngăn cản phần nào lối sống phóng túng, yêu cuồng sống vội - cụ thể là hiện tượng "ở thử sống thử" của các đôi nam nữ trước khi tiến tới hôn nhân trong thời đại ngày nay, Đông cũng như Tây. Người viết thiển nghĩ: Trên đời mọi việc phải có chừng mực, "thái quá cũng như bất cập", cái gì bị dồn nén, ẩn ức quá sẽ có dịp đột phá như hành động của nàng cung nữ trong *Cung Oán Ngâm Khúc*: *"Bực mình muốn đạp tiêu phòng mà ra"*. Nhân Tết Quý Mão, kính chúc bạn đọc gần xa và bửu quyến một năm mới an lành, mọi sự hanh thông, như ý - đặc biệt với ước vọng mọi người chung sống hòa hoãn, thân thiện như loài Mèo và tuyệt đối tránh "ăn vụng" để khỏi bị mèo quào!

Nguyễn Kiến Thiết
Canada, Tết Quý Mão 2023

*Vạn cấy: hội, nhóm thợ cấy. GS Lê Ngọc Trụ giải thích: *Vạn*: ban, bạn, một hội, một nhóm người làm chung một nghề (*Vạn cấy*). Trích *Việt Ngữ Chánh Tả Tự Vị*, nxb Khai Trí Sài Gòn, 1972, tr. 140.
**Toan Ánh: *Phong Tục Việt Nam*, nxb Khai Trí, Sài Gòn 1968, tr. 337-340.

TIỂU NGUYỆT
NHỚ LẠI MỘT NGÀY BA MƯƠI TẾT

Thằng Lâm đang ngồi chụm lửa nồi rượu ở dưới bếp, nó vừa gạt trấu vào lò, vừa lo lắng trong lòng; ngày này rồi mà chưa thấy ai tới mua rượu, không biết mẹ lấy gì mà mua sắm tết. Hôm nay là ngày cuối cùng của năm, mẹ nó bắt nồi rượu lên bếp cho nó trông chụm lửa, rồi chở can rượu đi từ nãy giờ chưa thấy về. Ngày nào mẹ Lâm cũng tất bật không biết bao nhiêu là chuyện, vừa chạy xuống đồng thăm ruộng, về ghé chợ mua ít rau, cá, đến nhà là nấu cơm ủ, pha cất rượu còn cơm nước, giặt giũ nữa; nên anh em nó luôn phụ giúp mẹ những việc lặt vặt như đi hốt trấu, chụm lửa, bóp cơm ủ, v.v...

Trưa, người ta có thời gian nằm nghỉ chứ mẹ nó làm không ngơi tay, xong việc còn đi bỏ rượu cho các quán. Trong cái xóm nhỏ này, nhà nào cũng rim gừng, rim bí, đổ bánh thuẫn, bánh kẹp thơm lựng chuẩn bị đón tết mấy hôm nay, mà mẹ con Lâm còn chờ rượu bán hết mới có tiền để mua ít bánh mứt, áo quần mới cho anh em nó. Tụi con Thương, thằng Củn con bà Sáu Thơ chạy qua nhà khoe, mẹ nó mua mấy hộp chà là, bánh kẹo, và có cả một phong pháo dài thiệt dài. Nghe vậy, anh em Lâm háo hức lắm, nhưng cũng buồn lắm; nó nghĩ khi nào có tiền mẹ nó cũng sẽ mua như nhà bà Sáu Thơ vậy.

Lâm lấy thúng hốt trấu đổ lên cửa lò rồi lấy cây sắt gạt cho trấu chảy vào lò. Rượu đã bắt đầu chảy. Lâm hứng chai vào, lấy riêng cho mẹ nửa lít rượu đầu tiên để dành, nếu ai muốn mua rượu ngon hơn thì thêm rượu này vào cho người ta. Con Na, thằng Tí đang chơi bên ngoài, bỗng chạy ào vào bếp kêu lên:

- Anh Hai! Ra coi chị em con Thương mặc đồ mới kìa. Đẹp ơi là đẹp.

Lâm làm ra vẻ chững chạc, mặc dầu trong lòng nó cũng nao nức thèm muốn không kém gì em nó. Lâm cười khỉnh:

- Kệ tụi nó, chị em nó dù mặc đồ mới cũng chưa chắc gì sang bằng mấy anh em mình đâu - rồi như sợ em nó không tin, liền nói tiếp, thiệt há!

Thằng Tí cười:

- Hôm nay thế nào mẹ cũng mua cho anh em mình mỗi đứa một bộ. Ngày cuối năm rồi, ai cũng mua rượu uống tết mà, phải không anh Hai?

- Ừ! Đừng lo. Biết chừng lát nữa mẹ sẽ mua về đó.

Ông Hai xóm trước ôm cái thẩu bước vào nhà, ông cười với Lâm:

- Bán ông năm lít rượu để ngâm chuối đi con. Lấy rượu ngon đó nhen mày.

- Dạ! Mẹ con nấu rượu cao độ để bán tết, ngon lắm đó ông.

- Ừ! Đong năm lít đổ vào thẩu cho ông. Còn rượu nhiều không?

- Dạ nhiều.

- Hôm nay sẽ bán hết, ai chậm chân là không còn một giọt, chớ không phải giỡn. Mẹ mày đâu?

- Dạ! Mẹ con chở rượu bỏ quán rồi, chắc cũng sắp về rồi đó ông.

- Năm ngoái, chiều ba mươi tao tới mua không còn một giọt, mùng bốn mẹ mày mới nấu lại. Năm nay, tao mua sáng cho chắc ăn, nếu có tiền mua sớm ngâm lâu mới ngon, nhưng giờ mua cũng được - ông Hai cười, thỏa mãn.

- Dạ! Con cảm ơn ông Hai.

Tiếp đến là bà Sáu Hải, ông Ba Củ, cô Mẫn và mấy người nữa ở xóm trước mang can đến mua rượu, ai cũng mua vài lít ngâm uống và đãi khách trong những ngày tết. Lâm nhanh nhẹn đổ thêm trấu vào miệng lò, chạy đi đong rượu cho mọi người, trông nó thật hào hứng. Thằng Tí chạy lại ngồi trên chiếc ghế ở cửa lò cười nói với Lâm:

- Anh Hai đong rượu đi, để em chụm lửa cho.

Con Na sốt sắng lấy thúng chạy vào nhà chứa trấu vừa hốt vừa nghêu ngao hát. Nó mừng vì người ta đã bắt đầu đến nhà mua rượu, mẹ nó sẽ có tiền mua quần áo mới cho ba anh em nó.

Chị Lượng dựng chiếc xe đạp ngoài sân, xách hai tay hai giỏ nặng trĩu bước vào nhà. Con Na chạy ra mừng rỡ:

- A! Mẹ về rồi, để con phụ cho.

- Rượu nấu gần xong chưa Lâm? Nãy giờ được mấy lít rồi?

- Dạ! Mới năm lít à mẹ. Chắc nửa giờ nữa là xong.

- Nãy giờ có ai mua rượu không con?

- Dạ có. Tiền con cất trong túi xách treo đầu giường đó, mẹ lấy mà đi chợ.

- Ừ! Các con của mẹ giỏi lắm - Chị Lượng mỉm cười.

Chị Lượng soạn những đồ vừa mua về ra rổ. Chị lấy bánh kẹo, rim mứt, đem lên nhà trên cất vào tủ. Rau sống, đậu ve, hành tây, cà rốt, dưa leo... chị trải ra trên chiếc sàn. Chị nhẩm tính trên các ngón tay những món cần phải mua. Chị liếc nhìn ba đứa con đang tròn xoe mắt về phía chị. Trong đầu chị là phép tính cộng trừ thật nhanh. Đôi mắt chị đỏ hoe khi bắt gặp những đôi mắt thơ ngây, long lanh chờ đợi. Chị cúi đầu quay đi che những giọt nước mắt đang ứa ra trên khóe mắt. Chị gượng cười với các con và nghĩ thầm, dù khó khổ thế nào chị cũng sẽ phải sắm cho các con mỗi đứa một bộ đồ cho tươm tất trong ngày tết. Năm nào cũng vậy, các con chị luôn là những đứa trẻ có đồ mới sau cùng của cái xóm nhỏ này.

Từ ngày anh Bê - chồng chị mất đi, chị đưa các con về quê ngoại và dựng một căn nhà nhỏ trên mảnh đất ông bà để lại cho mẹ chị. Chị Lượng làm đơn xin nhận ruộng để canh tác. Trong cuộc họp, bà con xã viên, cán bộ đội, ban quản lý ruộng dự phòng, bàn cãi cả buổi; và cuối cùng, ban quản trị hợp tác xã nông nghiệp cứu xét cho chị nhận ba sào ruộng dự phòng. Từ đó chị bắt đầu nấu rượu nuôi heo, làm ruộng. Mỗi mùa, chị thu hoạch khoảng chín trăm ký lúa, khi nào được mùa chị thu cả tấn. Chị phơi lúa cho khô chất dồn để dành, mấy mẹ con chị nấu rượu lây lất qua ngày, khi cần thì xay một vài bao phụ tiền phân thuốc, quần áo, sách vở, tiền học hành cho các con. Cứ như vậy, cuối vụ là đống lúa cũng vừa hết. Chị tâm nguyện, dù khó khăn, vất vả thế nào, chị cũng phải nuôi các con ăn học tới nơi, tới chốn; cho nên việc học của các con chị là trước hết, ưu tiên nhất. Chị luôn chỉ dạy thêm cho các con học mỗi tối. Nhờ vậy, các con chị thường xuyên đạt học sinh xuất sắc, tiên tiến, học kỳ nào cũng có bằng khen.

Chị rửa ba ký thịt mới mua về cho sạch sẽ, rồi lấy một nửa bắt lên bếp luộc. Luộc xong, vớt ra để nguội, tất tả lấy cái áo khoác tròng vào, dặn Lâm:

- Con đừng chạy đi chơi, ở nhà ai có mua rượu thì bán. Mẹ vô ngã tư rồi ra chợ mua thêm ít đồ nữa kẻo chợ tan.

Thằng Tí ngần ngại nói nhỏ:

- Mua một phong pháo nữa nghen mẹ.

Chị ngước nhìn con, cười:

- Ừ! Mẹ sẽ mua một phong pháo thiệt dài cho ba anh em con đốt giao thừa, được chưa?

Mấy mẹ con chị cùng cười vang, vui vẻ.

Chị hớt hải chạy vào chợ, đến gian hàng bán áo quần cho trẻ em. Gian hàng đã vắng khách chỉ còn thưa thớt vài người, có lẽ họ cũng như chị, không có tiền để mua sắm sớm. Cô chủ bán hàng đưa chị mấy bộ đồ còn lại cho chị lựa. Chị xem kỹ từng cái áo, cái quần, nhưng cái nào cũng không vừa cho các con. Cô bán hàng cho biết không còn bộ đồ nào nữa cả, chị cảm ơn rồi bước sang gian hàng khác. Gian hàng này cũng không hơn gì gian hàng kia, những chiếc áo, chiếc quần còn lại, vải vừa xấu vừa đắt tiền, lại không có cái nào vừa cho các con chị. Chị ngậm ngùi nhớ lại thời tuổi nhỏ của mình, mỗi lần tết đến, chị sung sướng diện bộ đồ mới đi chơi khắp nơi cùng lũ bạn, từ sau ngày Ông Táo về Trời. Năm nào má chị chưa mua sớm đồ tết cho chị, là chị buồn, chị dỗi. Ba bữa Tết, chị hãnh diện đi vào ngã tư xem người ta hô bài chòi, lô tô, rồi xuống xóm Lẫm xem xóc bầu cua; có khi xuống ngắm đường xe lửa để có thể nhìn thấy một chuyến tàu nào đó chạy ngang qua. Chỉ vậy thôi. Hơn ai hết, chị hiểu trong lòng các con chị như thế nào trong cái ngày cuối năm này. Chị chạy khắp gian hàng này đến gian hàng nọ gần hết chợ mà vẫn chưa thấy bộ đồ nào vừa cho ba đứa con của chị.

Bước vào gian hàng cuối cùng, chị ngập ngừng, lo sợ. Chị sợ nỗi thất vọng của các con, nếu như chị không tìm mua được đồ Tết cho chúng. Tim chị đập dồn dập và lâm râm cầu nguyện, bất giác nước mắt chị ứa ra; giá như anh ấy còn sống, mọi việc đâu phải dồn hết cho chị. Ngày ấy, các con chị diện đồ mới cùng ba mẹ đi về ngoại, về nội tất niên đón tết vui vẻ, hạnh phúc. Giờ đây, một mình chị vừa làm cha, vừa làm mẹ; chị cố hết sức để các con khỏi tủi thân vì thiếu tình thương của cha.

Chị mạnh dạn hỏi:

- Chị ơi! Tui muốn mua cho lũ nhỏ mấy bộ đồ, còn không chị?

Chị chủ bán hàng cười thân thiện:

- Còn đây, em lựa coi thử có cái nào vừa cho con nhà em không? - vừa nói chị chủ bán hàng vừa đưa cho chị xấp quần áo.

Chị Lượng mừng rỡ, giở xấp đồ chị chủ vừa đưa, tay run run khi nhìn thấy cái quần xanh lá cây đậm. Chị nghĩ thầm, cái này vừa cho thằng Lâm, vội giơ lên coi kỹ, vải cũng tạm được. Chị bỏ qua một phía và chọn tiếp, được ba cái áo sơ mi trắng cho ba đứa, vải không đến nỗi nào. May quá! Có cả cho thằng Tí và con Na mỗi đứa một chiếc quần dài màu xanh đậm, dạo chơi Tết ít bữa, rồi có cái mà đi học. Chị chủ bán hàng tỏ ra cảm thông:

- Chị bớt cho em một ít gọi là quà tất niên cho các cháu. Chúc mấy mẹ con ăn tết vui vẻ nhen.

Chị Lượng cảm ơn người bán hàng tốt bụng và vui vô cùng khi nghĩ đến niềm vui của các con. Chị nôn nả chạy mua thêm một phong pháo dài như đã hứa, để đốt cho vui nhà vui cửa, cũng có cái "gọi là tết" với hàng xóm, rồi tất tả về nhà.

Về đến đầu hẻm chưa kịp cua vào ngõ, chị đã thấy thằng Tí và con Na đứng chờ ở đấy. Vừa nhận ra dáng chị, hai đứa vui mừng chạy ùa ra, reo lên:

- Mẹ đã về, mẹ đã về!

- Sao không ở nhà phụ giúp anh mà ra đây vậy hai đứa?

- Dạ! Tụi con ra ngõ chờ mẹ. Mẹ có mua quần áo mới cho tụi con không mẹ? - Con Na lo lắng.

Chị chưa kịp trả lời con gái thì nghe tiếng thằng Lâm:

- Làm gì mà hai đứa chạy ra tít ngoài ngõ, không kịp cho mẹ vào nhà còn hỏi lia hỏi lịa vậy hở? Coi chừng ăn đòn bây giờ đó nghe.

Chị cười, giả lả:

- Kệ nó đi con, nôn nóng quá đấy mà. Vào nhà rồi mặc thử cho mẹ coi có vừa không?

Chị dựng chiếc xe đạp ngoài sân, rồi vào nhà giở bao đồ ra, đưa mỗi đứa một bộ cho các con mặc thử. Ba đứa chạy vào trong một lát bước ra. Đứa nào cũng mặc vừa khít như đo cắt hẳn hoi ở tiệm may vậy. Mấy mẹ con chị vui mừng, cười nói vui vẻ. Chị nghĩ, vậy là các con chị đã có đồ mới để chơi xuân, dù chỉ đi lòng vòng trong xóm hay xa lắm cũng chỉ vô ngã tư rồi về nhà mà thôi.

Chị cùng các con chuẩn bị cúng tất niên. Con Na, thằng Tí phụ lặt rau, gọt củ giúp mẹ. Lâm lo lau dọn nhà cửa, bàn ghế. Nó dùng chổi quét lên tường, lên trần nhà cho hết mạng nhện, rồi quét dọn lau nhà. Các con chị vừa phụ giúp mẹ, vừa ca hát như chim. Chị chợt cảm thấy dường như mùa xuân về sát bên cửa rồi, chỉ còn một chút nữa thôi là tràn vào nhà. Những khúc ca xuân rộn rã vang lên từ chiếc cassette của những nhà hàng xóm, càng giục giã thêm.

Ánh xuân tràn ngập khắp nơi, nhà nào cũng đơm hoa, chưng kiểng, trong không khí ấm áp. Một phút chạnh lòng, chị bỗng thấy mình nhỏ nhoi, cô đơn giữa dòng đời đầy sóng gió. Những lúc mỏi mệt chị cũng gắng hết sức để chèo chống, chị sợ con thuyền đời chị bị lật, thì các con chị không biết nương tựa vào đâu. Có lẽ các con chị là mùa xuân lớn nhất của đời chị.

Những tia nắng cuối năm vàng óng, sóng sánh màu mật, rồi chìm hẳn. Tiếng gọi hỏi thăm nhau đã chuẩn bị đầy đủ chưa của bà con hàng xóm, sao lòng chị lại thấy trống vắng, buồn hiu hắt. Chị nhìn lại bản thân mình, chỉ biết cặm cụi với bao công việc đầu tắt mặt tối, không nhớ ngày tháng trôi qua, không nhớ năm hết, tết đến đã bao lần? Chị lúi cúi bỏ than đã đỏ vào bàn ủi, để ủi đồ cho các con. Chị ủi thẳng thớm mấy bộ đồ mới mua treo lên móc cho các con, rồi chạy vào tủ lục lấy bộ đồ cũ của mình mang ra. Đã bao năm rồi, chị không có thêm một bộ đồ nào. Chiếc áo sơ mi trắng chị may năm năm trước đã sờn cổ, nhưng vẫn còn trắng tốt. Chị hài lòng với những gì mình có và chỉ ước sao cho được khỏe mạnh, để có thể kề cận bên các con, chăm lo cho chúng đến ngày trưởng thành.

Chị sắp những đôi dép mới của các con, bên dưới mỗi bộ quần áo của mỗi đứa. Chị treo chiếc áo sơ mi trắng bên ngoài chiếc quần đen đã bạc màu của chị lên móc áo, rồi lấy đôi dép sambo anh đã mua tặng chị nhân kỷ niệm năm năm ngày cưới để bên dưới như của các con. Nhìn đôi dép, chị lại nhớ anh quay quắt. Đôi dép đã sờn cũ, bạc màu thời gian, nhưng tình yêu chị dành cho anh sẽ không bao giờ phai nhạt.

Thắp xong nén nhang trên bàn thờ, thì chị nghe tiếng pháo nổ. Tiếng pháo râm ran từ xóm trên, lan dần đến trước ngõ nhà. Giao thừa đang đến. Năm mới đã bắt đầu. Nghĩ đến buổi sáng khi thức dậy, nhìn các con reo vui cùng bộ áo quần mới, tự dưng đôi mắt chị rưng rưng - một niềm hạnh phúc ùa về!

Tiểu Nguyệt

VŨ NGỌC GIAO
Lưu Ly Về Phố

Nắng chiều nhạt dần, loang mềm trên những cành mai vừa hé nụ. Chợ hoa ngày giáp Tết tấp nập, người mua từ các nơi nườm nượp đổ về, hối hả. Từ phía sông gió phần phật thổi về cuốn bụi tung mù mịt. Vài giọt nắng còn sót lại cũng vội tắt, nhường chỗ cho bầu trời xám xịt, mưa lác đác rơi trên những chiếc dù che rồi bất ngờ rào rào trút xuống. Người mua vội vã tìm chỗ trú, người bán nép vào những căn lều che tạm, ỉu xìu nhìn những cành đào phai kiều sa rũ xuống ướt sũng, những chậu mai vừa bung nụ cũng vội nhàu vì mưa roàm roạp quật vào. Duyên hối hả chạy đi căng bạt che cho cho mấy cành đào. Cô lo lắng nhìn bãi đất còn đầy hoa, mới vui vì sáng nay bán được vài chậu, chiều lại đổ mưa. Thời buổi khó khăn, sau cơn đại dịch nhà nào nhà nấy tập trung cho cái ăn còn khó, nói gì đến mua cành đào, chậu mai về chưng. Duyên nhìn sang bên kia đường, những chậu cúc vàng chở ra từ quê lên cũng rũ xuống trong mưa.

Mưa ầm ào một lúc rồi tạnh, người mua hoa lại nườm nượp chen chúc, Duyên uống vội ngụm nước lọc, chạy đi gỡ bạt che. Sau cơn mưa mọi thứ như được gột rửa sạch bong. Từ xa một cụ ông chầm chậm đi lại, chân ông run rẩy sau chiếc gậy khiến Duyên chú ý. Trong bộ quần áo nâu sồng, trông cụ chẳng liên quan gì đến thế giới đang ồn ào ngoài kia. Cụ đến bên cành đào phai to nhất ngước đôi mắt kèm nhèm ngắm nghía. Duyên chạy đến đon đả:

- Ông mua đào đi! - Cô mời mọc - Cành đào toàn nụ, ông xem này!

Ông cụ khẽ lắc đầu quay đi, Duyên chạy theo nài nỉ:

- Vậy ông mua hoa gì, con chọn cho, bãi con nhiều hoa nhất rồi, ông còn đi đâu nữa?!

Ông cụ quay lại, hấp háy đôi mắt nhìn những chậu đỗ quyên, bách hợp rực rỡ, hỏi:

- Cô có lưu ly không?

- Lưu ly ạ? Con không có... - Duyên ỉu xìu - Ngày Tết người ta không chưng lưu ly ông ơi, ông chưng đỗ quyên cho đẹp, con chọn cho, giá mềm nhất cho ông.

Ông cụ lại lắc đầu:

- Tôi không chưng hoa Tết, tôi mua lưu ly cho bà nhà tôi.

- Vâng! - Cô tiếc rẻ.

Ông cụ lững thững đi, bóng áo nâu lẫn vào dòng người vội vã, chào mời. Duyên nhìn theo, đôi vai ông gầy như rút lại dưới lần áo mỏng. "Ông nội nếu còn sống giờ cũng như ông" - Duyên thầm nghĩ, cô vội đuổi theo ông, "Ông chỉ nhà cho con đi, tìm được lưu ly con sẽ mang đến cho ông!". Ông cụ nhìn Duyên, đôi mắt mờ đục "Mấy ngày nay ông dạo hết rồi, không chỗ nào có lưu ly cả, con à!". Duyên vẫn sốt sắng, "Ông cứ cho con địa chỉ, con đi lùng, biết đâu...". Ông cụ đọc địa chỉ nhà cho Duyên, giọng khàn đặc, phải căng tai ra cô mới nghe được. Ông đi rồi cô còn lẩm nhẩm, "Số nhà... kiệt... đường...". Bóng ông hòa vào dòng người, khuất sau dãy phố cô còn đứng trông theo, bao dự định, bươn bả cho những ngày cuối năm bỗng rơi đâu hết cả. Cô bần thần, ở cái tuổi gần đất xa trời vẫn còn có người tìm những cánh hoa mang về cho người họ thương. Còn cô, một nơi để về cũng không, cha mẹ cũng không, một tổ ấm để sớm hôm vui vầy cũng không... Cô lặng nhìn những cánh đào phai sẫm dần trong chiều muộn.

Đêm sập xuống, ăn qua loa hộp cơm mua dưới phố, cô dặn thằng nhỏ phụ bán trông coi, vội vàng chạy xe ra ngoại thành. Hai bên đường cúc mâm xôi và vạn thọ còn la liệt. Bên ngọn đèn đường, một cụ ông lưng còng xuống cắm cúi viết thư pháp trên những tờ giấy điều trải dài. Cạnh đấy một cụ bà đon đả mời người qua đường mua bánh, những đòn bánh tét xếp đầy nhóc trên chiếc bàn gỗ, bánh gói chắc tay nhìn thật thích mắt. Duyên ghé vào mua giúp bà, bán được hai đòn bánh bà móm mém cười khoe, "Bánh bà gói ngon, con ăn thử, lần sau tìm bà mua hử!". Duyên cảm ơn bà rồi lặn lội vào các nhà vườn, cuối cùng cô cũng tìm được một chậu lưu ly. Chủ vườn ngạc nhiên vì ngày Tết chẳng ai chưng lưu ly mà cô cứ nằng nặc mua. Năm nào cũng vậy, gần Tết cô lại vào nhà vườn ở ngoại thành mua hoa lên phố bán. Cô để ý người có tiền sắm Tết cũng khác, họ luôn chọn chậu hoa đẹp nhất, trả tiền chẳng đắn đo. Người nghèo sắm Tết mới thấy nghèo là thứ đáng thương nhất trên đời. Họ ngắm nghía, họ tần ngần, họ quay đi rồi trở lại, đắn đo hồi lâu mới sẽ sàng chọn một chậu nho nhỏ.

Cột chậu lưu ly vào sau xe, Duyên chạy về. Thằng nhỏ thấy cô, mừng quýnh: "Khách quá trời chị ơi, một mình em bán không kịp!". Duyên phụ thằng nhỏ khiêng chậu mai cột vào xe cho người khách cuối cùng, cô nhìn đồng hồ cũng đã 11 giờ khuya. Phố thưa người. Nhìn những cánh hoa lưu ly nhạt nhòa dưới ánh đèn cô thầm nghĩ giờ này có lẽ ông bà đã ngủ.

oOo

Cành đào phai to nhất cuối cùng cũng đã có chủ, một chàng trai trẻ đi xa về mua cho mẹ. Cầm cành đào hồng rực, chàng trai vui sướng trả tiền, còn ý nhị đặt vào tay Duyên phong bao lì xì, "Cảm ơn chị, ăn Tết vui vẻ nha!" Chàng trai quay đi còn ngoái lại cười. Duyên tranh thủ cộng lại sổ sách, cứ tưởng cuối năm nay mua bán sẽ khó khăn nhưng rốt cuộc bán cũng hết, mai đã là ngày cuối năm, cô chỉ còn hơn mười chậu cúc. Nhìn những chậu cúc vàng cô sực nhớ chậu lưu ly. Giao thằng nhỏ trông coi, cô vội vàng chạy đi. Gần một tiếng đồng hồ cô mới tìm được nhà ông cụ. Căn nhà nằm sâu trong con ngõ cuối đường, phải khó khăn lắm cô mới len vào được con ngõ chật chội tấp nập người mua sắm trở về. Đến trước căn nhà tường vôi loang lổ, cánh cổng gỗ khép hờ bằng một sợi xích khóa, cô đứng đợi, thầm nghĩ có lẽ ông bà đi chợ Tết.

Con ngõ nhỏ sạch bong, nhà nào cũng sửa soạn đón Tết khá tinh tươm, những chậu cúc đặt trang trọng bên hiên, mùi trầm hương thoang thoảng bên mâm cúng cuối năm, mùi xào nấu thơm phức tỏa ra từ những căn bếp nhỏ. Giọt nắng chiều nhảy nhót rơi xuống chỗ cô ngồi, cô ngước nhìn kỹ hơn căn nhà của ông. Căn nhà cổ xưa dễ đến mấy mươi năm không sửa sang gì, mái lợp ngói vẩy đã sẫm màu, ẩm xịt, bên mảng tường tróc vôi bụi ngọc lan xanh um, điểm xuyết mấy bông hoa trăng trắng, bậc tam cấp cũ úa vàng dẫn lên ngôi nhà cũng rêu phong, cái sân lát gạch ô vuông nho nhỏ nhẵn thín, nâu bóng lên. Có tiếng lách cách mở cổng, một người đàn bà ở căn nhà kế bên dắt xe ra ngõ, Duyên nảy ra ý định gửi chậu hoa nhờ bà chuyển giúp cho ông. Người đàn bà vui vẻ nhận lời:

- Có lẽ ông cụ đi chợ hoa, năm nào cũng tìm mua hoa này! - Bà chỉ vào chậu lưu ly - Cô cứ để đó cụ về tôi nói lại cho.

Duyên cảm ơn bà, lên xe chạy đi, chợt nhớ ra điều gì, cô quay lại.

- À, cô nói ông giúp con, con gửi biếu bà, không tiền bạc gì đâu, để ông khỏi mất công quay lại chỗ con.

- Ủa? Bà nào? - Người đàn bà ngơ ngác.

- Dạ, là cụ bà nhà ông ạ! - Duyên trả lời.

- Ông cụ sống một mình, bà nhà ông mất hơn hai mươi năm nay rồi cô ạ!

Người đàn bà nói rồi vội vã đi khiến Duyên không kịp hỏi gì thêm. Những ngày cuối năm ai cũng vội, sực nhớ mấy chậu cúc còn chưa bán hết, cô cũng chạy về. Đến nơi đã thấy thằng nhỏ mặt mũi hí hửng:

- Trúng mánh chị ơi, có ông tới mua cho cơ quan, khen cúc đẹp nên mua luôn mười chậu, giờ còn nhiêu đây - Thằng nhỏ chỉ hai chậu cúc lưa thưa bông.

- Giỏi quá! Thôi em nghỉ về quê được rồi - Duyên vẫy thằng nhỏ lại gần đưa nó xấp tiền và giỏ bánh - Em cầm về đưa má, bánh chị mua cho mấy đứa nhỏ, còn cái này chị cho em tiêu Tết - Duyên dúi thêm vào túi nó mấy tờ năm trăm.

Thằng nhỏ rơm rớm nhìn Duyên, lí nhí cảm ơn rồi ra xe cột đồ về quê. Đi được một đoạn nó quay lại: "Hay năm nay chị về nhà em ăn Tết đi, má thấy chị về chắc vui lắm, chớ ở đây chị cũng có một mình". Duyên yên lặng nhìn những giọt nắng chiều, khe khẽ thở dài "Thôi em về đi, chị gửi lời thăm má". Giọng Duyên chùng lại thoảng trong gió.

Về nhà trọ đã nửa đêm, Duyên lôi sổ sách ra tính toán rồi thở phào, công việc buôn bán cuối năm vậy là thuận lợi. Ăn qua loa miếng bánh tét mua của bà cụ, cô tắt đèn đi nằm, trằn trọc hồi lâu vẫn không sao ngủ được. Cô miên man nghĩ đến cụ bà yêu hoa lưu ly lẩn khuất trong câu chuyện của ông. Sáng sớm cô ra chợ, chợ ngày cuối năm tấp nập, cô mua sắm vừa đủ cho ba ngày Tết, thêm gói mứt, cặp bánh chưng thắp hương cho ba mẹ. Rẽ qua góc phố thấy con bé ôm bó cát tường tim tím đứng co ro vì lạnh, nhìn thật thương, cô dừng lại mua. Về đến nhà, cắm cát tường vào bình, những bông hoa tím nhắc cô nhớ giàn đậu biếc ngày xưa ở nhà cũ, nhớ những giọt nước mắt ứa ra trong đôi mắt Danh ngày cô quyết định vào Nam. Giờ này có lẽ Danh đã tay bồng tay bế chứ chẳng thể đợi cô mãi, một đứa con gái mồ côi cha mẹ, lại nghèo xác xơ. Ngày cuối năm luôn chạm vào ký ức, kéo cô về những ngày tháng cũ. Ngày đó nghèo, đến cái Tết cũng thật giản đơn. Nồi bánh chưng ba thức thâu đêm canh lửa, khay mứt bí mẹ tự tay làm, có lần mải dọn dẹp mẹ quên, để quá lửa vậy mà cả nhà vẫn tấm tắc khen ngon. Cứ đến chiều cuối năm, ông nội lại mang mấy chậu vạn thọ từ ngoài vườn vào trịnh trọng đặt bên hiên, những bông hoa vàng sặc sỡ nồng đượm như mang cả mùa xuân vào nhà. Cô bé mười ba tuổi là cô, cứ thập thò nhìn vào tủ săm se, chỉ mong đêm qua thật mau để sáng mai được mặc bộ đồ mới. Ngày đó thiếu thốn nhưng sao cô vẫn thấy đủ đầy, ấm cúng, tiếng cười luôn rộn lên trong nhà nhỏ... Quá nhiều ký ức ùa về trong ngày cuối năm. Cô lặng đi vì nhớ...

Đặt bình cát tường lên bàn, cô lui ra xa ngắm nghía, màu tím phơn phớt dịu dàng trong nắng chiều chiếu qua song cửa, cô khẽ chạm vào những cánh hoa mong manh, nghe mùa Xuân đã về bên cửa sổ. Chợt nhớ đến ông cụ cô đã gặp, cũng sống một mình, cô bần thần nhìn những giọt nắng chiều nhảy múa bên hiên rồi đứng lên khoác áo ra phố. Phố chiều cuối năm sạch bong, thưa vắng, chốc chốc một chiếc xe máy vụt qua, cột phía sau chậu quất lúc lỉu. Quanh năm quen với dòng người tấp nập, bỗng chốc phố vắng ngắt cô thấy lòng như hụt hẫng.

Rẽ vào con ngõ, cô dừng trước căn nhà rêu phong. Ông cụ lúi húi cắt tỉa bên khóm ngọc lan, nghe tiếng xe ngẩng lên hấp háy mắt nhìn ra, nhận ra Duyên ông mừng rỡ dắt cô vào nhà. Bên trong căn nhà phảng phất mùi cổ xưa, chiếc sập gụ kê trong góc có lẽ cũng lâu đời, màu nâu gỗ bóng lên. Ông rót nước vối ra chiếc ly thủy tinh mời cô uống, kể chuyện hôm qua ông về thấy chậu lưu ly ở cổng, ông biết cô đã đến. Nói đoạn ông run run đến bên sập gụ lấy ra đĩa mứt hạt sen, "Con ăn đi, hồi còn bà cũng ưng mứt ni lắm!". Cô nhìn lên bức hình đen trắng lồng khung đặt trang trọng trên tủ gỗ, trong hình gương mặt người đàn bà ngoài năm mươi, đài các, dịu dàng, bên cạnh bình lưu ly được cắm thật khéo. "Bà nhà ông thích lưu ly từ hồi con gái, bà nói đó là loài hoa tượng trưng cho sự thủy chung, bà mất hơn hai mươi năm rồi nhưng năm nào ông cũng tìm lưu ly cho bà". Ông chầm chậm kể đột nhiên dừng lại quay sang cô, "Mà con buôn bán khổ cực, còn mua hoa cho ông làm chi?". Duyên cười, xòe bàn tay đầy nhóc mứt sen, "Ông cho con ăn mứt rồi đó thôi!". Ông đứng lên dắt cô ra hiên chỉ bụi ngọc lan, "Bà cũng ưng mùi ngọc lan lắm, bụi ngọc lan ông trồng từ hồi còn bà để sáng nào ngủ dậy mở cửa sổ bà cũng ngửi thấy hương hoa". Gương mặt ông tư lự như đang sống lại với ký ức xa xưa. Duyên khẽ khàng ngồi xuống bên ông trên bậc cấp rêu phong, nghe ông rì rầm kể, chuyện ngày xưa ông gặp bà, rồi yêu, ngày bà đi xa mãi ông ngỡ mình cũng đi theo. "Khi về già thì thứ nhiều nhất trên đời là nỗi buồn, con à!", ông thủ thỉ. Cô nhìn qua thấy dưới mi mắt ông những giọt nước đọng lại như sương, trên mái đầu được búi gọn sau gáy, những sợi tóc bạc mỏng manh lơ thơ khẽ rung lên. "Hơn hai mươi năm rồi, ông vẫn ở đây, không muốn bán đi căn nhà này". Giọng ông chùng lại, "Cũng bên bậc thềm này chiều cuối năm nào bà cũng soạn mâm cơm cúng trời đất, rồi bà cùng ông ngồi đây đến giao thừa, ông và bà uống trà, nhấm mứt sen... Mới đó đã hơn hai mươi năm..." Giọng ông trở nên nghèn nghẹn, xa xăm.

Duyên nhìn sang, trên gương mặt úa nhàu của ông như có một màn sương mỏng manh giăng ngang. Chợt ông quay sang hỏi, "Con có nghe mùi ngọc lan thoảng qua không?". Không đợi cô trả lời, ông lập cập đứng lên mở toang cánh cửa, gió ùa vào mang theo mùi cỏ cây từ mảnh vườn nhỏ sau nhà. Duyên nghe mắt cay cay, cảm giác ấm áp, bình yên cũng theo gió ùa vào lòng cô. Bao lâu rồi, cô mới bắt gặp lại cảm xúc này, kể từ ngày ba mẹ ra đi, mang theo niềm hạnh phúc của cô về thế giới bên kia, để cô ở lại trơ trọi, từ ngày đó cô đã mất một nơi nương náu bình yên. Những ngày tháng đó, vừa chập chững vào đời cô đã phải sống cùng bóng đêm và sự e ngại, rụt rè khi một mình trong căn nhà vắng. Đôi khi chợt quay đầu nhìn lại, nỗi sợ hãi vẫn còn trong sâu thẳm đến ám ảnh.

Chiều cuối năm gió lạnh chợt len lỏi về trên phố, len cả vào con ngõ nhỏ, Duyên so vai trong chiếc áo khoác mỏng, nhón tay lấy một hạt sen nhấm nháp, nghe vị ngọt tan dần trên đầu lưỡi. Trong con ngõ râm ran tiếng gọi nhau, tiếng lanh canh cụng ly chúc tụng ngày cuối năm. Thời khắc này ai cũng nghĩ đến chuyện yêu thương, sum vầy. Thoảng trong gió chiều mùi bánh chưng nhà ai vừa vớt, mùi trầm hương và cả mùi mứt gừng đương sôi trên bếp, thơm lừng cả con hẻm nhỏ. Những cánh ngọc lan bên ô cửa nở bung, khoe những nụ mầm mới nhú. Bên bậc tam cấp cũ úa vàng, ông cụ gục đầu lặng yên trong tiếng chuông gió leng keng, trong nỗi nhớ thương những ngày tháng cũ. Đâu đây bản nhạc xuân xưa cũ da diết cất lên *Xuân đi rồi xuân đến cho nhân gian đầy lưu luyến...* Bất chợt ông ngẩng lên nhìn cô, ánh mắt ấm áp, thân thương: "Con à, từ nay cuối tuần về đây ăn với ông bữa cơm". Cô rưng rưng nhìn ông, chợt thấy mình như được trở lại thuở ấu thơ, trong căn nhà cũ chiều cuối năm khói bay lên từ gian bếp nhỏ. Cô khẽ gật đầu nhoẻn miệng cười nhìn ông, "Ông cháu mình làm mâm cơm cúng cuối năm đi! Giờ con vào bếp xem thiếu gì còn chạy ù ra chợ". Ông cụ sực nhớ, lập cập đứng lên theo cô vào bếp.

Ngoài kia đất trời cũng đang lặng lẽ vào Xuân...

Vũ Ngọc Giao

HOÀNG QUÂN
TẶNG VẬT MÙA XUÂN

Nàng áp điện thoại sát tai, lắng nghe. Tiếng Hường rộn ràng:

- Ê, bữa nay tao có tin hấp dẫn cho mày nè.

Gọi miễn phí qua *messenger*, may rủi lắm. Thì vậy, người ta đã chẳng nói, của rẻ là của ôi sao. Mà đây lại là của không tốn tiền, nghe tiếng được, tiếng mất cũng hợp lý thôi. Với nàng, và có lẽ với cả nhỏ bạn, nghe rõ hay không rõ, chẳng quan trọng. Hai đứa chỉ cần nhắc đến chữ ngày xưa, hồi đó... là lòng tràn ngập niềm vui. Lắm khi cả hai cùng nhận ra, mình kể câu chuyện đã năm bảy lần, mà nghe lại, vẫn cứ xuýt xoa: "Ôi, sao vui quá, sao đẹp quá."

- Mày nhớ anh Nguyên bạn anh Hưng tao không? Hồi đó, anh Nguyên trụ trì nhà tao thường lắm.

Suýt nữa, nàng đã buột miệng: "Nhớ! Chứ sao không nhớ!" Gần nửa thế kỷ rồi, mà giờ đây, nhắc tên Nguyên, trong trí nàng hiện lên hình ảnh nhà Hường, êm đềm, thân thiết. Lệ thường, khi nàng đến, Hường lôi tuồn tuột nàng vào phòng học. Ngang qua phòng khách, "giang sơn" của bạn bè anh Hưng, nàng liến thoắng chào hỏi các anh. Nhưng khi nghe giọng nói trầm ấm của anh Nguyên: "Chào cô bé", nàng quýnh quáng, ngượng nghịu, líu ríu theo chân Hường, chẳng dám ngước nhìn, đáp chào anh. Lần ấy, nàng đến chơi, Hường vắng nhà. Chỉ có anh Hưng và các bạn đang tụ tập. Anh Hưng vui vẻ: "Hường theo Má anh đi công chuyện, chắc sắp về tới rồi". Anh Nguyên đứng dậy, nhường ghế, ân cần: "Cô bé ngồi đây với tụi anh nha". Nàng bối rối, vẫn đứng xớ rớ, nói lí nhí trong miệng: "Dạ, dạ". Tiếng anh Nguyên nghe như rất gần bên tai nàng: "Cô bé biết không? Thi sĩ Nguyên Sa ngâm nga thế này: *Em gầy như liễu trong thơ cổ/ Anh bỏ trường thi lúc thịnh Đường.* Tuyệt vời! Phải không cô bé?" Nàng luống cuống cúi đầu, mặt mũi nóng ran, nhìn trân trối sàn nhà. Nghe tiếng Hường lao xao ngoài cổng, nàng mừng rỡ, phóng chạy ra với bạn.

Tiếng Hường ríu rít, kéo nàng khỏi dòng hồi tưởng:

- Ui, ui, chuyện dài ngoằng, từ đông sang tây, từ thế kỷ 20 qua thế kỷ 21. Đây, đây, mày nói chuyện với Nam nha.

Nàng chạy theo lời huyên thuyên của Hường muốn hụt hơi. Nàng hỏi với:

- Nam nào vậy hả? Học chung với tụi mình năm nào?

Hường cười ha ha:

- Bạn học đâu nà. Nam là thằng Tí Anh, em kế tao đó.

Ô, nàng nhớ rồi. Hường hơn nàng hai tuổi, nhưng bị học trễ. Bạn bè cùng lớp, coi như bình đẳng, mày tao mi tớ thoải mái. Hồi đó, nàng đã nhổ giò, cao suýt soát Hường, nhưng ốm nhách, ốm nhom. Tí Anh cùng tuổi nàng, học ngang lớp nhưng khác trường. Hường "ép" Tí Anh gọi nàng là chị, vì nàng là bạn của Hường. Tí Anh, theo lệnh của chị, dạ thưa kính cẩn. Nhưng nàng ngại, gặp Tí Anh, nàng chỉ nói trống không, chả xưng, mà cũng chẳng hô. Có tiếng lịch kịch. Có lẽ Hường trao điện thoại cho Nam.

- Chị Thi ơi, Nam đây nè.

Trong trí nàng lờ mờ hình ảnh "cậu em" lém lỉnh, hiếu động nàng gặp những lần đến nhà Hường chơi. Kỷ niệm với Nam lại là kỷ niệm sầu. Lần đó, Nam hát ông ổng theo *radio: "Thi ơi Thi ơi Thi Thi có biết không Thi",* rồi cười toe toét: "Ông nhạc sĩ viết bài hát này tặng chị Thi hả?" Nàng tức lắm, mím môi, không thèm trả lời. Nam thấy mặt "quặm xà mâu" của nàng, rét quá, giả lả: "Giỡn chút thôi mà".

Vài phút đầu, nàng hơi ngỡ ngàng. Nhưng Nam đã nhanh chóng vẽ đường cho nàng, trở về không gian thị xã của thế kỷ trước. Nam kể chuyện như thể Nam là một người bạn thân trong nhóm bạn học của nàng. Lần tái ngộ trên điện thoại với Nam sau mấy chục năm đã mở màn cho những buổi chuyện trò "cháy máy" giữa nàng và Nam. Trong tuần, ở Âu châu, nàng đi làm về, bên Việt Nam đã nửa đêm. Thứ Bảy, nàng bận rộn với những sinh hoạt cộng đồng. Bởi thế, nàng phải chờ đến Chủ Nhật, mong Nam có thể thu xếp thì giờ, ôn chuyện xưa với nàng.

*   *   *

Mẹ Hường rất quý bạn bè của con cái, nhất là bạn người con cả. Bởi thế, nhà Hường ngày đó là trụ sở của nhóm bạn anh Hưng. Thi là bạn thân của Hường. Ở trường, hai đứa ngồi sát nhau. Cuối tuần, nếu gia đình Thi không đi chơi xa, Thi xin phép lên nhà Hường. Hai đứa vừa rù rì chuyện trò, vừa tỉ mỉ làm đồ chơi thủ công. Khi dùng tăm gỗ ghép thành nhà sàn, cầu tre. Lúc xếp giấy thành hình chim cò. Anh Nguyên hay hỏi Hường về Thi. Hường đoán, anh ấy muốn làm quen với chị Quỳnh, chị của Thi. Một hôm, anh Nguyên đưa Hường một tờ giấy, nhờ Hường chuyển cho Thi. Hường hỏi gặng:

- Em biểu con Thi đưa tờ giấy này cho chị Quỳnh hả?

Anh Nguyên lắc đầu nguầy nguậy:

- Sao lại đưa chị Quỳnh! Anh gửi Thi mà.

Hường thấy khó hiểu ghê. Chị Quỳnh yếu điệu thục nữ, xinh ơi là xinh. Chị bằng tuổi anh, cũng học ban C, mới xứng đôi, vừa lứa với anh chứ. Hường cười hí hí:

-Trời ơi, nhỏ Thi nó còn nít chay hà. Anh Nguyên biết hông, lớp Chín tụi em, con gái mặc áo dài hết trọi trơn. Chỉ mình nó và con Diệp còn mặc áo đầm đi học.

Anh Nguyên chẳng quan tâm thông tin đặc biệt Hường vừa cung cấp, vỗ vỗ vai Hường:

- Giúp anh nhen. Mai đi học, đưa thư này cho Thi. Nhớ để ý, đừng cho các bạn khác thấy.

Hường bỗng thấy mình quan trọng:

- Anh yên tâm. Em sẽ bí mật nhét vào cặp của nó.

Nhìn tờ giấy gấp đôi, Hường cầm lòng không đậu, liếc sơ sơ vào: một bài thơ. Anh Nguyên ghi phía trên: "Gửi T", phía dưới anh ký mỗi chữ "N". Hường không dám liếc thêm. Định bụng, khi đưa Thi, sẽ xin đọc ké. Lúc đó, mẹ Hường gọi vào nhà bếp nhờ làm gì đó. Hường để vội tờ thư nơi bàn học, trên mấy cuốn vở của Hường. Hường quên bẵng sứ mệnh anh Nguyên giao phó. Đến tối, chuẩn bị sách vở, Hường sực nhớ đến tờ thư. Hường tìm khắp nhà. Tờ thư không cánh mà bay mất tiêu. Hường tức mình quá trời. Hổng lẽ ma giấu. Gặp anh Nguyên, Hường lơ lơ, đâu dám kể lỗi của mình. Gặp Thi, Hường nín thinh. Hường tự nhủ, có đưa cho Thi, con nhỏ khờ khờ, đọc bài thơ, chắc gì đã hiểu. Hường nghe kể, anh Nguyên làm thơ hay lắm. Bởi thế, Hường tiếc, chỉ mới thấy tựa bài thơ *Tặng vật mùa xuân*, chứ chưa đọc được câu nào. Anh Nguyên tưởng Hường đưa thư, mà Thi chẳng có phản ứng. Cho nên, gặp Hường, anh không hỏi về tờ thư. Anh cũng thôi hỏi Hường về Thi. Chuyện tờ thư trở thành chuyện nhỏ, Hường mau chóng quên luôn. Sau tết Nguyên Đán 1975, chiến cuộc ngày càng nóng bỏng. Gia đình Thi vội vã rời thị xã trước khi cơn lốc đổi đời chụp xuống miền Nam. Thi chẳng kịp gặp Hường từ giã. Hai đứa mất liên lạc mấy thập niên. Cách đây không lâu, nhờ *internet*, bạn bè tìm được nhau. Gia đình Hường ở Việt Nam. Cả nhà Thi sang Đức vài chục năm. Ai nấy giờ đây tóc đã phai màu, con cháu đầy đàn. Thế mà, mỗi lần họp mặt, đề tài ngày xưa lúc nào cũng sôi nổi. Nam dặn, nếu Thi về Việt Nam, nhớ cho Nam gặp. Nam sẽ bật mí một bí mật ngày xưa. Hường thắc mắc:

- Sao phải chờ chi lâu vậy? Chị gọi điện thoại Thi đều đều.

- Ủa, vậy à. Lần sau chị gọi chị Thi, cho em nói chuyện với chỉ nghe.

Nhớ chuyện hồi xưa, Nam áy náy lắm. Ngày đó, Nam thấy tờ giấy rơi xuống cạnh bàn học. Nam nhặt lên, táy máy mở ra đọc: Ồ! Một bài thơ. Người nhận không phải chị Hường. Mà người gửi chả là anh Hưng. Ba Má chắc chắn chẳng liên quan gì đến chuyện này. Thế thì tại sao có tờ thơ ở nhà mình nhỉ. Mình sẽ trổ tài thám tử, tìm tông tích của tờ thơ. Điều làm Nam thích thú là người gửi ký tên N. Nam xếp nhỏ tờ thơ, nhét vào túi áo, trèo lên cây ổi sau vườn, vừa nhâm nhi trái ổi, vừa đọc bài thơ. *Nắng rất nhẹ cho em hồng đôi má/ Trời vào xuân màu lá rất tinh khôi.* Điểm môn Việt Văn của Nam quanh quẩn mức trung bình. Tuy vậy, Nam rất thích thơ văn. Nam ngưỡng mộ anh Hưng và bạn bè của anh. Các anh là dân ban C, văn chương lai láng. *Em ngậm chồi lộc mới giữa đôi môi/ Cười khe khẽ bên anh chiều hút bóng.* Nhẹ nhàng, mướt mát. Nam thích bài thơ. Đột nhiên, Nam có sáng kiến. Nam sẽ chấm điểm mấy con nhỏ học cùng lớp có tên bắt đầu bằng mẫu tự T. Nhỏ nào đủ điểm, Nam sẽ đĩnh đạc tặng tờ thơ. Danh chính, ngôn thuận. Thuở ấy chưa có điện thoại cầm tay. Máy chụp hình, máy *photocopy* chỉ dành cho việc lớn. Nam giữ tờ giấy có bài thơ một thời gian. Nam bỏ ý định làm thám tử tìm tác giả tờ thơ. Mấy con bé Nam thích, tên chẳng bắt đầu bằng T. Con Trinh, xinh xắn nhưng lanh chanh và hung dữ. Nam ngán nó lắm. Tặng nó bài thơ, lỡ nó không thích, đọc oang oang cho cả lớp nghe, mất mặt bầu cua. Chưa kể, rủi khi tác giả thật lộ mặt, Nam thêm tội đạo chích. Tờ thơ lạc mất hồi nào Nam không biết. Chẳng sao! Nam đã thuộc lòng bài thơ rồi. Nam định bụng, khi nào muốn tặng ai, chép lại, cũng bắt chước tác giả, ghi vắn tắt: Gửi A, B, C gì đó và ký N. Như vậy, có vẻ vừa kỳ bí, vừa nghệ sĩ. Thế mà, suốt những năm trung học, Nam chưa gặp được cô nào xứng đáng với bài thơ. Một hôm, nhóm bạn bè anh Hưng quây quần ở phòng khách như thường lệ. Nam tự nguyện lăng xăng chờ các anh sai vặt, để được nghe lóm lời thơ, tiếng nhạc. Tiếng anh Nguyên khe khẽ: "*Bàn tay trên mái tóc bâng khuâng/ Lắng nghe em tình khúc mùa xuân...*" Nam giật bắn người, lấm lét ngó anh Nguyên. Anh Nguyên dường như chẳng nhìn ai, chỉ lim dim: "*Một chút nắng cũng làm nên thương nhớ/ Một chớp mắt cũng làm nên mong đợi...*" Anh Nguyên đã đọc xong câu cuối bài thơ. Anh Hưng lên tiếng:

- Mày viết bài thơ này tặng...

Anh Hưng chưa dứt câu hỏi, anh Nguyên đã gật đầu.

- Con bé có nói gì không?

Anh Nguyên đưa điếu thuốc lên môi, lắc đầu. Nam chợt nhận ra, mình u mê thiệt. Mình phải biết anh Nguyên là tác giả tờ thơ chứ. Và T phải là chị Thi chứ. Tội mình lớn quá. Giờ phải làm sao đây. Phải thú tội với anh Nguyên, xin anh ấy viết lại. Mình sẽ tự tay đưa chị Thi. Mình sẽ hết lời ca ngợi anh Nguyên để chị ấy xiêu lòng. Ô, sao lâu nay không thấy chị Thi đến chơi nữa. Nam tính toán lung lắm, nhưng vẫn chưa tìm ra cách thoát thân. Nam hỏi chị Hường, bao giờ chị Thi đến chơi. Chị Hường buồn buồn:

- Gia đình Thi đã dọn đi rồi. Bất ngờ lắm, chị chẳng biết nhà nó đi đâu.

Thôi, vậy là Nam chẳng còn dịp chuộc tội. Thời gian sau đó là tan tác, thống khổ. Gia đình Nam gồng gánh bỏ thị xã, đi làm rẫy, làm nương. Hơn hai mươi năm sau, Nam tình cờ gặp lại anh Nguyên. Anh em chuyện trò thật lâu. Nam nhắc những ngày tháng cũ, nhắc bài thơ, nhắc đến tội tày trời, kể luôn ý định đoái công chuộc tội của mình. Anh Nguyên cười độ lượng:

- Không sao đâu Nam. Vậy mà hay! Có nghĩa là thuở ấy Thi không từ chối tặng vật mùa xuân của anh. Ngày xưa dễ thương quá hả Nam.

Anh Nguyên nhẩn nha: *"Hồn ấm lại những ngày thơ mộng cũ..."* Nam tiếp lời: *"Trong quên lãng một đóa hồng hé nụ..."* Khuôn mặt buồn buồn của anh Nguyên vui hẳn.

- Ô, bao nhiêu năm mà em còn thuộc bài thơ à?

Ngày ấy, điện thoại, *internet* chưa phổ biến. Chia tay nhau, hai anh em chẳng trao đổi địa chỉ liên lạc, bởi cả hai cùng nghĩ, nếu có duyên sẽ gặp lại.

oOo

Nam xuống giọng:

- Anh Nguyên đã tha tội cho Nam. Bây giờ chị cũng xá tội cho Nam nhé.

Tiếng Nam xen lẫn với tiếng sột soạt nhiễu sóng: *"Hạnh phúc này có thật ở quanh đây/ Giản dị như tay đã nắm trong tay..."* Nàng vội cắt ngang:

- Nam ơi, đường dây tệ quá. Nghe chữ được, chữ mất. Với lại, đọc nhanh như vậy, làm sao nhớ hết. Nam chịu khó chép ra nha.

Nàng đọc thầm những câu thơ Nam vừa gửi vào *email*: *"Những rung động trong ngực thầm chan chứa/ Xin trao em làm tặng vật mùa xuân"*. Nàng nhìn xuống sân, mấy chục củ hoa uất kim hương nàng cặm cụi ươm trồng theo hình trái tim hồi cuối thu năm ngoái, bây giờ xúm xít bên nhau. Trái tim hoa dần rõ nét trên vạt cỏ xanh. Cám ơn người ngày xưa đã gói món quà xuân tặng nàng. Cám ơn người ngày nay đã mang món quà xuân đến cho nàng. Nàng ngước lên, chờ đón ánh nắng xuân, lòng lâng lâng niềm vui khó tả. Xuân đang về, với nhân gian, với nàng.

Hoàng Quân
Tháng Mười 2022

Những câu thơ, nhạc trích trong:
Tặng vật mùa xuân, nhà thơ Trầm Thụy Du.
Em gầy như liễu trong thơ cổ, nhà thơ Nguyên Sa
Chuyện tình người trinh nữ tên Thi, nhạc sĩ Hoàng Thi Thơ

NGUYỄN THIÊN NGA
CHÚT HƯƠNG XUÂN

Như mọi người, em cũng nao nức đón Xuân về. Mấy hôm nay, em đã biết nghe lòng rộn rã. Chút nắng xuân e ấp bên thềm nhà cũng chợt làm hồng thêm đôi má. Chút gió đi ngang cửa cũng vòng tay ôm ngang vai gầy nhắc nhớ hương xuân...

Hương xuân nồng nàn từ mùi hương cúng tất niên, tân niên xoay vòng các nhà trong phố. Mỗi con đường nơi em ở trồng các loài hoa khác nhau và ngan ngát mùi thật riêng. Hàng hoa sữa hương đậm hồn Hà Nội trước nhà em đã tan vào mây trời từ độ nào. Hàng phượng hồng cũng gửi hương vào hạ. Vâng, bây giờ chỉ còn mênh mang chút dịu dàng cao nguyên từ Mai Anh Đào đang khoe sắc thắm. Hương xuân từ đó lan tỏa, hồn xuân từ đó níu chân ai...

Xin cho em được mơ màng, khi tần ngần đứng ngắm Mai Anh Đào thắm hồng như đôi má em độ ấy...

Bao nhiêu xuân rồi nhỉ? Em không còn nhớ nữa.

Rồi "bỗng dưng muốn khóc", khi nghe một bài hát nhắc đến Xuân của Nhạc sĩ Vũ Thành An:

"Anh đến thăm em đêm ba mươi
còn đêm nào vui bằng đêm ba mươi
anh nói với người phu quét đường
xin chiếc lá vàng làm bằng chứng yêu em."

Chiếc lá từng du du trong tình ca của nắng, bất chợt xoay tròn, rơi nghiêng chao đảo rồi lại gượng dậy trong nụ hôn chiều tím.

Một ngày, lá theo mùa bay mãi vào miền miên viễn. Chiếc lá vàng làm bằng chứng cho tình yêu đã bay đi nên tình cũng khuất xa tầm tay. Thế thôi.

oOo

Rồi những ngày xuân tươi rộn ràng cũng sẽ qua đi. Hương xuân vương lại trên nét môi cười, khóe mắt hiền như màu trời.

Gió xuân sẽ làm tóc em bay trong chiều chơi vơi. Nâng đôi tay em níu lấy gió trời, nhờ cuốn đi chút hiu quạnh còn náu mãi trong hồn nhiều u uẩn.

Biết chắc rằng Xuân sẽ khép đôi tà áo đẹp cho ai chút ngẩn ngơ tiếc nuối và Hạ đợi chờ để đem những cơn mưa buồn miên man về với phố núi. Biết chắc những niềm vui sẽ qua mau như một giấc mơ hồng, em ảo mộng giữ lại chút màu xuân bên thềm rêu đá cũ.

Vâng, em vẫn muốn giữ lấy chút xuân phai, giữ lấy tình yêu đang hiện hữu và khao khát lắm một hoàng hôn ấm nắng xuân nồng...

Đành thôi, níu giữ chút hương xuân để khi buồn nghe lòng mình có tết ...

Nguyễn Thiên Nga

LETAMANH
Tết Đầu Tiên Trên Đất Hoa Kỳ

Mỗi độ xuân về, gia đình chúng tôi thường nhắc đến một kỷ niệm khó quên về đêm Giao Thừa, Tết năm Tân Mùi, 1991, trên đất Hoa Kỳ. Số là, chúng tôi, gồm có hai vợ chồng và ba đứa con qua Mỹ theo diện HO, tính đến Tết Tân Mùi là khoảng tám tháng. Khi bước chân đến phi trường Los Angeles, thằng con lớn được hai chục tuổi đúng, đứa con gái kề mười tám, thằng con út mười bảy tuổi rưỡi... Cả năm người, không ai biết tiếng Anh, ngoài tôi, nói bập bẹ vài câu xã giao! Chúng tôi xuống phi cơ, cũng cùng lúc gặp không biết bao nhiêu chuyện đáng nhớ, đáng ghi vào "gia sử" những kỳ tích về đủ mọi chuyện chúng tôi phải đối diện và xử thế!

Chuyện kể dưới đây bó gọn trong dịp Tết Tân Mùi, 1991. Đây là một trong những nét tiêu biểu mà, gia đình chúng tôi gặp phải trong lúc vừa học hỏi cách đi, cách đứng, kiểu ngồi theo văn hóa xứ người. Nó biểu hiện bài học ông cha để lại là: "... Nhập gia tùy tục - Nhập giang tùy khúc - Đáo xứ tùy thân...". Hồi đó chúng tôi cố sức bỏ hết thì giờ những ngày đầu tiên này, để đi học Anh Văn (ESL). Nhưng tiền chính phủ cho để hội nhập lúc ban đầu quá ít ỏi đối với tiền mướn nhà và các chi phí khác, nên cha con chúng tôi ghi danh vào nghề giao báo cho tờ OC-Register. Vợ tôi thì lãnh phần may vá trong một shop may quen...

Lúc mới chân ướt chân ráo đến Quận Cam, người hàng xóm làm mối cho tôi mua một chiếc xe Honda con cóc đời 1956, giá là 300 đô la. Vì ham rẻ, theo lời người mai mối, nên tôi ôm chiếc xe vừa chảy nhớt, muốn chạy thì nổ máy, làm biếng thì nó im lìm không chịu lên tiếng. Nhưng đã lỡ bỏ một số tiền lớn mua, thì phải ngậm bồ hòn làm ngọt. Hồi đó 300 đồng đô đối với chúng tôi là một số tiền to lắm! Thằng bạn cùng ở tù miền Bắc, đi HO1 đầu năm 1990, có cha mẹ và bà con qua Mỹ năm 1975... Khi chúng tôi gặp, gia đình nó đã có một tiệm nhận quần áo giặt ủi ở góc đường Garden Grove-Euclid. Thấy chúng tôi ôm chiếc xe con cóc cũ mà nhỏ xíu không làm gì được, nó tặng tôi một chiếc xe Mỹ hiệu Buick đời 1960 còn chạy tốt, bốn cửa, to tổ chảng, uống xăng như uống nước!

Cha con tôi mừng quá lái về chùi rửa cả buổi chiều. Khi nào chúng tôi lái chiếc xe này ra đường hay leo lên xa lộ là những xe đẹp, đắt tiền đều tìm đường tránh xa. Chúng tôi không khỏi thắc mắc, về sau có người biết chuyện, cười diễn giải rằng, "Nếu nó lái gần xe của mày, lỡ mày cọ quẹt, thì nó làm sao? Chỉ khóc trừ..." Mà thật vậy, hồi đó không có cần bảo hiểm gì ráo cũng lái xe chạy phoong phoong trên đường mà cảnh sát không làm gì được. Mãi đến mấy năm sau này mới có luật bắt buộc mua bảo hiểm. Vừa thoạt trông, chiếc xe thằng bạn tôi cho, giống như con trâu nước. Nhờ con trâu nước này mà chúng tôi mới ghi tên "Deliver" cho báo OC-Register!

Cha con chồng vợ năm người chúng tôi, buổi tối đi học ESL ở trường Lincoln góc Garden Grove và Euclid. Thức dậy lúc 2:00 AM lái xe đến sở làm. Khu vực bỏ báo của chúng tôi bao gồm các con đường Harbor-Lampson-Garden Grove-Euclid. Khu vực này khá nhiều nhà giàu và khó tính. Bỏ báo xong khoảng 5:00 AM là phải thu quân về ăn uống chút đỉnh rồi ai có bổn phận nấy. Ba đứa trẻ thì đạp xe đến Golden West College trên đường Golden West. Nhà chúng tôi ở là một căn hai phòng apartment trên đường Trask và Harbor.

Khi mấy đứa con đã đạp xe đến trường thì tôi lái chiếc xe Honda con cóc đưa vợ đến shop may tọa lạc trên đường Trask và

Hoover. Thời kỳ này là thời kỳ nghề may vá ở các shop may người Việt làm chủ cũng khá bận rộn và được mùa. Trong lòng chúng tôi muốn dành tiền may và tiền đi bỏ báo mua một chiếc xe máy lạnh máy sưởi cỡ ba bốn ngàn gì đó. Chiếc xe "chùa" hiệu Buick hiện tại dềnh dàng nhưng mùa hè và mùa đông là chịu chết vì tất cả phương tiện điều chỉnh nóng lạnh đã tê liệt! Chiếc xe con cóc thì chỉ còn chờ ngày bán vào chỗ mua xe cũ. Tính toán là một chuyện mà thực tế thì ôi thôi vô cùng nhiêu khê!

Một hôm, tôi về nhà bất thình lình, thấy cửa trước cửa sau mở ra toang hoác, phía bên trong bị lục khắp nơi. Tấm nệm vợ chồng tôi ngủ bị dựng lên, vết dao rạch và bông gòn bên trong tung tóe khắp nhà! Biết là bị trộm, nhưng không biết chúng lấy được gì không! Tôi chụp phôn gọi vợ đang cắm đầu với chiếc máy may bên kia đầu dây:

- Em ơi! Nhà có trộm!

- Trời! Em để tiền trong nệm, phía trong... ở giữa!

- Nệm bị rạch nát hết. Chắc là chúng lấy tiền mất rồi, mà em giấu bao nhiêu?

- Hai nghìn rưỡi bảy chục đô.

- Thôi chết rồi, không còn một cắc...

Tôi nghe vợ tôi khóc òa trong phôn... Lúc đang nói chuyện với vợ tôi thì mấy đứa con đạp xe về. Thằng lớn làm ra vẻ hiểu biết, giựt phôn trên tay tôi bấm 911. Nó dùng hết vốn Anh ngữ vừa học được mấy tháng nay kể vụ trộm với cảnh sát. Nói xong nó bảo tôi ra ngoài để cảnh sát đến điều tra. Tôi ngồi ở ghế sopha như kẻ mất hồn. Vốn liếng mấy tháng nhịn ăn nhịn mặc để dành đã thành mây khói. Giấc mơ làm lại cuộc đời ở xứ tự do, không bị bức ép... trong tôi tiêu ra nước! Ý nghĩ xấu về cuộc đời dành cho gia đình tôi lại chập chờn ẩn hiện. Kể từ khi lên phi cơ bỏ nước ra đi, chúng tôi đều ước mong cuộc sống của mình sẽ thay đổi theo chiều hướng tốt đẹp. Tôi đã từng tuyên bố với mấy đứa con lúc đặt chân đến Hoa Kỳ rằng, nhà mình vừa trúng số độc đắc. Thế mà sau mấy tháng trời chăm chỉ học hành, chăm chỉ tạo sự nghiệp, mới dành dụm được chừng ấy tiền đã bị chúng canh chừng cướp mất... Đang suy nghĩ miên man, không nhớ là mình đang ngồi bao lâu thì, nghe tiếng lên đạn của súng. Giật mình quay lại thấy viên cảnh sát núp ngoài cửa chĩa súng vào người tôi. Phản ứng nhanh là giơ cao hai tay lên trời, tôi bập bẹ vài tiếng Anh:

- What are you doing?
- ....

Không hiểu cảnh sát trả lời tôi những gì, tôi nói thêm:
- I lost money...
- ....

Thằng con tôi chạy vào nói với cảnh sát, đại ý nó chỉ vào tôi là cha nó, là chủ nhà chứ không phải trộm. Cảnh sát bèn gài súng vào lưng, ra lệnh cho tôi ra khỏi nhà. Hắn quan sát các nơi và hỏi bị mất bao nhiêu tiền, tiền để chỗ nào... Cuối cùng họ làm biên bản và khuyên chúng tôi nên gởi tiền vào ngân hàng, đừng giấu trong nhà! Thế là gọi cảnh sát để nghe lời khuyên, tiền thì cũng mất toi rồi...

Không biết ngành cảnh sát Mỹ huấn luyện cái kiểu gì chứ tôi ngao ngán nghĩ rằng: Trộm nó vào nhà lấy tiền của người ta xong là dông tuốt, cao chạy xa bay, chứ có thằng trộm nào ngu lấy tiền rồi ngồi sofa chờ cảnh sát tới! Bày đặt lên đạn, núp ngoài cửa hù người mất của...

Vợ tôi được người bạn đưa về khóc tiếc của. Trông nàng thiểu não như lúc ra thăm tôi ở tù ngoài Bắc Việt. Ngày đó, nàng cũng cái dáng ốm o tiều tụy như thế này, mặc bộ bà ba, chân thấp chân cao dẫn theo thằng con út để nó thấy mặt cha, sợ rằng mai kia mốt nọ cha nó có bề gì nó sẽ còn nhớ trong trí óc hình ảnh người sanh ra nó! Vợ tôi chạy vào phòng lục lại cái nệm rách, hy vọng tiền còn nằm đâu đó; vừa kiếm tìm, vừa than thân trách phận. Không biết lúc ra khỏi nhà, ai là người cuối cùng khóa cửa! Nhưng kẻ trộm lại vào theo đường cửa sổ; điều này chứng minh là chúng tôi chưa biết cách gài cửa sổ an toàn. Kẻ trộm chỉ cần quan sát cánh cửa sổ, nhích ra là lách mình vào trong dễ dàng... Mất bò mới lo làm chuồng, thằng con tôi đi mua mấy thanh gỗ nhỏ, cưa ra giằn vào khe cửa sổ!

Câu chuyện mất tiền hơi nguôi ngoai thì cận Tết Tân Mùi. Năm 1991, đêm Giao thừa rơi vào ngày thường chứ không phải là thứ bảy hay chủ nhật. Vì thế cha con tôi vẫn phải đi giao báo cho khu vực mình trách nhiệm lúc 2:00 AM sau giao thừa. Nhưng buổi học Anh Văn tại trường Lincoln cũng không bỏ được vì quyết tâm chung của mấy đứa con. Đêm ấy chỉ có hai vợ chồng tôi trốn học, ở nhà sửa soạn cúng giao thừa. Tôi đang sửa soạn hoa quả và bánh chưng bánh tét lên bàn trong góc phòng khách. Cái bàn nhỏ kê làm bàn thờ tổ tiên. Vợ tôi đang xào nấu vài món cúng ông bà... Lúc ấy là gần 11 giờ khuya thì điện thoại reo. Giọng thằng con lớn:

- Ba ơi! Xe hư rồi, đề hoài không nổ.

- Con xem bình ắc-quy còn hay hết?

- Còn, đề máy kêu è è mà không nổ được gần tiếng đồng hồ rồi.

- Ba lái xe ra liền. Trong cốp xe có dây câu bình không?

- Có

- Chờ ba!

Thế là tôi bỏ dở công việc sửa soạn bàn thờ cúng tổ tiên giao thừa, quay qua nói với vợ:

- Anh ra kéo xe và chở mấy đứa nhỏ về, ở nhà em sắp đặt để khi về kịp thì anh sẽ cúng giao thừa.

- Đi cẩn thận nghe anh, ba bữa này mà xui thì cả năm không ra gì đâu...

- Yên chí! Anh sẽ lái chậm, cẩn thận...

Tôi lái chiếc Buick đến nơi là 11 giờ 30 khuya. Mấy đứa con đang ngồi trong xe con cóc run lên vì cái lạnh mùa đông đầu tiên xứ người. Parking trống không chỉ còn mỗi một chiếc xe Honda con cóc. Tôi rà xe kề phía trước xe con cóc, ra lệnh cho thằng cả:

- Mở cốp xe lấy dây câu bình cho ba.

- Chừng này mà câu gì nữa, sao máy nổ nổi?

- Tao cột dây kéo xe về...

- Trời! Dây câu bình làm sao kéo xe được?

- Yên chí, con ngồi lái theo ba, hai đứa kia qua xe ba ngồi...

Thế là tôi lui cui cột hai xe lại với nhau, công việc cột nối hai xe cũng đơn giản thôi. Nhưng sau cái đánh giá đơn giản là một chuyện động trời. Tôi đề máy, lái thật chậm kéo chiếc xe phía sau. Thằng con ngồi lái theo. Từ trường Lincoln, rề rề cạnh lề phải của đường Garden Grove, hai xe chạy thật chậm và... an toàn! Vì đường rất thẳng không cong queo gì nên mọi sự ra vẻ tốt lành. Tôi mừng thầm trong bụng là mình cũng còn thông minh áp dụng được phương pháp "mưu sinh thoát hiểm" học được trong Hướng Đạo và trong quân đội. Phen này mấy đứa con sẽ phục cha nó, ở tù nhiều năm mà trí óc còn minh mẫn...

Đến ngã tư Garden Grove-Harbor tôi bật đèn nháy quẹo phải. Xe tôi quẹo mà xe thằng con không quẹo được, nên chiếc xe của nó từ từ chạy thẳng ra giữa ngã tư, trong lúc xe trên đường Harbor đang chạy đèn xanh! Tôi nghe hai dây điện cột nối hai xe đứt và chiếc xe của tôi lái giựt chồm lên phía trước giống như con ngựa đứt cương. Hai đứa con ngồi phía sau xe la:

- Ba ơi! Xe anh Hai bị đứt dây kéo chạy thẳng ra ngoài đường kia kìa!

- Chết rồi!

Tôi nghe tiếng còi xe từ nhiều phía, tai tôi ù ra không còn biết ai nói gì chung quanh, chỉ còn nghe như đang trong trận xáp lá cà hồi trước 75... Cho xe vào lề, tôi vừa mở cửa xe thì nghe tiếng còi hụ xe cảnh sát. Phía đường Garden Grove hai xe cảnh sát hú còi chạy đến bao quanh xe thằng con tôi. Một ông nhảy xuống xe cầm ba-toong điều khiển xe cộ qua lại ngã tư. Ông khác chạy tới xe thằng con tôi xí xô xí xà. Tôi và hai đứa con chạy tới cùng với ông cảnh sát đẩy chiếc con cóc vào lề bên kia để lưu thông được trở lại bình thường...

Bây giờ đến lượt cảnh sát hỏi giấy tờ của thằng con tôi và nguyên nhân tai nạn... Thằng con tôi khoa tay diễn tả, vừa nói nó vừa ra ni ra bộ cho cảnh sát hiểu là cha con tôi kéo xe hư bằng dây câu bình điện... Không biết cảnh sát hiểu chúng tôi nói gì hay không mà có thêm hai xe cảnh sát khác đến nữa. Họ chụm đầu vào nhau bàn cãi thứ gì lâu chừng 10 phút với mấy cái bằng lái xe của cha con chúng tôi vừa thi đậu chưa được hai tháng... Hóa ra chiếc con cóc sở dĩ bứt dây chạy thẳng là vì thằng con tôi, lúc lái xe nó tắt máy, chìa khóa không mở nên cổ tay lái bị "block"...

Có lẽ đang là giờ phút giao thừa linh thiêng, có lẽ tổ tiên giòng họ nhà tôi bay qua được đại dương chứng kiến cảnh bi thảm này, nên xui khiến bốn ông cảnh sát thị xã Garden Grove. Sau khi bàn với nhau một hồi, họ quay qua chúng tôi ra dấu cho cha con tôi đẩy chiếc xe con cóc vào một parking trong khu thương mại gần đó và ra lệnh cho tụi tôi leo lên chiếc Buick về nhà, không được kéo chiếc xe kia nữa! Họ trả hai bằng lái cho hai cha con và nói một hơi dài, tôi lõm bõm hiểu ra rằng nếu lần sau mà còn làm bậy nữa thì sẽ nhốt tù và phạt nặng lắm...

Mừng quá cám ơn rối rít mấy chàng cảnh sát rất ư là biết điều. Có lẽ họ thấy cha con chúng tôi giống như mấy tên khù khờ, chưa hòa nhập được với nền văn minh, nên họ bỏ qua, tha làm phước. Hay cũng có thể là phước nhà của giòng họ nên thoát được khỏi bị phạt ngay lúc giao thừa. Về đến nhà là 1 giờ 45 phút sáng. Giao thừa đã qua nhưng nhà tôi chưa cúng đón ông bà. Chúng tôi, đứa nào đứa đó mệt mỏi và chỉ muốn nằm xuống giường nhắm mắt và uống một ly nước gì đó cho đỡ khô cổ. Vợ tôi chạy lăng xăng hỏi hết người này đứa nọ. Tôi uống một ly nước cam rồi tiến đến bàn thờ đốt nhang rước tổ tiên ông bà... Cảm ơn đã bình an trở về, cảm ơn cảnh sát Garden Grove. Cảm ơn! Cảm ơn!

Tôi vội vã thắp mấy nén hương van vái tổ tiên và hối người nhà đến lạy bàn thờ. Chưa kịp ăn uống, hấp tấp mặc áo quần mùa đông, hối thằng con lớn cùng chạy ra xe Buick đề máy. Cha con lại lao vào trận chiến khác không thể bỏ ngang được. Chúng tôi đến nơi nhận báo hơi trễ và phải lật đật cột báo, xếp báo, bỏ vào bao nylon... vì hôm đó mưa sẽ xảy ra từ 4 giờ sáng, theo đài khí tượng tiên đoán!

letamanh

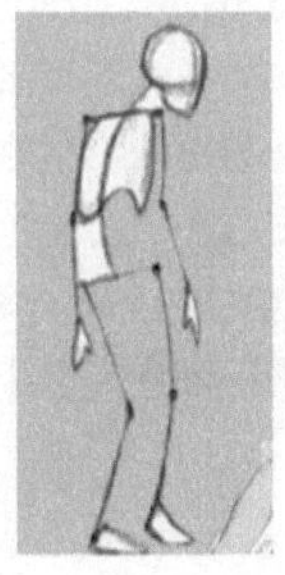

TRẦN THỊ NGUYỆT MAI
Xuân Ước

Gửi người kết nghĩa với Cửu Long

Thắp ngọn nến vàng mừng người tròn tuổi
Từng ngày qua theo vũ trụ xoay vần
Hoa vẫn nở lặng thầm khoe hương sắc
Điểm trang đất trời thời khắc vào Xuân...

Có nắng gió bên bờ sông quạnh quẽ
Đâu cá tôm của một thuở xa xưa?
Mải đứng ngó dòng sông đời lặng lẽ
Mà tưởng chừng dâu biển, dông mưa...

Thương Việt Nam quê hương mình bất hạnh
Biết làm sao cục diện đã bày ra
Bằng ngòi bút người trao truyền tất cả
Những nỗi niềm, lời nhắn gửi thiết tha...

Mơ đất nước ngày vào Xuân mở hội
Hoa xinh tươi rực rỡ dưới trời xanh
Đàn cháu con cùng chung tay xây dựng
Việt Nam thanh bình mơ ước toàn dân... ∎

1.4.2022

LÊ HÂN
Đón Và Chúc Xuân

thọ trời khá nặng đầu người
mỗi năm xuân nhật còn lui tới thường
phơn phớt thoa chút phấn buồn
may càng phơi phới yêu thương cuộc đời

chọn làm việc để vui chơi
hưởng thú nhè nhẹ nụ cười nội tâm
còn thở hít khí trong ngần
vững tâm vui với mùa xuân mỗi ngày

đặc biệt cuối đông vơi đầy
năm thay tên mới, người không thay gì
trong tâm hồn ngoài tứ chi
lạc quan vẫn giữ hồ nghi loại dần

vào năm mới chào đón xuân
là chào đón cả nghĩa nhân trong đời
xin cung kính tặng mỗi người
giàu hơn năm ngoái nụ cười hồn nhiên ∎

CHU VƯƠNG MIỆN
Xuân Cao Nguyên

1.

Mùa xuân bướm đỏ hoa vàng
Rừng sao trụi lá ngỡ ngàng dáng xưa
Cây xanh bóng rũ đôi bờ
Trời xanh mây trắng hững hờ về xuôi
Đêm đêm tiếng hú u hoài
Vườn hoang cỏ ngủ trọn đời héo hon
Đá xanh nước chảy hao mòn
Mưa xuân từng giọt mang hồn cổ sơ
Ngồi đây mà đón giao thừa
Bụi bay lả tả phai mờ dấu chân
Dốc quanh co suối xa dần
Ba năm lính chiến mùa xuân vẫn về
Nửa đời ngủ giấc đam mê
Vọng canh phiên gác ngồi chia tuổi rời
Rừng già lá cũng reo vui
Mưa xuân miền núi nụ cười hân hoan

2.

Mùa xuân hoa đỏ bướm vàng
Lính biên cương đứng ngút ngàn canh thâu
Đêm đêm con nhện giăng sầu
Chòi canh mái lá rừng sâu bóng người
Anh mang tuổi trẻ vui chơi
Đèo cao quán gió nửa đời tiếc thương ■

LÂM BĂNG PHƯƠNG
MÙA XUÂN TRONG EM

Em giấu mùa xuân nơi đâu?
Tôi tìm trong làn gió hát
Lẫn hương Cúc, Mai phảng phất
Thơm lừng trên tóc của em.

Em giấu mùa xuân bên thềm
Thẫn thờ... tôi tìm... tôi kiếm
Kìa... xuân trên đôi má thắm
Miệng cười tươi lúm đồng tiền.

Em giấu mùa xuân vào tim
Nhịp nhàng lâng lâng rạo rực
Tình xuân ngọt ngào trong ngực
Náu nương ấp ủ nợ duyên.

Em giấu mùa xuân vào đêm
Cuộn tròn ru êm giấc ngủ
Chăn màn thơm tho quyến rũ
Tôi tìm... ngây ngất lụa mềm.

Em giấu mùa xuân trinh nguyên
Quyện cùng hương trời hương đất
Mùa xuân đã về rất thật
Nồng nàn quấn quýt trong em ∎

HỒ CHÍ BỬU
Liên Khúc Xuân

cứ đến mùa xuân là ta lên núi
chẳng biết làm gì - chẳng có đợi ai
cũng chẳng hẹn hò - cũng không cầu nguyện
lên đỉnh sầu đời - nhìn mây trắng bay

chắc tại ta là dân tứ xứ
giũ bụi giang hồ trên núi cao
trong tay ta không hề ấn soái
chẳng phải Kinh Kha - chẳng chiến bào

ta lận lưng bi-đông rượu đế
cóc ổi xoài trên núi đầy ra
khi 'tới bến' dựa lưng đá ngủ
hào khí gì? ta cất tiếng ca.

ca hát giữa thinh không gió lộng
chẳng ai nghe - ta sướng một mình
ta đâu phải như phường nô bộc
nâng bi người xin bã lợi vinh

thị xã dưới kia trong tầm tay với
đang có một người thương nhớ một người
nếu thấy kiếp này không duyên không nợ
thì xin xù luôn cái kiếp lai sinh

mùa xuân lên núi nghe tiếng chuông phổ độ
cốt để cho lòng vơi bớt nỗi sân si
còn mê rượu mà làm sao giác ngộ
xin lỗi ngài cho con uống vài ly

Phật hãy để cho con phân bua một chút
Phật cũng từng là một chúng sinh
giờ thành Phật nên cõi lòng thoát tục
mà con thì vốn mê gái bẩm sinh

trời ạ, thương người đâu có tội
ai thương ta là ta chẳng chối từ
ta là tên lạc quyên cơ hội
vay một ngàn trả lại ngàn tư!

ta vẫn sống bằng bản năng hiện hữu
đừng màu mè cõi ngựa xem hoa
đừng vỗ ngực xưng mình là trí thức
nhưng vắng người thì giở giọng điêu ngoa

thiếu gì kẻ bảo mình là đạo đức
làm những điều ném đá giấu tay
lập bè nhóm kẻ tung người hứng
ta độc hành - chơi cũng như ai.

có mấy gã võ công cà chớn
cũng thượng đài nhảy múa lung tung
không lượng sức ham vui làm bậy
biết vài chiêu cũng làm bộ anh hùng.

"ta đâu phải giận đời rồi trách móc
như những thằng hề chỉ biết múa may"(*)
ta là thế - Điền Bá Quang cô độc
vạn lý độc hành - chơi đến trắng tay

mỗi mùa xuân - ta hiền thêm một chút
buổi xế đời về cổ tự tu thân
đã hỉ xả sao lòng còn dung tục
bố thí – vèo - như một mớ phù vân…∎

(*) thơ Trường Anh.

NGÀN THƯƠNG
Xuân Lòng Tôi

Sông quê biêng biếc xanh ngời
Người về soi mặt bồi hồi nhớ ai
Hoàng hôn chợt xuống phương này
Đôi bờ nhòa nhập dấu ngày vừa tan

Con thuyền gác mái mơ màng
Nằm phơi trên bãi cát vàng đìu hiu
Thời gian như áng mây chiều
Bay qua mang nén hương yêu tặng người

Mùa trôi sấp, ngửa khơi vơi
Đàn ai vọng tiếng giữa đời xôn xao
Đôi bờ sỏi đá năm nào
Giờ đây hoa cỏ sắc màu yêu thương

Có ai vừa ghé bến không
Nao nao nhớ bước chân trần xa xưa
Xuân lòng tôi giữa ngàn hoa
Ngát hương mùa cũ, quê nhà là đây... ∎

BEN OH
TÔI NHỚ MỘT MÙA XUÂN

Ta về níu mùa xuân
Tháng năm cùng nỗi nhớ
Xa cách còn vương vấn
Theo gót chiều bâng khuâng

Xuân đến bao nhiêu lần
Xuân ơi! Hỡi tình xuân
Kiếp cô đơn lặng lẽ
Câu thơ ly rượu tàn

Người về đâu cuối trời
Từng giọt mưa rơi rơi
Xuân buồn cùng hoa nở
Nói sao cho hết lời

Tôi nhớ một mùa Xuân
Em ngồi đan chiếc áo
Hoa cải vàng trước ngõ
Một nụ hôn nồng nàn

Giấc mơ còn đâu nữa
Bờ bến còn xa xôi
Thời gian chôn kỷ niệm
Xuân đến xuân đi rồi
Để nỗi buồn chơi vơi ∎

HUỲNH LIỄU NGẠN
Chia Bớt Mùa Xuân

cùng em chia bớt mùa xuân
cho vơi hết những bâng khuâng kiếp nào
xin chào từng sợi mây cao
bay đâu nữa có xôn xao xuân về

cuối năm chải mái tóc thề
cho xanh đọt lá rung rê ngoài thềm
đưa tay bắt hết nỗi niềm
thả trôi theo những bóng đêm khô tàn

thôi em nhịp nhàng xuân sang
cho vui màu áo lên ngàn thắm tươi
rộn ràng mắt rộn ràng môi
mãn khai xuân mãn khai đời chung đôi

mai vàng xòe cánh đang trôi
bay theo gió níu làn hơi diễm tình
em đi hái lộc sân đình
cho hoa thả nắng lung linh vào lòng

khuya nay trừ tịch phương đông
lòng thêm áo mới nở bông giao mùa
rộn ràng đón rộn ràng đưa
thì nghe pháo nổ thềm trưa xuân đầy. ∎

26.10.2022

TRẦN ĐÌNH SƠN CƯỚC

Đoản Khúc Mùa Xuân

1.

Vườn xuân đầy nắng và hoa
Nắng xuyên đất lạnh thấm qua nỗi buồn
Hỏi trời hỏi đất mười phương
Nắng lên hoa nở nỗi buồn can chi...

2.

Xuân mưa không phải mưa xuân
Lâm thâm hoa nở bỗng dưng nhớ nhà
Quê nhà là chiếc bóng xa
Lặng sâu tâm tưởng nhạt nhòa tình quê...

3.

Đông tàn. Xuân sắp sang
Tết: Đào đỏ, Mai vàng
Tha phương hừng tí nắng
Lòng rộn chút buồn tan.

4.

Mai nở. Mai tàn
Một người vừa đoạn
Trần gian khổ nạn
Mô Phật. Cầu an ■

TRANG CHÂU
Xuân Ước Nguyện

Trong thư chị báo mai vừa nụ
Cây khế vườn sau mới trổ bông
Chị ơi, chị nhắc làm em nhớ
Quê mình vẫn có một mùa xuân
Ở đây tuyết phủ ngoài hiên trắng
Chăn, áo bao năm chẳng ấm lòng
Số kiếp tha hương, đời lữ thứ
Quê người sao lạnh mãi mùa đông?

Còn đâu, chị nhỉ, mùa xuân ấy
Giao thừa, chong mắt cố ngồi trông
Một chị, một em, khoe áo mới
Tay vòng, tranh chúc tuổi đầu năm
Xúng xính tiền xu, tiền giấy, đếm
Nhét đầy cho mập con heo chung
Chị ơi, heo mập ngày xưa ấy
Chị đập, may em áo mấy lần!
Em thương chị quá nên em khóc
Ngày chị xa em để lấy chồng!

Lấy chồng chinh chiến như gieo quả
Vào chốn hư không, mặc số phần
Chị ngồi đan áo thâu đêm gởi
Từng mũi ân tình theo nhớ mong
Hỡi ôi, đất nước nay tàn lụi
Buông súng chưa tròn nợ núi sông
Tấm thân tù, đói cơm, rách áo
Một nhúm xương khi nhận xác chồng!
Chị giờ sống để mà quên sống
Vui với riêng ai dưới mộ phần
Lâu lâu chợt nhớ thằng em nhỏ
Phiêu bạt phương trời chẳng biết xuân

Thằng em của chị giờ đây cũng
Tóc đã hoa râm dưới bụi trần
Vẫn mãi gian truân cùng thế sự
Thăng trầm theo vận nước long đong
Quyền cao, chức trọng mà chi nhỉ
Thử hỏi lương tri được mấy thằng?
Lấy ai đốt đuốc tìm công lý
Ai kẻ đồng tâm để nhất tâm?
Chị than đi giữa lòng đô thị
Sao nắng trưa hè vẫn lạnh căm?
Chị ơi, tim của thời sắt đá
Đâu biết yêu thương để hợp quần

Tết này em vẫn chưa về được
Dù nhớ thương quê đến ngập lòng
Dẫu muốn vạn lần ôm lấy chị
Khóc cười ôn lại chuyện ngày xuân
Em không tuyệt vọng, không hờn oán
Mà vẫn kiên tâm ước nguyện cùng
Khí thế của hồn thiêng sông núi
Một ngày muôn một gánh vai chung
Cùng nhau ta sẽ xây nền lại
Mái nhà xưa, trăm họ trùng phùng
Em về thăm chị, hân hoan kết
Một vòng hoa đem đến mộ phần
Bên chị, bên anh, em sẽ viết
Bài thơ chung thủy để mừng xuân ∎

TRẦN VẤN LỆ
Năm Nay Năm Quý Mão

Năm nay năm Con Mèo, mà lại năm Quý Mão... con mèo được khoác áo đẹp biết mấy Tân Niên!

Anh hôn em, cái Duyên, lúm đồng tiền trên má! Anh cầu mong Ba Mạ thương em hoài tuổi thơ!

Anh cũng cầu đừng mưa để em vui dạo phố... người ta nhìn "con nhỏ" sao mà "nó" đẹp hoài!

Anh sẽ nói như "ai" thấy em hồi mười sáu... khi mình em đi dạo... rồi thì mình xa nhau!

Nhiều khi anh cũng đau "nhớ chi hồi tuổi dại"... khi mà người con gái mười bảy lớn và xinh!

Anh cũng tiếc cuộc tình, đơn phương anh, ai biểu, không làm sao em hiểu "anh yêu em tình cờ"!

Ôi tình cờ là Thơ! Những bài thơ không gửi! (Em không biết, không đợi... không có nói chiều chiều...).

Qua rồi... một Tình Yêu!

oOo

Tôi bắt hụt con mèo dễ thương trong cổ tích! Mười hai năm nhìn lịch, thấy lại Năm Con Mèo...

Thương không biết bao nhiêu! Nhớ thì nhiều... không đếm! Những lời thơ ngất lịm, chỉ một mình tôi đau!

Tình Yêu là chiêm bao! Em hoa đào năm ngoái... Thôi Hộ sống mãi mãi... không ngờ Một Bài Thơ! (*)■

(*) Thơ Thôi Hộ, cứ mỗi Tết về thì thấy báo Xuân đăng:
Khứ niên kim nhật thử môn trung,
Nhân diện đào hoa tương ánh hồng.
Nhân diện bất tri hà xứ khứ
Đào hoa y cựu tiếu Đông Phong!
*(Năm ngoái ngày này tại cửa này,
mặt người hoa thắm, đẹp ôi ai!
Năm nay hoa nở, người không thấy,
chỉ gió Xuân và hoa nở bay...)*

NGUYỄN ĐỨC NAM
Mùa Xuân Trên Núi Cao

Ngày Xuân lên MontClair
Tìm hoa Tuyết đầu mùa
Chỉ thấy toàn thạch động
Cùng những nhánh cây khô

Ngày Xuân lên núi cao
Đi tìm gốc Anh Đào
Như hoa Đào Đà-Lạt
Chỉ thấy toàn hố sâu

Leo lên đỉnh Tuyền Lâm
Nhìn xuống Rừng Ái Ân
Tìm lại bóng dáng Em
Chỉ thấy toàn thông xanh

Lần bước xuống chân đồi
Lạc trong khu rừng Mai
Bên một gốc mai vàng
Hai người môi kề môi

Mùa Xuân Lên Núi Cao
Không thấy hoa Anh Đào
Chỉ thấy toàn hoa Tím dại
Tưởng như mình chiêm bao ∎

CA 12/22

THÁI TÚ HẠP
MÙA XUÂN TRÊN CAO

1.

Em như sen búp trắng ngần
Về đây Thục Nữ hóa thân tình người
Cỏ hoa xuân nở nụ cười
Bài thư pháp tỏa giữa trời mộng mơ

2.

Cho nhau tình quá thiết tha
Càn khôn nương náu đào hoa hương trầm
Tiền thân mê hoặc tri âm
Cõi riêng ấp ủ trăm năm tơ hồng

3.

Thời gian thành trụ hoại không
Gió đưa tiếng hạc bên sông bạt ngàn
Xa rồi suối biếc thở than
Cùng nhau tỉnh thức giữa tâm kinh vàng

4.

Suối nguồn xa nửa địa cầu
Hèn chi nhật nguyệt chia sầu nước non
Gió heo may bóng hoàng hôn
Nhớ quê chiều lắng trong hồn tương tư

5.

Thương nhau ngậm ngải tìm trầm
Bao nhiêu rừng núi thì thầm vượt qua
Hẹn nhau về đỉnh Sơn Trà
Ngàn năm mây trắng thực thà yêu em

6.
Ba mươi đốt lửa đợi chờ
Bình minh anh viết bài thơ tỏ tình
Em khoe áo mộng nguyên trinh
Ngàn sao em dệt bóng hình đôi ta

7.
Đến chùa thanh tịnh trời xanh
Nghe chim pháp thoại trên cành Cảo Thơm
Bước qua Thiền Viện chiều hôm
Hồi chuông Bát Nhã đồi thông vọng về...

8.
Đưa nhau lên đỉnh xuân tình
Tâm vô lượng ẩn nguyên hình bóng xưa
Cõi đời hư thực nắng mưa
Hoài mơ thắp sáng cho vừa ý nhau

9.
Gió Lâm Tuyền đón xuân về
Bến sông Thu nhớ chiều tê tái nguồn
Dù xa cách mấy ngàn phương
Về trong lịch sử Quê Hương thắm tình

10.
Trăng Rằm lồng lộng yêu thương
Mây bâng khuâng nhớ miên trường trước sau
Tâm tư chuyển hóa nhiệm mầu
Rừng thiêng Phượng hót theo nhau suốt đời... ∎

Los Angeles, tháng 9-2022

NGUYỄN VŨ SINH
Hoa Vàng Ngõ Quê

Khơi xa con nước bềnh bồng
Em đâu là sóng trôi dòng mắt anh
Chao nghiêng cho bóng tròng trành
Bờ mi đan khép ngỡ mành thuyền hoa.

Ta còn trên nhánh đời nhau
Lá trường xuân thắm như trầu nõn tơ
Từ màu nguyên thủy ban sơ
Cho ngày sau kết bền tơ chỉ hồng.

Về ngồi đan lá trăm năm
Cho em nằm mộng nghe đầm ấm hơn
Nhánh đời gieo cánh xuân son
Lá xuân thì mởn tươi non bốn mùa.

Đi xa chân lạc nẻo về
Tìm nơi đầu bãi, truông khe suối ngàn.
Nương thân nơi chốn trần gian
Đời treo trên nhánh hoa vàng ngõ quê ∎

XUYÊN TRÀ
Xuân Tình

1.
Thấy không đủ.
Biết vẫn chưa.
Cảm mới hiểu.
Nụ xuân vừa tẩm hương
Mây trời ngũ sắc chân phương
Đất chuyển dạ
cũng dị thường phục sinh
Chân cứ bước.
Cuộc hành trình.
Khẳm trăng ngõ hạnh - xuân tình nguyên khai
Trà Ca - thức trắng đêm dài (.)
Cười khan nhìn cuộc trần ai xoay vần
Ô kìa. Mai nở ngoài sân
Trang cổ thư. Thêm một lần mộng du...

(.) Dựa ý: Tạp bút Trà Ca của Nguyễn Xuân Thiệp

2.
Ta nhớ tình - nhớ thơ. Từ đó đến bây giờ.
Chắc mang theo trọn kiếp. Lỡ mai không về kịp.
Ai sẽ buồn hơn ai?

Nhìn bóng ngã đường dài. Trời ơi! Chân đã mỏi.
Đừng nhắc thêm câu hỏi. Mai. Đời. Sẽ về đâu.
Nước vẫn chảy qua cầu. Ra sông về với biển.

Cứ nhìn chim én liệng. Sẽ thấy nắng vườn xưa.
Em nhớ đừng đổ thừa. Anh mộng mơ nhiều thứ.

Đã đành trên cuộc lữ. Cõng thơ và cõng tình.
Tiếng chim gọi bình minh. Nghe ai cười xé lụa... ∎

Atlanta, November 2022

DAN HOÀNG
CHÀO MÙA XUÂN MỚI

Ô kìa! Mùa xuân vừa đến bên hiên,
Hoa Đào, hoa Mai rực rỡ khoe duyên.
Bên đàn em thơ huyên thuyên cười nói,
Cô nàng xinh xinh má lúm đồng tiền.

Áo dài em bay khoe sắc đó đây,
Anh nhìn trông theo lòng thấy ngất ngây.
Lòng thầm ước nguyện trong mùa xuân mới,
Tình duyên giai ngẫu sẽ đẹp sum vầy.

Phố phường tung bay từng đàn én lượn,
Đì đùng tiếng pháo rộn rã khắp nơi.
Dưới bầu trời Xuân chan hòa ánh nắng,
Người người chen chúc lễ lạc đông vui.

Mọi người tươi cười bên nhau cầu chúc,
Một năm mới đến hạnh phúc an khang.
Sức khỏe dồi dào tiền tài sung túc,
Gia đình sum họp đất nước bình an.

Ô kìa! Cô em vừa đến bên tôi,
Anh chúc cho em thắm mãi nụ cười.
Một năm yêu đời tình duyên đẹp ý
Cầu xin chúng mình thiên ý thành đôi ∎

Phổ biến, 12/02/22

ĐẶNG HIỀN
Bài Cuối Năm

Đón năm mới bằng chiếc áo len
Mới nhìn thôi đã thấy ấm
Trời cuối năm lạnh nhất
Nhiệt độ đêm rơi vào điểm âm

Cảm cúm làm chi cho tay chân rũ liệt
Không biết tình có băng qua mùa giá rét
Ngôn ngữ đôi khi dư thừa tựa lời nói dối
Con người thường mơ về điều thiếu thốn

Tôi sống xa nhà từ nhỏ
Việc gì cũng phải tự lo
Một hôm em bảo tim tôi ích kỷ
Chẳng bao giờ dịu dàng và thật yêu em

Những ngày cuối năm trời bỗng lạnh nhiều
Lẩn quẩn buồn và luôn tự hỏi
Này trái tim ích kỷ
Có thật mình chẳng yêu ai

Ngàn câu thơ chỉ là tuyết trắng
Vết cắt sâu dài chạy suốt đời nhau
Em có bao giờ nhớ đến
Lần đầu anh nói yêu em ∎

SONG THAO
SỐNG THẬT, VIẾT THẬT

Năm 1932, trên Hà Thành Ngọ Báo, có một thiên phóng sự nóng hổi mang tên "Tôi Kéo Xe" của Tam Lang Vũ Đình Chí. Đây hầu như lần đầu tiên một nhà báo Việt Nam thâm nhập vào giới lao động để thu thập những tài liệu sống viết nên những trang phóng sự đậm mồ hôi và… nhân phẩm. *"Cái cảm giác thứ nhất của tôi? Không phải tôi, ai biết? Nó thật buồn cười lắm! Tôi thấy tôi như một thằng trần truồng đi ra phố, đang kéo một chiếc xe bò trên có dựng tấm bảng đề rõ tên họ mình và cả những người thân thuộc của mình".*

Tuy sống trong thân phận một anh kéo xe nhưng tác giả vẫn có cái ngượng ngùng của một người sợ người khác biết mình đang làm cái nghề hèn mọn thiếu xứng đáng này. Dù cố gắng đội lốt anh phu xe nhưng tác giả vẫn không bao giờ là một anh phu xe thực thụ. Tuy nhiên, sự xâm nhập tận cùng cũng đã giúp tác giả vẽ cho người đọc đời sống tối tăm của những con người bị xã hôi rẻ rúng, bị hành hạ đến mòn hết nhân phẩm bởi những cai xe, khách đi xe và con mắt khinh thị của khách qua đường. *"Ăn đã chẳng có gì béo bổ, ở cũng ở chui ở rúc, lại còn dãi gió dầm mưa, phơi sương phơi nắng, đến đá cũng phải ốm, đừng nói là người. Nhưng giờ đã đày vào kiếp ấy, cũng chẳng chống lại được với giời! Biết giữ được phần nào, hãy cứ hay phần ấy".*

Bìa sách "Tôi Kéo Xe".

Phu kéo xe thường được ví như kiếp ngựa-người hay người-ngựa, chữ nghĩa có lộn lạo nhưng kiếp kéo xe vẫn chỉ có một. Bán sức lực cả ngày chỉ đủ sống thua một con ngựa. Ngày tác giả tự nguyện kéo xe, kiếm được 7 hào thì đã mất 6 hào tiền thuê xe. Một hào còn lại chỉ đủ tiền thuê một chỗ ngủ tồi tàn và ăn một chút cơm thừa canh cặn. *"Trên một tấm giường gỗ trần, mấy thằng vén đùi nằm xen vào nhau, ngủ như chết giả. Tiếng ngáy, tiếng mê sảng lẫn với mấy tiếng ho... Đồ ăn, thức đựng, màn, chiếu, tất cả chừng ấy cái đều như phơi dưới ánh sáng hai cây đèn búp măng. Hai chiếc thông phong buồn tình làm việc thâu đêm, thở khói lên ngùn ngụt. Tôi nghĩ: trong cái hoàn cảnh này còn có người cầm nổi được bát cơm mà nuốt, lại nuốt trôi một cách ngon miệng, mà nào đồ ăn thức uống có phải ngon lành? Toàn những cái đầu thừa đuôi thẹo mới đến hàng cơm: trứng ung, thịt ôi, cá ươn, gà toi... chó ốm! Đó là chưa kể những món thịt súp ở các hàng cơm Tây họ đã ninh lấy nước, hay những món khoai thừa họ đã bỏ vào nồi nước gạo rồi lại được cái bàn tay của những đứa tham lợi mò lên. Tôi thấy lợm lòng. Ngẩng nhìn lên thì bạn tôi vẫn còn sì sụp với bát canh, mà lần này, mặt đã đỏ như vang, coi bộ khoan khoái lắm! Ăn để sống? Sống để ăn?".*

Thời Tam Lang viết phóng sự này, xe tay coi như phương tiện giao thông duy nhất ở Hà Nội. Sang thì có xe nhà, thuê phu xe riêng, muốn đi chỉ hô một tiếng là có một con "ngựa" túc trực sẵn trong nhà kéo đi. Thường thì là những xe kéo công cộng, muốn đi chỉ cần nhảy phóc lên xe. Năm 1932, nước ta vẫn còn là thuộc địa của Pháp. Khách hàng của xe tay phần lớn là những tên lính Pháp hống hách. Nhìn tên lính ngồi nghễu nghện trên xe, bác phu xe gò lưng kéo, chúng ta thấy thường tình. Nhưng nhờ có bác phu xe bất đắc dĩ Tam Lang ẩn mình vào kiếp ngựa, chúng ta mới được biết tất cả cái nhục nhã, khổ nạn của con ngựa người. *"Trước mắt tôi lù lù một người đứng. Chẳng kịp để tôi dụi mắt, người ấy đã nhảy lên xe, gieo mạnh đít xuống đệm, rồi nện gót giày xuống sàn xe, mà thét: " A lê! Đi mao leen!". Tôi tất tả chụp nón vào đầu, nâng cao càng gỗ hí hoáy quay xe ra đường. Tại sao tôi lại chịu kéo người? Thật lúc đó, chính tôi, tôi cũng không biết. Máu trong người tôi, bấy giờ hình như luân chuyển hăng lắm. Cắm cổ đưa hai khuỷu tay lên khỏi lưng như hai chiếc càng châu chấu rồi xoạc chân bước bước thứ nhất, tôi tưởng chừng như có thể nuốt nổi được một lúc mấy dặm đường. Nhưng sự thật nó khác hẳn với bụng nghĩ của mình. Chạy đến bước thứ ba, tôi đã thấy như mất hết thịt ở hai gót chân, chỉ còn trơ có cái xương nhói buốt. Người tôi, vốn mập. Cái bụng bấy giờ, tôi thấy như chảy xệ thêm ra mà đưa lủng lẳng như bụng lợn dưới cái khung xương sườn. "Mao leen! A lê, mao leen!". Mỗi cái gót giày nện vào sàn xe như đánh thẳng lên gáy tôi cho gục xuống. Chân tôi, ngày thường vẫn đi chữ bát, lúc ấy hình như đi vòng kiềng. Ruột thì như vặn từ dưới rốn đưa lên, cổ thì nóng như cái ống gang, đưa hơi lửa ra không kịp.*

Ì ạch mãi, rồi tôi cũng tha được ông khách của tôi đến đầu Cầu Đất... Miệng thở, mũi thở, rồi đến cả tai cũng thở, mồ hôi thì toát ra như mồ hôi chõ, tôi thấy tôi không phải là người nữa, chỉ là một cái... nồi sốt de. Từ Cột Đồng Hồ trở đi, bước chân tôi chạy đã thuần, nhưng miệng tôi vẫn há hốc ra mà thở; cũng như hai bánh cao su tuy vẫn quay vòng trên con đường nhựa mà chiếc xe thì cứ bập bềnh như muốn đưa tôi lên khỏi mặt đất, hay dúi tôi ngã khuỵu xuống rãnh hè. Ai chẳng bảo tôi đã khiến nổi hai tay xe. Tôi thì tôi bảo: làm thân người phu xe tay là tự nguyện cúi đầu dưới quyền sai khiến của hai cánh tay gỗ!".

Tam Lang qua nét vẽ của Tạ Tỵ.

Tam Lang Vũ Đình Chí giả làm phu kéo xe thì bên Mỹ, ký giả William James của báo New York Times giả làm ăn mày. Anh cải trang thành một dân *homeless* nghèo khổ và què một chân, trà trộn vào sống với những người vô gia cư tại thành phố Miami, tiểu bang Florida, khoảng nửa năm. Ngày đầu tiên mang thân phận cái bang, James ăn mặc rách rưới và bẩn thỉu, một chân tàn tật, James đã được các *homeless* khác đối xử như một đồng bọn khốn khó. Một người đưa cho anh cây gậy. Anh nhận, vuốt ve cây gậy mà lòng muốn vỡ vụn ra vì cử chỉ này khi người đưa cho anh cây gậy rời đi bằng những bước chân cà nhắc. Một lần khác, khi James đang vất vả lục tìm phế liệu trong đống rác, một anh thanh niên da đen đã tặng cho James một bao phế liệu. Buổi trưa, bụng đói, James được một người cho hai ổ bánh mì. Anh ngạc nhiên hỏi: "Anh cho tôi thì anh lấy chi ăn?". Anh thanh niên cười tươi: "Ăn đi! Tôi dễ dàng hơn anh một chút". Và bỏ đi. James cầm hai ổ bánh mì mà đầm đìa nước mắt. Rất lâu sau đó, anh mới trở lại bình tĩnh được. Buổi tối, họ chen chúc nhau ngủ dưới chân cầu. Một ông già tới vỗ vai nhường chỗ ngủ tốt cho James.

Tôi phải thú nhận là trong cuộc sống thường nhật, tôi đã nhìn những người vô gia cư nhớp nháp, hôi rình, ngồi xin ăn trên lề đường với con mắt lơ đãng. Xã hội chúng ta đang sống không để ai đói rách, thiếu ăn, thiếu nơi trú ngụ. Trợ cấp an sinh xã hội đủ giúp cho mỗi người một cuộc sống đơn giản nhưng đầy đủ. Tôi vẫn nghĩ đó là những con người bê tha rượu chè hút xách lại muốn tự do nên mới phải ngửa tay xin tiền ông đi qua bà đi lại. Sống một cuộc sống thiếu thốn như vậy phải là những người ích kỷ chỉ biết mình. Nhưng ký giả William James, trong nửa năm giả dân vô gia cư, đã nhận thấy đấy là một xã hội mà người ta yêu thương, đùm bọc nhau rất chân tình.

Bài báo của ký giả William James trên New York Times đã gây chấn động lớn đối với trái tim và tâm hồn, làm thay đổi con mắt của nhiều người đối với những người vô gia cư. Họ có tư cách của con người hơn chán vạn con người rủng rỉnh tiền bạc khác. Sau khi đọc bài báo, nhiều người đã có cái nhìn về những người vô gia cư với con mắt khác trước.

Ký giả William James và bài báo trên New York Times.

Nhà báo Huỳnh Dũng Nhân xâm nhập vào một thế giới đầy mồ hôi khác, thế giới của những người bán sức lao động thuê mà người ta thường gọi là "cửu vạn". Chữ "cửu vạn" như đánh đố một số người. Nhưng nếu là dân đánh chắn hay tổ tôm thì ai cũng biết đó là một quân bài trong bộ bài. Quân "cửu vạn" có hình một người đang vác một chiếc thùng lớn. Đúng là... ông tổ của người khuân thuê vác mướn. Bài báo của ký giả Huỳnh Dũng Nhân mở đầu: *Tôi dừng xe cách chợ Giảng Võ, Hà Nội, một quãng, suy tính mãi xem làm thế nào hòa nhập với họ trong vai "cửu vạn". Nhiều bài báo đã viết về chợ người này, nhưng tôi vẫn muốn viết lại, viết thêm, viết nữa. Cái chữ "chợ người" xuất hiện giữa thời buổi mấp mé thế kỷ 21 này quả là chua xót làm sao ấy. Chợt trong đầu tôi lóe lên một sáng kiến. Tôi đem xe vào nhà một thằng bạn trong khu Giảng Võ gửi, rồi mượn nó chiếc áo "quân khu" rộng thùng thình, chân xỏ một đôi dép lê quèn quẹt, đầu đội một chiếc mũ cối bất hủ, quà tặng của thời chiến. Xong xuôi, thả bộ ra chỗ chợ người. Trời xám xịt, ảm đạm, đầy hơi nước. Người đi như mắc cửi. Khu triển lãm rộng thênh thang và vắng tanh sau kỳ hội chợ. Tôi tới ngã tư, đã thấy hơn một trăm người đứng ở đấy chờ người đến thuê. Rất may, không ai để ý đến tôi, có lẽ tôi đã cải trang thành công. Mọi người lúc ấy chỉ hau háu nhìn sang hai đầu đường, chờ một người, một tín hiệu thuê việc, một hy vọng kiếm tiền. Tôi lóng ngóng đứng một lúc, không dám tranh giành, chen lấn. Đã có vài người ào đến, vụt đi, mang theo những người được thuê với bộ mặt mãn nguyện. Phần đông những người bán sức lao động là thanh niên, họ to khỏe gấp rưỡi tôi, nhưng ai nấy đều hiền lành, ít lời. Có vẻ như không ai làm "chủ xị" trong đám đông này cả. Những chàng lực điền vốn không thích những điều đó*".

Tác giả Huỳnh Dũng Nhân chẳng được ai ngó ngàng tới, nói chi tới việc thuê mướn. Có lẽ cái bụng phệ đã phản bội anh. Chợ trưa tàn dần. Tác giả rủ một dân cửu vạn chuyên nghiệp đi uống bia nói chuyện, có trả tiền công đàng hoàng. Dĩ nhiên anh chàng làm thuê này ngạc nhiên. Tiền đâu mà một "đồng nghiệp" chơi sang như vậy. Nhưng lương tâm nổi dậy. Anh không vồ vập nhận lời tác giả mà còn ra điều kiện: "Tôi không làm việc bất lương đâu nhé! Làm gì có chuyện vừa được ăn uống vừa được trả lương". Tác giả vội trấn an:

"Có đấy! Một việc hết sức đàng hoàng. Ông chỉ việc kể về công việc của ông cho tôi nghe, kể thật trung thực. Hết!". Từ khi ra Hà Nội làm cái nghề mà anh cửu vạn này gọi là "tôi bán tôi", đây là lần thứ hai anh được uống bia hơi. Vậy nên anh thổ lộ hết về cái nghề mạt hạng này. Việc chi nặng nhọc, họ cân tuốt. Đập tường, bốc gạch, dỡ sắt. Tiền công được trả theo lòng tốt của người thuê mướn. Có người trả hậu hĩnh nhưng cũng có người quỵt tiền, thậm chí còn bị ăn đòn. Họ sống rất chật vật để còn gửi tiền về quê nuôi vợ con. Ăn một bữa hết ba ngàn, nhiều ngày chỉ dám ăn một bữa. Ngủ trọ hết bảy trăm đồng. Chỉ có cái chiếu trải ra nền nhà, không chăn, không mùng. Tắm cũng mất thêm tiền. Nghèo mạt rệp nhưng nhất định không ăn cắp ăn trộm, không làm đĩ đực, không làm bất cứ chuyện bất lương nào. *"Anh tin đi. Bọn em là những người lao động chân chính nhất, chỉ biết làm việc để nuôi vợ con. Không ai dám nhậu nhẹt, hút xách, đĩ điếm, đánh lộn bao giờ. Mà nếu trộm cắp, côn đồ thì hôm sau ai còn dám chường mặt ra đứng đấy nữa. Bọn em sống khổ lắm. Ngày nào cũng làm lụng bốc vác đau nhức hết cả lưng, cả ngực, cả bắp chân, bắp tay. Giá như ở quê sống tạm bợ được thì dù ăn cháo cũng còn sướng hơn ở đây. Ra đây phải chấp nhận hết tất cả, kể cả bọn con trẻ nó bắt nạt cũng chịu. Có việc làm là tốt rồi. Có đứa ba bốn ngày không kiếm được việc, đói quá ngất xỉu luôn, bọn em phải góp tiền cho nó một bữa cơm hai nghìn. Nó tỉnh lại được, vay tiền mua vé xe về quê luôn, tởn đến già!".*

Bài phóng sự của một ký giả sống thật cuộc sống của một anh cửu vạn được kết lại: *"Trước khi chia tay với anh chàng lực điền, tôi yêu cầu chụp một tấm hình kỷ niệm cho anh vào hôm sau và anh rất sung sướng nhận lời, bởi anh chưa bao giờ chụp hình cả. Cầm số tiền tôi đưa cho, anh bảo: "Lẽ ra em không nhận tiền của anh. Nhưng em nghĩ đến mấy thằng đồng hương hôm nay không có việc làm – chúng nó đang đói". Rồi anh đi khuất trong màn mưa...".*

Đã hơn hai chục năm tôi không về Việt Nam nhưng vẫn còn nguyên hình ảnh những người bán vé số dạo đầy rẫy trên đường phố. Họ gồm đủ hạng người: đàn ông, đàn bà, già cả, trẻ em, người tật nguyền. Phần nhiều họ là những người từ các nơi về Sài Gòn kiếm sống. Thấy một đoàn quân đông đúc thất thểu ngoài đường phố dưới những trận mưa thối đất hay dưới cái nắng chói chang, nhiều người thắc mắc về cuộc sống của họ. Cơ cực thì đã thấy trước mắt nhưng cơ cực đến cỡ nào, ít người biết. Phóng viên Như Lịch đã thâm nhập vào đoàn người này. *"Trong vai người mới vào nghề, tôi nhờ bà Phương (58 tuổi, quê Phú Yên, hơn chục năm sống trong một đại lý ở Q.3, Sài Gòn) bảo lãnh để ở lại đại lý vé số. Vài ngày sau, bà Phương trả lời: "Hiện đại lý đã có gần 20 người, đêm nằm xếp lớp như cá mòi nên bà chủ bảo không nhận thêm nữa. Mà không phải ai cũng lọt vào được đâu, tất cả tụi tui đều cùng quê Phú Yên với bả và phải bán được nhiều vé số mới được cho ở đại lý". Bà Phương cho hay ở đại lý bà tá túc, chỗ nằm được chia theo lượng vé số bán ra. Người nào đạt "sản lượng cao" (bán khoảng 250 vé trở lên/ngày) thường được chủ đại lý ưu tiên xếp chỗ ở những vị trí thoáng hơn. Người bán "sản lượng thấp" (dưới 150 vé/ngày) bị xếp nằm gần lối đi, nhà vệ sinh hay những chỗ bức bí. Bán dưới 100 vé, đóng 10.000 đồng/ngày".* Mỗi tờ vé số giá 10 ngàn, người bán dạo lời 1.200 đồng. Nhưng nếu lưu trú một cách chui rúc khổ cực tại các đại lý như ký giả Như Lịch mô tả ở trên, tiền lời chỉ còn một ngàn đồng chẵn chòi. Tiếng là được ăn ở miễn phí nhưng thực ra người bán vé số dạo đã bị trừ nghiến đi 200 đồng cho mỗi vé số bán được. *"Bà Hai, chủ đại lý phân tích: "100 tờ là bây lời 100.000 đồng. Cả ngày ngoài đường, ăn uống tiện tặn cũng hết 40.000 - 50.000 đồng. Bây phải phấn đấu bán 200 tờ trở lên, mới có tiền nuôi con". Nghe tôi trình bày có đứa con gần ba tuổi dưới quê, bà khuyên: "Bây bồng em bé thì bán dễ hơn vì người ta thấy tội".*

Chúng ta sống trong một thế giới phức tạp, không biết rõ, không hiểu, không tưởng tượng được những cuộc sống cơ cực sát ngay bên cạnh chúng ta khiến chúng ta thờ ơ với những cuộc sống này. Chính nhờ những phóng viên, ký giả sống thật, viết thật, can đảm thâm nhập vào thế giới bần cùng này chúng ta mới có những khe hở để thấy, hiểu và cảm thông được với những thân phận cơ cực đang hít thở cùng một bầu khí quyển với chúng ta. Cảm ơn những ký giả tận tụy, xứng đáng với thiên chức của họ.

Song Thao
11/2022
Website: www.songthao.com

THIỂU KHANH
LA DI, LA GI HAY LA GHI?

Tôi vừa xem trên TV một video giới thiệu thị xã La Gi ở Bình Thuận mà người giới thiệu từ đầu đến cuối gọi tên thị xã ở phía Nam tỉnh Bình Thuận này là *La Ghi*.

Hồi nhỏ ở quê, khoảng 70 năm trước, tôi thường nghe người trong làng nói đến những từ Cù Mi – La Gi. Tôi không hiểu, nhưng là con nít, tôi không thắc mắc. Lớn lên tôi biết đó là những địa danh ở đâu đó phía cực Nam của tỉnh Bình Thuận mà quê tôi ở phía Bắc của tỉnh. Tôi ngạc nhiên không hiểu sao người làng tôi có vẻ quen thuộc với hai nơi đó, ít nhất là với hai cái tên làng hoặc xã này.

Về sau, tôi biết thêm đó là hai xã thuộc huyện Hàm Tân của tỉnh Bình Thuận. Vào khoảng năm 1956, nhà nước Đệ Nhất VNCH tách một phần phía Đông tỉnh Bình Thuận và một phần của tỉnh Đồng Nai Thượng để lập nên tỉnh Bình Tuy. Các làng Cù Mi và La Gi nằm trong tỉnh mới lập. Sau năm 1975, tỉnh Bình Tuy được giải thể và nhập trở lại vào Bình Thuận. Năm 2005 La Gi trở thành một thị xã, cảng cá quan trọng của Bình Thuận, trong khi Cù Mi vẫn là một xứ đạo thuộc huyện Hàm Tân.

Khi đọc sách Đại Nam Nhất Thống Chí (ĐNNTC), tôi nhận thấy sách chỉ chép tên của hai con sông là *La Di giang*, và *Phù Mi giang*, và hai *Tấn* (cửa sông) của hai con sông này, là "*Tấn La Di*" và "*Tấn Phù Mi.*" Vậy *La Di* và Phù Mi chỉ là tên hai con sông, chớ chưa phải tên các đơn vị hành chính. Có lẽ khi vua Tự Đức sai làm bộ sách này vào năm 1841, vùng này chưa có dân cư, hoặc dân cư còn thưa thớt chưa lập thành làng/xã. Về sau, khi trở thành các đơn vị dân cư, các tên sông ở đây trở thành tên làng/xã, nhưng là các làng/xã *La Gi* – không phải *La Di*, và làng/xã *Cù Mi* – không phải *Phù Mi*.

Bộ sách Đại Nam Nhất Thống Chí của Viện Sử học (Hà Nội) tổng hợp tư liệu từ bộ ĐNNTC (cũ) triều vua Tự Đức, và bộ ĐNNTC (mới) dưới triều vua Đồng Khánh vào đầu thế kỷ 20 (1909). Suy ra, có lẽ các làng/xã La Gi và Cù Mi thành hình sớm nhất từ khoảng nửa sau thế kỷ 19 đến đầu thế kỷ 20 đây thôi. Và tên của hai con sông chính ở đây hiện nay là Sông Dinh và sông Phan, chớ không còn tên Cù Mi và La Gi như trong sách vào giữa thế kỷ 19. Hai tên mới này đã có từ lâu lắm, nhưng có lẽ không ai nhớ hay biết sự thay đổi đã xảy ra từ bao giờ.

Tháng trước, trên đường từ Kê Gà ra Phan Thiết, vợ chồng con gái tôi trò chuyện với nhau có đề cập đến *La Ghi*. Tôi biết con đang nói về La Gi, tôi bảo con:

"Địa danh đó là *La Gi* con à. Không phải *La Ghi*."

Nhưng con gái nói: "Con nghe mọi người nói *La Ghi* nên con nói theo họ. Con chưa hề nghe ai nói La *Gi* cả."

Thực ra, bản thân tôi có lần cà phê trò chuyện với một người bạn nhà báo. Anh ấy kể cái thú về *La Ghi* thưởng thức hải sản tươi. Tôi nhắc anh địa danh đó là *La Gi*. Anh lắc đầu khẳng định: "Trước giờ mọi người đều gọi nơi đó là *La Ghi*, không ai gọi là *La Gi* đâu!" Tôi im lặng, vì chính tôi thỉnh thoảng cũng nghe thấy một số nhân vật hoặc người dẫn chương trình trên TV nói *La Ghi*. Tôi nghĩ họ nói sai vì chỉ nghe qua người khác mà không nhìn thấy chữ viết. Nếu nhìn thấy chữ viết trong sách báo, hoặc cái bảng căng dài trước HỘI ĐỒNG NHÂN DÂN THỊ XÃ LA GI chắc chắn là họ phải đọc tên thị xã đó là *La Gi*. Không thể khác được.

Tôi nói ý đó với con, nhưng con gái đáp: "Tuy chữ viết như vậy, và sách báo cũng viết thế, nhưng dù cầm giấy nhìn chữ, họ vẫn đọc *La Ghi*, chớ không đọc *La Gi* như ba. Có lẽ đây là cách đọc mới, hoặc cách đọc đã biến đổi!".

Con rể, đang lái xe, góp ý: "Có thể do người nào đầu tiên nói sai, những người sau nói sai theo, rồi tụi con nói theo họ. Đến một lúc tất cả mọi người đều nói sai, cái sai thành ra đúng. Bây giờ có vẻ nó đã chính thức là *La Ghi* rồi, ba!"

Thành phố Sài Gòn có ít nhất hai trường hợp các địa danh bị nói sai lâu ngày đã trở thành tên chính thức. Đó là đường Hàng Sanh ở quận Bình Thạnh, vốn ngày xưa dọc hai bên đường có trồng hai hàng cây Sanh, vì thế người ta gọi là đường Hàng Sanh. Loại cây này có tên khoa học là *Ficus benjamina*, cũng được gọi là cây Si, thường có "thế" đẹp nên được người chơi cây cảnh "hãm" vào chậu làm cây *bonsai*. Khi chỉnh trang đô thị và đường được mở rộng, hai hàng cây Sanh bị đốn bỏ. Lâu về sau, người ta quên mất hàng cây Sanh, và nhận thấy từ "Hàng Sanh" là không có nghĩa, người ta nghĩ từ Hàng Xanh có lẽ có ý nghĩa hơn.

Trường hợp thứ hai là Gò Vắp, là cách nói tắt của "Gò có nhiều cây Vắp," là một Gò đất trên đó người ta trồng, hoặc mọc tự nhiên nhiều cây Vắp (Sách *Việt Ngữ Chánh Tả Tự Vị* của Lê Ngọc Trụ có ghi *Gò Vắp*, và "*Vắp* là tên loại danh mộc"). Cây có danh pháp khoa học là *Calophyllaceae*, thuộc họ mù u). Vào đầu thập niên 60 thế kỷ trước, khu vực này đã đông đúc dân cư nhưng vẫn còn vẻ nông thôn ở ngoài rìa thành phố với nhiều đường đất quanh co trong xóm. Các cây Vắp đã biến mất từ rất lâu trước đó, nhường chỗ cho nhà cửa dân cư từ khắp nơi đổ vào thành phố. Cũng từ lâu người ta đã quên mất cây Vắp, và thấy từ Vắp tưởng là vô nghĩa, mới đổi thành Vấp. Gò Vấp. (Dù Vấp ngã đi nữa cũng có nghĩa hơn!)

Nhưng từ *La Gi* biến thành *La Ghi* không thuộc cách biến đổi này.

Trở lại với địa danh *La Gi*, sách Đại Nam Nhất Thống Chí, tập III (dịch giả Phan Trọng Điềm, học giả Đào Duy Anh hiệu đính, nxb Khoa học Xã hội Hà Nội, 1971), trong đó, Quyển XII phần về Tỉnh Bình Thuận ghi tên *La Di* bằng chữ Hán (羅夷). Hai chữ Hán này không có nghĩa, tác giả sách ĐNNTC chỉ mượn hai chữ Hán đó để phiên âm một từ tên gọi có lẽ là từ cổ của người Chân Lạp (Vùng đất này xưa thuộc Chân Lạp, quốc gia tiền thân của Kampuchea).

Giải thích tại sao tên *La Di* trong sách bị đổi thành *La Gi* (để sau đó biến thành *La Ghi*), hiện đang có người cho rằng trong thời Pháp thuộc người dân bản xứ đã đổi ra như thế để người Pháp đọc đúng âm *La Gi*, nếu không, người Pháp sẽ đọc thành *La Đi* theo âm tiếng Pháp. Lời giải thích này gượng ép hoặc giả tạo, và không hợp lý.

Tuy chữ Quốc ngữ đã xuất hiện từ giữa thế kỷ 17, và tờ báo in chữ Quốc ngữ đầu tiên, tờ Gia Định Báo, ra đời vào năm 1864, nhưng cho đến lúc đó chữ Quốc ngữ còn giới hạn trong giới tín đồ Công giáo, chưa phổ biến nhiều trong các tầng lớp dân chúng, và nhất là còn phải chịu đựng sự chống đối của giới sĩ phu. Năm 1869, Thống đốc Nam Kỳ, là Phó Đề đốc Marie Gustave Hector Ohier, mới ra nghị định bắt buộc dùng chữ quốc ngữ thay thế chữ Nho trong các công văn của chính quyền ở Nam Kỳ, tức là chính thức công nhận chữ Quốc ngữ. Tuy vậy đa số dân chúng vẫn không hưởng ứng, nhất là giới sĩ phu trong nước tiếp tục chống đối quyết liệt. Chín năm sau đó, năm 1878, "Thống đốc Nam Kỳ, lần này là Chuẩn đô đốc Louis Charles Georges Jules Lafont, ký Nghị định 82 ấn định "Kể từ mồng một Tháng Giêng năm 1882 tất cả văn kiện chánh thức, nghị định, quyết định, lịnh, án tòa, chỉ thị... sẽ viết, ký tên và công bố bằng chữ Quốc ngữ."

Vậy mà đến năm 1945, vẫn có hơn 90% dân số trong nước mù chữ.

Nói như thế để thấy rõ rằng thời kỳ đầu thuộc Pháp, nhiều người Việt trong nước còn đang chống Pháp, chống lại chữ Quốc ngữ, gọi đó là "chữ Tây Quốc ngữ" vì cho là sản phẩm của kẻ thù; trong dân chúng ở một vùng đất mới xa xôi như thế chẳng có được mấy người biết chữ Quốc ngữ để lo sợ người Pháp đọc không đúng hai chữ LAGI.

Thời Pháp thuộc, Nam Kỳ là thuộc địa của Pháp. Quận Nhứt Sài Gòn bây giờ (và một phần Khánh Hội bên kia sông) là thuộc làng cổ *Láng Thọ*. Tên Láng Thọ được người Pháp đọc theo lối Pháp (với chữ *H muet* – H câm); lâu ngày Láng Thọ biến thành *Lăng Tô*. Sách *Sài Gòn Năm Xưa* của cụ Vương Hồng Sển và một truyện ngắn (tôi có dịch sang tiếng Anh nhưng lâu ngày quên tên) của nhà văn Nguyễn Văn Sâm, có nhắc đến danh từ *Lăng Tô* này. Thời đó chiều chiều nam thanh nữ tú Sài Gòn đi dạo Lăng Tô như một cái mốt thời thượng như ngày nay người ta đi dạo phố Lê Lợi. Ngày nay không ai còn nhớ cả tên *Láng Thọ* và *Lăng Tô*.

Rồi một số địa danh ở ngoài Bắc như Hồng Hải biến thành *Hòn Gai*; làng Hương Bì thuộc huyện Yên Hưng, tỉnh Quảng Ninh biến thành *Uông Bí* (nay là một thành phố đô thị cấp II); làng Côn Thiên ở Xã Gio Sơn tỉnh Quảng Trị biến thành *Cồn Tiên*, và cái mảnh đất mũi Khe Gà có ngọn hải đăng của tỉnh Bình Thuận này biến thành Mũi *Kê Gà* (nay thuộc huyện Hàm Thuận Nam), v.v… đều do cách đọc không phát âm chữ H của người Pháp. Sao người Việt ở những nơi làng xóm đông đúc và lâu đời đó không bảo vệ tên của chúng mà lại lo giữ cái tên cửa sông La Di nhỏ nhoi vô danh ở nơi héo lánh chưa có bao nhiêu dân cư, lo người Pháp đến đó đọc không đúng?

Tại huyện Phù Cát, tỉnh Bình Định có bãi biển du lịch có tên *Đề Gi*. Không biết người địa phương và du khách đến đó có ai gọi nơi đó là *Đề Ghi* không?

Để giải thích sự dị biệt giữa chữ *La Di* trong sách Đại Nam Nhất Thống Chí và chữ *La Gi* ngoài thực tế trên tấm bảng "Hội Đồng Nhân Dân Thị Xã LA GI" và trong các văn kiện hành chánh của thị xã này, có lẽ nên thấy nguyên nhân là do ngữ âm của người dân địa phương nói riêng, và ngữ âm của dân xứ Đàng Trong nói chung, đã được thể hiện ngay từ ngày đầu tiên người dân ở đây viết tên làng xã mình bằng chữ Quốc ngữ.

Khi các nhà truyền giáo cùng linh mục Francisco de Pina đến xứ Đàng Trong, họ lập trú sở tại làng Thanh Chiêm, tỉnh Quảng Nam. Do tiếng Việt được vị linh mục này ghi âm tại đây nên chữ quốc ngữ thời đó phản ảnh nét giọng người Quảng, và nói chung là âm giọng người xứ Đàng Trong.

Xứ Đàng Trong của chúa Tiên (Nguyễn Hoàng) là bắt đầu từ Sông Gianh tận ngoài Quảng Bình, nhưng ngữ âm của người miền Nam xứ Đàng Trong thể hiện rõ ngay từ phía Nam đèo Hải Vân. Từ Đà Nẵng trở vô hết miền Nam người ta phát âm từ GIAO DU hay GIAO DỊCH như nhau – cùng là một âm hữu thanh /j/ cho cả Gi và D. Vì thế, người dân ở đây đã viết tên làng mình là *La GI*, thay vì *La Di* theo giọng người Đàng Ngoài. (Trong sách *Syllabaire Quâc Ngử* (sic), của ông Thế Tải Trương Minh Ký, phân biệt từ *Gi* là giọng của Đàng ngoài là không hợp lý.)

Giả thuyết cho rằng cách đọc chữ GI đã biến đổi thành GHI – nếu có giả thuyết như thế - là không đúng. Ngoài một từ duy nhất được viết (ghi âm) không đúng âm đọc là từ *Quốc* (mà sự thay đổi cách viết có lẽ mới xảy ra sau năm 1945; trước đó, *Đại Nam Quấc Âm Tự Vị* của Paulus Huình Tịnh Của, và tựa sách "*Syllabaire Quấc Ngữ*" (chữ *Quấc* không có dấu sắc và *Ngử* dấu hỏi trong nguyên bản) của ông Thế Tải Trương Minh Ký xuất bản tại Sài Gòn cùng năm 1895 vẫn ghi nhận chữ *QUẤC*), tiếng Việt không có thêm một từ nào có mặt chữ viết và âm đọc khác nhau – ngoại trừ giọng vùng miền. Không có một nguyên tắc biến đổi ngữ âm nào như vậy.

Giáo sĩ Francisco de Pina dùng những chữ cái Latinh để ghi âm tiếng Việt. Những chữ cái này tự nó đã có mang một số tính chất về biến đổi ngữ âm của các ngôn ngữ Ấn Âu tại châu Âu, đặc biệt rõ trong sự biến đổi âm của ký tự G khi kết hợp với một số nguyên âm nhất định. Tính chất này mặc nhiên được áp dụng khi ghi âm tiếng Việt. Cụ thể là, khi kết hợp với các nguyên âm A, O, và U, chữ cái G sẽ có âm /g/ (*gờ*)

Trong tiếng Việt, các nguyên âm trên có các "biến âm": A, Ă, Â, O, Ô, Ơ, U và Ư. Tất cả những từ mà G kết hợp với các nguyên âm này đều có âm /g/. Ví dụ: *Gà, Gánh, Gấp, Gặt... Gọi, Gốm, Gờm... Gút, Gượm, Gương...*

Nhưng khi kết hợp với các nguyên âm E, I và bán nguyên âm Y thì G không còn mang âm /g/ nữa, mà phải đổi thành âm /j/ (*giờ*). Vậy chữ GI trong La Gi phải được đọc là Gi /ji/, như trong chữ *giữ gìn*, theo âm miền Nam, hay như phát âm những chữ *yet, your, yellow* trong tiếng Anh. Nhà ngôn ngữ học Nguyễn Bạt Tụy gọi âm *Gi* này là loại "*âm suýt*", "là do lưỡi uốn cong lên mà phát ra như khi người ta nói "suýt" (hoặc có chỗ khác ông gọi là âm "uốn"). Tiếng Việt không có trường hợp viết *Ge* và *Gy*.

Nói tóm lại, địa danh đó là LA GI, và phải được đọc/nói/phát âm là /*la: ji*/ chớ không phải /*la: gi*/ (La Ghi).

Dường như một số người trong giới truyền thông trong nước có khuynh hướng nói sai từ này nhiều nhất. Mà ảnh hưởng của truyền thông lan tỏa rất mạnh, không loại trừ khả năng có thể tác động tới cả lớp người trẻ ở địa phương này. Nếu điều này không sớm được chấn chỉnh, không bao lâu nữa cái tên La Gi lâu đời của thị xã cảng cá quan trọng của tỉnh Bình Thuận có thể bị biến đổi chỉ vì sự vô tình hay kém hiểu biết của vài cá nhân làm truyền thông.

Thiếu Khanh

con chim sâu ở giàn bầu
bay qua giàn bí nghiêng đầu ngắm hoa
hoa vàng thấy bóng em ra
ngát hương như tiếng lòng ta rộn ràng

dây bầu dây bí lộn hàng
phơi xanh lá ngó mặt nàng tiểu thư
thân thể ta lập tức dư
ngoài hai con mắt thắp từ chiêm bao

LH

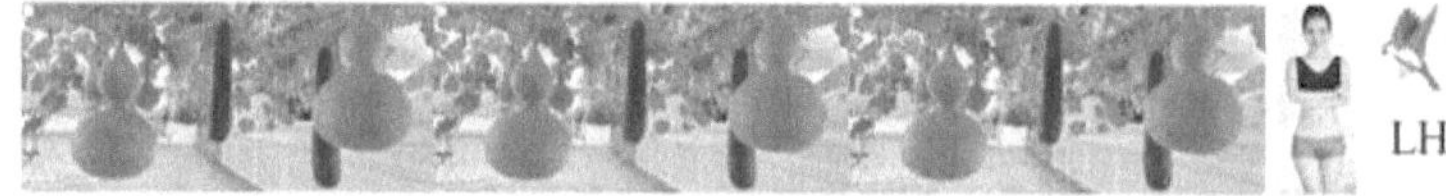

TRIỀU HOA ĐẠI
ĐỖ TRƯỜNG: ĐƯỜNG XA VÁC NẶNG

Triều Hoa Đại

Đỗ Trường

(đối thoại văn học do Triều Hoa Đại thực hiện)

Bây giờ là tháng tám. Cái nắng quái của ngày đầu thu rọi xuống hồ nước sau nhà, rồi hắt ngược lên những vòm lá, nhuộm vào nền trời một màu vàng nhạt. Và cái nhạt vàng ấy, như níu những làn mây trôi chậm lại. Mặt hồ lặng gió, song có những sợi khói dường như quyện xoắn lên nơi chúng tôi "ngồi". Và bất chợt nỗi nhớ nhà, nhớ quê ập đến. Một chút lao xao, tiếc nuối, kéo hồn người về với dĩ vãng của tuổi thơ mà phút chốc đã vụt đi chẳng có cơ duyên gặp lại.

"Gặp" nhau qua những con chữ quen quen của tháng ngày ở nơi xứ lạ đã là một trong muôn vàn may mắn, của bao nhiêu cái duyên từ muôn nghìn kiếp trước khéo tu. Bây giờ là mùa thu: *"thu đi cho đám cưới về"*, và rồi *"em có nghe mùa thu"* có thấy *"nai vàng ngơ ngác"*? Rồi, bất chợt Đỗ Trường đọc lên mấy câu thơ: *"Suốt ngày mải mê công việc/ trời đất thay mùa không hay/ áo ấm ai phơi bờ giậu/ giật mình, ồ thu đã sang/ nỗi lạnh từ đâu bỗng ùa về/ tuổi già cảm thấy lòng hiu hắt/ Nha Trang không có lá vàng phương bắc/ hơi thu bàng bạc ướp màu thời gian"* (Thơ Văn Biển). Tuyệt quá giữa lúc này với những câu thơ nhắc nhở tuổi của thời gian không đợi, không chờ. Nhưng thôi chuyện của mùa thu mình để đó rồi sẽ tính sau, chỉ biết rằng, được cùng nhau uống một ly café chuyện vãn ở nơi xứ lạ, quê người lúc này đã là hạnh phúc lắm rồi. Tôi đã "gặp" nhà văn Đỗ Trường qua một bạn văn: nhà thơ Luân Hoán. Chuyện có chút dài dòng nhưng để "hồi sau sẽ rõ". Còn bây giờ thì mời mọi người hãy cùng trò chuyện với nhà văn Đỗ Trường.

Triều Hoa Đại: *Chào anh Đỗ Trường.*

Đỗ Trường: Vâng, chào nhà thơ Triều Hoa Đại.

ThĐại: *"Gặp đây ta nắm bàn tay/ ngày xưa em trắng sao rày em đen". Đó là chuyện trai gái hẹn hò không phải của chúng ta. Vậy thì hôm nay "gặp" anh tôi chỉ muốn hỏi ba điều bốn chuyện anh có vui lòng không vậy?*

Đỗ Trường: Vâng, rất vui và hạnh phúc được hầu chuyện một nhà thơ cùng quê, cùng họ mà mình yêu mến bấy lâu. Có lẽ, bác mới biết em thôi. Nhưng em biết và đọc bác Triều Hoa Đại đến gần ba chục năm rồi. Bắt đầu từ bài phỏng vấn nhân tập thơ Mộng Còn Say của bác sĩ Đặng Huy Lưu (Houston) ra lò!

ThĐại: *Anh có thể vui lòng tự giới thiệu chút ít về mình.*

Đỗ Trường: Tôi người gốc Nam Định. Họ Đỗ nhà tôi đã nhiều đời sống ở làng Cát Chử, huyện Trực Ninh. Cải cách ruộng đất đợt cuối 1954-1955 gì đó, ông bà nội tôi bị quy địa chủ. Của cải, nhà cửa, ruộng vườn bị tịch thu cả, ông bà tôi bị đấu tố lên bờ xuống ruộng. Cũng may, bố mẹ tôi kịp chạy thoát. Sau này, bà tôi hay kể cho tôi nghe. Đó như là món nợ, để sau này, tôi viết thành truyện "Những ngày không bình yên", để trả cho bà tôi. Rất tiếc, bà tôi mất trước đó, nên không thể đọc.

Quê ngoại tôi thuộc làng Hành Thiện, Xuân Trường, với giòng họ Đặng nổi tiếng về sự học, làm quan to nhỏ thời nào, chế độ nào cũng có. Tuy nhiên, ông bà ngoại tôi rời quê lên Hà Nội làm cho Sở dây thép vào thập niên đầu thế kỷ hai mươi. Tuổi thơ tôi khi ở Hà Nội, lúc ở Nam Định. Tôi gắn bó nhiều và rất yêu mến vùng biển Nghĩa Hưng, Nam Định. Tuy nghèo khó, nhưng mảnh đất và con người nơi đó, đã nuôi dưỡng tâm hồn tôi. Học xong trung học (cấp ba), tôi đi khắp tỉnh thành miền Nam, từ Nha Trang, Buôn Ma Thuột đến Saigon, Châu Đốc, Long Xuyên, học đủ các món, song nghề nào cũng bỏ nửa chừng. Cuối cùng đành quay về Hà Nội ăn bám mẹ. Buồn buồn, lại dọt xuống Hải Phòng ở với bà nội, và làm cùng em con chú ruột tôi. Bố tôi mất rất sớm, nên bà và chú rất thương tôi...

Thđại: *Anh qua Đức từ năm nào, cùng với gia đình?*

Đỗ Trường: Tôi sang Đức (Đông Đức) lao động năm 1987. Lúc đó, tôi mới 27 tuổi (còn giai tơ) chưa lập gia đình. Hình ảnh chiếc bị cói khoác trên vai, cùng với các bạn bước lên máy bay của hãng hàng không Rumani, cứ in đậm mãi trong ký ức tôi.

Thđại: *Lúc đó bức tường Berlin đã sụp đổ chưa?*

Đỗ Trường: Chưa anh. Lúc đó bức tường Berlin còn vững chãi lắm. Mãi đến mùa thu năm 1989 biểu tình thứ hai hàng tuần, được nhóm lên từ Nhà thờ Thomas (Thomaskirche) Leipzig, thành phố tôi đang sống. Và từ đó lan rộng đến Berlin và các thành phố khác. Cuối cùng cơn gió mùa thu ấy đã quật đổ bức tường Berlin. Rất may mắn, tôi được chứng kiến giây phút lịch sử đó. Nó cho cảm hứng, và tôi bắt đầu viết, và viết khá nhiều. Nếu được phép, tôi xin đọc đoạn kết trong bài viết *Bức tường Berlin sụp đổ và vài kỷ niệm nhỏ*. Anh nghe, có lẽ hiểu hơn cái không khí, và tâm trạng không của riêng tôi lúc đó:

"Bức tường Berlin tuy đã bị đập phá, dân chúng hai miền đã thông thương. Nhưng đồn bót canh gác của hai bên vẫn còn. Những người nước ngoài, hoặc người Việt sống ở phía Đông muốn sang Tây Berlin

chơi, hoặc xin tị nạn vẫn phải trốn. Đi cổng chính, hoặc chui tường, nếu như cảnh sát Đông Đức nhìn thấy vẫn có thể bị giữ lại, không cho qua. Tôi có người bạn gái, hẹn đón bao lần ở cổng Bradenburg, nhưng không qua được. Cứ chiều xuống, tôi lại đứng dưới mưa nhìn dòng người qua lại, mong có bạn tôi trong đó. Nhưng chờ mãi, chờ mãi không thấy bạn đâu, để rồi:

... ngoài trời mưa tầm tã
Lòng anh lạnh như mưa
chỉ một bức tường kia
hai trái tim ly biệt...
Hỡi bức tường kia ơi!
Ngươi vô tri vô giác
Sao mà ngươi độc ác
ước mơ em nho nhỏ
ngươi nỡ bóp tan tành...
Em vẫn ở đằng đông
Anh thì ở bên tây
Hai khoảng trời cách biệt...
Đó là những đoạn thơ ngắn, nói thật tâm trạng của tôi trong những ngày này. Không hiểu tại sao năm ấy, gió và rét đến như vậy."

Thđại: *Trong một lần trả lời phỏng vấn với anh Đỗ Quyên cách đây đã lâu lắm rồi, anh Phan Tấn Hùng có nói: "Tôi phải đi khỏi Việt Nam để mà thương Việt Nam hơn". Còn anh, rời xa quê nhà bấy lâu anh có cùng một niềm thương nhớ quê nhà như anh Phan Tấn Hùng không?*

Đỗ Trường: Vâng, tôi hiểu được tâm trạng của anh Phan Tấn Hùng. Và tôi cũng vậy thôi, ba mươi lăm năm xa quê cũng là bấy nhiêu năm thương nhớ quê hương và người thân anh ạ. Có thể nói văn vẻ một chút: ngày thân đất khách, hồn đêm quê nhà. Nói thật sự với anh, nếu không xa quê và nhớ quê, chắc chắn tôi không viết văn. Tôi viết như thể gói hồn mình vào trang văn gửi về nơi quê nhà vậy. Mà không viết có khí ức chế sinh bệnh chẳng đùa đâu anh. Có những lúc nghĩ hơi rồ rồ, dại dại như thế. Nhưng tôi tin, hầu như người Việt nào xa quê cũng đều có tâm trạng như anh Phan Tấn Hùng, và tôi.

Thđại: *Giờ đây nếu có một lúc nào đó nghĩ về, nghĩ đến Việt Nam thì anh nghĩ về điều gì trước tiên?*

Đỗ Trường: Chắc chắc điều trước tiên, tôi nghĩ đến bố mẹ, dù các cụ không còn nữa. Rồi đến anh chị em, gia đình cùng bạn bè và bà con chòm xóm. Sau đó, tôi nghĩ đến thân phận đất nước và con người. Do vậy, nếu theo dõi và đọc tôi, anh có thể thấy, nỗi đau của đất nước, con người hiển hiện rất rõ trên các trang viết, và truyện của tôi. Kể cả mảng viết về chân dung, phê bình các nhà văn của tôi. Chẳng vậy, nhà thơ Thế Dũng (Berlin) có lần viết: Đỗ Trường là người của những nỗi đau.

Thđại: *Ở Đức có một dạo anh em bên đó thành lập tập san Bàn Tròn Tự Quyết, anh có tham gia không, anh nghĩ sao về việc làm này? Lại nữa ở bên ấy (ĐỨC) lâu lắm rồi cũng có tờ Gió Đông mà anh em bên đó trêu đùa gọi lái là "Đống Tro", tôi nghe đâu cũng xôm trò ra phết, mà rồi sao anh em không cùng duy trì để có tiếng nói với người ta?*

Đỗ Trường: Hai tập san này, có thể được thành lập trước khi bức tường Berlin sụp đổ, thuộc phía Tây nước Đức, nên tôi không được biết, và chưa nghe tên. Hoặc nếu thành lập sau 1990, không biết, không nghe thì có lẽ, lỗi tại tôi thời gian đó cắm đầu vào làm kiếm tiền giúp đỡ gia đình ở Việt Nam, và chăm sóc gia đình nhỏ của mình chăng?

Tuy nhiên, sau khi bức tường Berlin sụp đổ, phía Tây nước Đức đã có một số báo chí, nguyệt san như: Độc Lập, Cánh Én, Viên Giác, Diễn Đàn Forum, Hướng Việt... của đồng bào tị nạn thuyền nhân, Phật tử và của anh chị em sinh viên, rất xôm tụ, tập hợp được nhiều cây bút tài năng. Ngay thời gian đó tôi đã viết, và cộng tác với các báo, tạp chí này. (Báo chí Việt lúc đó, phần phía Đông nước Đức chưa có). Và truyện ngắn đầu tay "Phượng ơi, đừng nở nữa" của tôi được đăng trên tạp chí Hướng Việt được mọi người khoái lắm. Rất tiếc, tạp chí này mấy năm sau tự đình bản. Và đến nay, sau hơn ba chục năm ròng rã, tôi vẫn cộng tác viết đều đều cho Tạp chí Viên Giác do nhà thơ Tùy Vân phụ trách.

Còn hai tập san Bàn Tròn Tự Quyết và Gió Đông, tiện lúc nào đó, anh hỏi nhà văn Ngô Nguyên Dũng, có lẽ biết rõ hơn.

Thđại: *Tôi biết anh đọc nhiều và hằng lưu tâm đến văn học, thế thì cho tôi hỏi câu này: Anh nghĩ sao về nền văn học Việt Nam ở hải ngoại nói chung và ở Đức nói riêng?*

Đỗ Trường: Có thể nói, Văn học VN hải ngoại như một sự nối dài của nền Văn học miền Nam vậy. Ngoài các cây bút gạo cội như: Võ Phiến, Mai Thảo, Tô Thùy Yên, Thanh Tâm Tuyền, Du Tử Lê, Luân Hoán... vài, ba chục năm gần đây, ta thấy xuất hiện hàng loạt các cây viết mới, lạ: Trần Vũ, Phạm Tín An Ninh, Khánh Trường, Tưởng Năng Tiến, hay Lê Thị Huệ. Có thể nói, họ đã thổi luồng sinh khí mới vào Văn học hải ngoại. Điển hình là một số tác phẩm Ở Cuối Hai Con Đường, Rừng Khóc Giữa Mùa Xuân của Phạm Tín An Ninh, Truyện Ngắn Khánh Trường, hay Ngôi Nhà Sau Lưng Văn Miếu của Trần Vũ... Tuy nhiên, đây là những nhà văn thuộc thế hệ thứ nhất. Và gần đây ta thấy xuất hiện một số cây viết thuộc thế hệ thứ hai, thứ ba. Đó là điều đáng mừng, song đều viết, sử dụng bản ngữ nơi họ sinh ra và lớn lên. Sự nối tiếp các thế hệ dường như rất èo uột, bởi sự mai một nền tảng văn hóa, và vốn tiếng Việt. Do vậy, tôi hơi (bị) bi quan, khi nghĩ đến tương lai Văn học Việt nơi hải ngoại, anh ạ.

Thđại: *Tiện ta đang nói về văn học hải ngoại và ở Đức, anh có thể nói rõ hơn chút đỉnh những sinh hoạt văn hóa của anh chị em bên ấy lúc này ra sao, tương lai cái nền văn học ấy rồi sẽ ra sao?*

Đỗ Trường: Vâng, thưa anh! Nhắc đến sinh hoạt văn hóa ở Đức, thì trước hết ôn lại chút ít lịch sử nước Đức và sự hình thành cộng đồng người Việt ở đây. Có thể nói, không nơi đâu có sự hình thành hai luồng văn học thật rõ ràng như cộng đồng người Việt ở Đức. Sự khác biệt ấy, không chỉ về tư tưởng, mà còn về cả phương thức sáng tác. Hố ngăn đó, bởi nhiều nguyên nhân, nhưng lịch sử chia cắt là yếu tố chính tạo nên hai dòng chảy này. Nếu những sáng tác của người Việt (thuyền nhân) vùng phía Tây là sự tiếp nối của Văn học miền Nam, thì những sáng tác của người Việt ở miền Đông nước Đức là cánh tay nối dài của các bác Văn học miền Bắc. Không chỉ văn học miền Bắc hay miền Nam, mà các bác lính Việt Nam CH, hoặc mấy anh bộ đội cũng vậy, với tôi bác nào cũng là máu thịt nhà mình cả. Do vậy, hai dòng (hay hai nhóm) Văn học Việt ở Đức tôi đều quan tâm. Nếu hai nhóm cần, tôi đều đóng góp công tâm, và hết lòng.

Sinh hoạt Văn học Việt ở Đức kể cả hai nhóm hiện tại khi âm thầm, lúc thì sôi nổi. Ở phía Tây, phần đông các nhà văn, nhà thơ đến Đức tị nạn bằng con đường vượt biển và các cựu du học sinh trước 1975. Có thể kể đến nhà thơ Phù Vân, Trần Đan Hà, Văn Công Tuấn, nhà văn Hòa thượng Thích Như Điển… với các đầu sách ra hằng năm rất đều đặn, cùng Tạp chí Viên Giác. Hay nhà văn, nhà thơ Ngô Nguyên Dũng xuất thân từ du học sinh, sức viết dồi dào, giọng văn sinh động, sâu sắc. Đặc biệt, anh đã có những tác phẩm viết bằng Đức ngữ. Có thể nói, Văn học Việt ở miền Tây nước Đức có nền móng khá chắc chắn. Tuy nhiên, các nhà văn này đều lớn tuổi, các nhà văn trẻ, tôi chưa nhìn thấy đâu.

Các nhà văn nhà thơ xuất thân từ miền Bắc, phần lớn là lao động và cựu sinh viên, hoặc tường nhân từ các nước Đông Âu đến tị nạn. Do hạn chế tư tưởng, tài năng, nên thơ văn họ thường chỉ dừng lại ở mức độ cộng đồng.

Có điều không thể không nhắc đến, ngoài hai nhóm văn thơ trên, ở Berlin còn một số nhà văn có tư tưởng tự do, độc lập như Phạm Thị Hoài, Võ Thị Hảo, Thế Dũng, hay Lê Minh Hà. Đặc biệt, Phạm Thị Hoài và Võ Thị Hảo là những nhà văn tài năng, chí khí hàng đầu của nền Văn học Việt Nam. Do vậy, có thể nói, Văn học người Việt ở Đức khá đa dạng, và phong phú. Tuy nhiên, nó cũng mang những ưu khuyết điểm chung của dòng Văn học hải ngoại, cho nên tôi vẫn thấy lo lắng về những thế hệ kế cận.

Thđại: *Nhà thơ Hoàng Xuân Sơn ở bên Canada với tôi là chỗ thâm tình, vẫn thường mail qua, mail lại hôm rồi có nhắc với tôi khi trò chuyện với Đỗ Trường đừng quên hỏi ông ấy: "Nếu có gạch nối với văn chương đàng ngoài và nền văn học bị bức tử (thì) cho đến giờ này, người đó là Đỗ Trường" và vì vậy mà anh Hoàng Xuân Sơn mong anh "có thì giờ thâm cứu để có cái nhìn sâu lắng tổng thể hơn". Không những chỉ một mình Hoàng Xuân Sơn, theo tôi nếu những ai còn quan tâm đến văn học nước nhà thì cũng đều mong ước như thế. Vậy thì, anh nghĩ sao, nghĩ thế nào về chuyện này?*

Đỗ Trường: Cảm ơn anh và nhà thơ Hoàng Xuân Sơn đã yêu mến Đỗ Trường. Thật ra, Đỗ Trường không được học hành đến nơi đến chốn. Do vậy, viết phê bình phần nhiều bằng cảm tính, cảm xúc riêng. Tuy nhiên, do yêu mến Văn học Việt Nam nói chung, Văn học miền Nam và hải ngoại nói riêng, cho nên tôi cố gắng tìm tòi, mày mò nghiên cứu, hòng đưa cái hay, cái đẹp nhất đến với người đọc, dù tác giả đó là ai, và ở đâu. Như vừa nói với anh, Văn thơ miền Bắc, hay Văn học miền Nam, và tác giả là Cộng sản, hay Cộng hòa cũng đều là máu thịt của mình cả, cho nên đọc cứ thấy hay, đẹp là tôi yêu tuốt tuồn tuột. Nói theo ngôn ngữ chè chén vỉa hè là làm công việc cửu vạn thôi, chứ nói to tát như bác Hoàng Xuân Sơn, làm Đỗ Trường ngượng chết đi được.

Thật ra, thực chất Văn học miền Nam đã mang cái giá trị nhân đạo, và giá trị hiện thực, do vậy không ai có thể phủ nhận hay giết chết nó. Tuy nhiên, điều kiện chính trị xã hội hiện nay ở trong nước, ta vẫn cần ngòi dẫn để thế hệ sau có thể tiếp cận nó. Với nỗ lực bản thân, có lẽ tôi chỉ có thể đào bới, cửu vạn từng phần, từng tác giả đến người đọc mà thôi. Nếu khơi quật tổng thể như bác Hoàng Xuân Sơn nói, có lẽ phải cần đến một nhóm tác giả nghiên cứu chuyên sâu mang tính khoa học cao. (Ví dụ như, Giáo sư Nguyễn Hưng Quốc (Úc châu) hay nhà nghiên cứu uy tín Đặng Tiến (Paris) đứng chủ xị, những người như Đỗ Trường bậu xậu xung quanh, giúp sức chẳng hạn). Tuy nhiên, không được như vậy, tôi vẫn một mình túc tắc chiến đấu thôi.

Và cũng như nghiên cứu Văn học miền Nam thôi, làm một chiếc cầu nối các bác văn chương đàng ngoài và nền văn học bị bức tử này lại với nhau vẫn phải cần chân móng. Và chân móng ấy chính là nhóm hội tụ tác giả như nói ở trên.

Thđại: Nhìn về đất nước của chúng ta ngày nay theo tôi nhà cầm quyền vẫn chưa/ vẫn không có cái nhìn rộng lượng với văn học, lấy ví dụ gần đây nhất là trường hợp của họa sĩ Bùi Chát thì như ai cũng đã rõ, thế thì theo anh rồi ra mai này văn học của chúng ta sẽ chìm, sẽ nổi như thế nào?

Đỗ Trường: Cái gì càng cấm cản, thì người đọc càng tìm đến nó. Do vậy, văn học đích thực không bao giờ chết. Anh có chôn xuống thì nó ủ mầm bén rễ, đội đất trở lại xanh tươi hơn. Như anh biết, nhạc vàng, nhạc Bolero trước 1975 bị chôn sống gần nửa thế kỷ, nay vẫn sống ở miền Nam, và sống khỏe, lan rộng ăn sâu vào người thưởng ngoạn miền Bắc. Và đến nay, người ta vẫn tìm đọc in ấn tác phẩm của các tác giả thuộc Nhân văn-Giai phẩm, và các tác giả miền Nam. Thơ Trần Mạnh Hảo mấy chục năm cấm cản, đến nay buộc phải cho in ấn phát hành. Nghe nói, thơ Trần Mạnh Hảo đang bán đắt như tôm tươi ở trong nước. Bởi, đó là thứ thơ người đọc cần đến. Cho nên, đã là văn học đích thực sẽ sống mãi, và sống khỏe. Hơn nữa, hiện nay điều kiện in ấn phát hành, lưu trữ bằng kỹ thuật công nghệ toàn cầu, không hạn chế như trước.

Thđại: Nếu phải "chống" lại những áp bức từ giới lãnh đạo thì theo OCEAN Vương nhà văn phải "Cứng Đầu". Giờ đây lớp nhà văn Việt Nam liệu có còn đủ dũng khí để làm công việc ấy nữa hay không?

Đỗ Trường: Tôi vẫn tin cái dũng khí của các nhà văn trong nước, và ngoài nước. Nhất là các nhà văn trong nước, tôi rất cảm phục họ. Bởi, ở trong nước hiện tại có nhiều nhà văn viết hay và can đảm. Ngòi bút của họ dám chọc thẳng vào cái ung nhọt của xã hội. Cái sự lo ngại trước cường quyền không còn như trước nữa. Có thể nói, ngoài nhà văn tài năng, can đảm Dương Thu Hương, Võ Thị Hảo, Phạm Thị Hoài đã ra nước ngoài, ta còn thấy những Bùi Minh Quốc, Trần Mạnh Hảo, Hoàng Minh Tường, Nguyễn Quang Lập, Thùy Linh, hay Tạ Duy Anh và còn nhiều văn nghệ sĩ nữa, đã và đang cho ta thấy cái dũng khí ấy, qua những tác phẩm của mình. Cho nên, tôi tin ngoài tài năng, cái sự can đảm mang tính kế thừa của các nhà văn ở trong nước ngày càng mạnh mẽ, và sâu sắc.

Thđại: Về thơ Việt ở Đức trong cuốn "Men còn đọng lại nơi đáy vò" của anh tôi thấy: "Thơ Việt ở Đức đã có sự thay đổi cả hình thức và nội dung chất lượng khá rõ rệt, nhất là khâu tuyển chọn. Tuy nhiên, cuốn sách nào cũng vậy, dù sàng lọc thật kỹ vẫn có những khuyết điểm cần bàn..." Những khuyết điểm dưới con mắt tinh tế của nhà phê bình như anh nếu được đóng góp cùng tôi thiết nghĩ đó là một điều rất trân trọng, anh có dịp để đóng góp với anh chị em bên đó chưa?

Đỗ Trường: Vâng, thưa anh. Thơ Việt ở Đức đã in ấn hai cuốn do nhà thơ Thế Dũng, và anh Sa Huỳnh cựu du học sinh miền Nam trước 1975 biên tập. Nhà xuất bản Vipen Berlin xuất bản và đề nghị tôi viết lời bình, giới thiệu cho hai tập thơ này. Tác giả của những tập thơ này hầu như là những công nhân lao động đồng nghiệp của tôi, hoặc cựu du học sinh thời còn Đông Đức, sau thống nhất ở lại. Do vậy, tài năng, tư tưởng không đều, và khác nhau. Nhìn chung văn thơ của họ ở mức cộng đồng mà thôi. Nhưng tình yêu thơ văn của họ làm tôi cảm phục, yêu mến. Hai tập thơ này, tôi viết lời bình ngay và viết rất tận tình. Tuy nhiên, cái anh chị em nhà thơ cộng đồng hay mắc phải, loay hoay mất thời gian gò ép từ ngữ vào khuôn khổ thể loại thơ. Điều này, tôi cũng đã đưa ra lời bàn luận với anh chị em. Bởi, đọc một bài thơ, câu thơ dù phá cách, cho ta cảm xúc, sự rung động, vẫn khoái hơn bài thơ đúng niêm luật, song không hồn vía, vắng cảm xúc. Thực vậy, đôi khi tự nhiên bật ra tứ thơ với những hình, từ ngữ rất hay, đẹp, nhưng do cố gò ép, thay đổi từ ngữ cho đúng niêm luật làm cho câu thơ trở nên nhạt nhẽo. Gần đây, ta thấy một số nhà thơ đôi khi có những câu phá cách, (bỏ qua niêm luật) làm cho cả bài thơ mềm mại, và hay hơn nhiều lắm. Điển hình là tập thơ Vịn Vào Lục Bát của Trần Hoài Thư gần đây mà tôi đã được đọc. Tất nhiên, vừa hay, lại đúng niêm luật thì là nhất rồi, khỏi phải bàn luận.

Tuy nhiên, đây cũng chỉ là một trong nhiều lỗi của các nhà thơ cộng đồng ở Đức. Tôi cũng xuất thân từ người lao động, cùng cảnh cũng có sự cảm thông hơn, nên biết đến đâu giúp anh chị em đến đó.

Thđại: *Anh biết OCEAN chứ? Tôi chắc chắn là anh biết rất rõ về nhân tài này. Có lần ông ta phát biểu: "Nghệ thuật là công việc của tình yêu bạn phải yêu nó, nhưng nếu bạn chỉ viết để được xuất bản hay để được đón nhận, bạn sẽ đánh mất bản thân. Bạn không phải phục vụ về nghệ thuật mà chỉ là nô lệ của đám đông." Anh có ý kiến gì không, anh có cần thêm hoặc bớt?*

Đỗ Trường: Tôi rất vui, khi biết tin về nhà văn tài năng trẻ sinh năm 1988 người Mỹ gốc Việt này. Điều đáng tiếc anh ấy viết bằng Anh ngữ, tôi không thể trực tiếp đọc. Vâng, anh ấy nói đúng. Viết văn là công việc nặng nhọc và cô đơn, hy sinh và mất mát. Bởi, viết văn chân thực chắc chắn sẽ có sự va chạm, đôi khi là nguy hiểm. Như tôi cũng vậy, hàng chục năm nay có muốn về thăm quê cũng chẳng được, bởi tại viết văn thôi. Nếu không có tình yêu, chắc chắn tôi, hay anh không thể ngồi tiếp tục viết.

Thđại: *Anh nghĩ sao về việc có người đặt ra câu hỏi: Nhà văn có cần phải có trách nhiệm với người đọc hay không. Riêng anh, thì nhà văn có trách nhiệm gì với người đọc?*

Đỗ Trường: Nói trách nhiệm nghe to tát quá anh. Vâng, nếu phải trả lời, thì với tôi: Sự chân thật trong văn chương đó chính là trách nhiệm của nhà văn với người đọc, cũng như đối với chính mình vậy.

Thđại: *Người Việt của chúng ta quả là rất sính thơ cứ ra ngõ là gặp nhà thơ, đọc ở trên mạng, trên facebook, v.v... thấy thơ ở đâu mà nhiều quá, nhưng nếu cất công tìm một bài thơ hay thì tôi e rằng rất khó, anh có chia sẻ với ý kiến này không?*

Đỗ Trường: Vâng, cái nạn nhà nhà làm thơ, người người làm thơ, đọc thơ đã nhiều lần trong lúc nhấc lên đặt xuống với nhau, chúng tôi đã đề cập đến. Thôi đó cũng là niềm vui của mỗi người tự chọn, tôi cũng rất tôn trọng. Tuy nhiên, nhiều khi thấy nhảm nhí quá, cũng hơi thấy sượng trong lòng. Do vậy, hôm rồi tôi buộc phải viết mấy dòng vui thôi, chứ không có ý chỉ trích ai cả. Thay cho trả lời câu hỏi này, tôi xin đọc một đoạn bác nghe nhé:

"Mấy năm gần đây, gã ăn cũng thơ, ngủ cũng thơ. Bùa mê thuốc lú gì, mà cái món này làm cho gã cứ như bị ma ám, với mức độ tăng dần đều. Ban đầu tháng một lần, rồi đẩy lên hằng tuần, cho đến nay, ngày nào gã cũng đọc thơ, ngâm thơ, trình diễn thơ, ghi hình, gửi khắp nơi cho bạn bè FB, hoặc ngoài đời. Mấy ông, mấy bà sồn sồn hưu trí, nội trợ bếp núc được gã trình diễn thơ của mình khoái lắm. Các mỹ từ vây quanh, làm gã hơi bị bất ngờ, choáng. Vậy là, thành nghệ sĩ rồi còn gì nữa. Gã vội tút lại khuôn mặt, quần áo chim cò nhún nhảy, nhưng khổ cái, dáng đi hơi bị chàng hảng không giấu được, nhìn phát biểu ngay nghệ sĩ tỉnh lẻ, cấp phường xã. Từ ngày về hưu Tú Gái càng rách việc. Cưới xin, ăn hỏi, hội hè, ma chay nào gã cũng nhảy phóc lên đọc thơ. Giọng lúc nào cũng run rẩy, méo như sắp khóc của gã đọc nơi đám ma thì ngon lành, chứ nơi cưới xin vui nhộn quả thực tai hại. Bởi, gã không phân biệt, cảm nhận được thơ hay, dở dẫn đến lẫn lộn cảm xúc thật, giả. Gã cứ ngỡ giả run rẩy đánh lừa cảm xúc. Do vậy, hôm cưới con ông bạn cùng đội lao động cũ, gã đang đọc thơ trên sân khấu, bị bọn trẻ bế xuống, và dọa, sẽ đưa thẳng vào trại cai thơ. Thấy gã giãy giụa, kể cũng ái ngại, chủ nhà vội can, và bảo:

- Chúng mày bỏ bác ấy ra. Không đọc thơ nhạt miệng, bác ấy chịu thế chó nào được. Cái món này còn khó cai hơn cả thuốc phiện ấy chứ… lại.”

Thđại: *Đề cập đến thơ HAY xin hỏi anh: anh quan niệm thế nào là một bài thơ HAY?*

Đỗ Trường: Cái câu hỏi này mênh mông lắm. Bởi, thơ hay dở cũng như thưởng thức món ăn vậy. Ngon với người này, dở với người khác. Mỗi người một gu, một kiểu. Tuy nhiên, bài thơ, câu thơ hay trước hết phải làm cho người đọc rung động cái đã. Chứ gần đây, có một số người viết những câu đọc không thể hiểu, rồi gán cho nó những mỹ từ, trừu tượng, tân hình thức… Vâng, đọc không hiểu tác giả viết cái quái gì, thì làm sao tiết ra được cảm xúc, và rung động. Thật ra thơ hay hoặc dở, cũ hay mới, chẳng liên quan gì đến thể loại lục bát, tứ tuyệt, hay thể tự do… Thể loại chỉ là hình thức. Tải đến, làm người đọc rung động là những ngôn từ. Ngôn từ làm nên hình tượng thông qua sự tưởng tượng cảm xúc của nhà thơ. Thơ hay dứt khoát phải có từ mới, hoặc cụm từ mới. Từ hay cụm từ mới không có nghĩa người viết chế, nghĩ ra, mà do cách sử dụng từ ngữ. Nhiều từ, cụm rất cũ, nhưng người viết đặt hoặc ghép trong câu đúng văn cảnh nào đó, gây bất ngờ cho người đọc, nó trở thành câu mới, nghĩa mới. Nhà thơ tài năng, ngoài kiến thức ra, dứt khoát phải là người có trí tưởng tượng và sự liên tưởng phong phú.

Thđại: *Còn rất nhiều điều (tôi nghĩ) anh em chúng ta chưa bàn tới, thời gian tuy thế mà ngắn ngủi quá cho một buổi chuyện trò văn học.*

Vậy xin anh vui lòng dành cho một câu hỏi chót: Thưa anh, tôi nghe người xưa bảo rằng: "Đi đường xa dù chỉ cầm một chiếc lá cũng thấy nặng". Vậy mà, nhà văn Phạm Tín An Ninh đã đánh giá về anh: "Người chuyên chở Văn Học Miền Nam qua vũng lầy lịch sử", với tôi thì e rằng công việc này quá đỗi "nhọc nhằn". Liệu anh có đủ kiên cường để mà "chuyên chở" cả một nền văn học của 4000 năm lịch sử?

Đỗ Trường: Cảm ơn nhà văn Phạm Tín An Ninh đã có cái nhìn ưu ái về Đỗ Trường. Tuy nhiên, trong bài viết: "Người chuyên chở Văn Học Miền Nam qua vũng lầy lịch sử", nhà văn Phạm Tín An Ninh chỉ muốn nói đến cái sự cửu vạn của tôi đưa Văn học miền Nam đến gần với người đọc thôi (tức là công việc viết chân dung, phê bình các nhà văn) chứ không đến nỗi to tát, nhọc nhằn như anh nghĩ.

Vâng, có thể nói, chẳng cứ viết văn, mà làm bất cứ công việc gì cũng vất vả, nhọc nhằn cả thôi, nếu làm hết khả năng. Và như đã nói với anh, không có tình yêu thì không thể làm được bất kỳ việc gì một cách bền bỉ và trọn vẹn. Đến bây giờ tôi vẫn yêu, và còn đang yêu với văn học, với cái đẹp thì phải viết thôi. Khi nào hết yêu, hết cảm xúc sẽ dừng công việc này lại. Còn khi nào, quả thực khó mà biết trước được.

Thđại: *Cám ơn nhà văn Đỗ Trường, nhưng trước khi chúng ta chia tay anh có cần bổ túc, thêm bớt gì không?*

Đỗ Trường: Vâng, bác tra vấn em hơi bị kỹ. Từ bé đến lớn chưa ai từng tra vấn em như vậy. Nhân có sự tra hỏi này, em cũng xin cảm ơn bác, và qua bác cảm ơn đến bạn đọc, các nhà văn, nhà thơ đã yêu quý, động viên, khích lệ Đỗ Trường.

Triều Hoa Đại
thực hiện

NGUYỄN ĐÌNH PHƯỢNG UYỂN
SAO LẠC LOÀI

Thằng Nhí bắc cái ghế đẩu ra sát bức tường rào, leo lên ghế nhón chân nhìn ra đường. Trời chạng vạng tối, con trai con gái, đàn ông đàn bà đổ ra phố đông nghẹt, ai cũng mặc quần áo đẹp, giày dép láng o, xe pháo bóng lộn.

Quán xá chỉ chờ những ngày thế này để hốt bạc, chăng đèn đóm, nhạc nhọt tưng bừng khói lửa. Hàng cocktail trước cửa chợ bữa nay thay mấy cái tô tròn đựng trái cây, mứt sơ ri, chùm ruột... bằng những cái thố thủy tinh lớn hơn, thức ăn vun có ngọn, bên trên mấy cánh quạt bằng nhựa tự chế quay nhè nhẹ, đuổi ruồi. Quán đông nghẹt, bà chủ hàng cocktail thoăn thoắt múc trái cây vào ly, nhận thêm miếng đá bào trắng bóc, rưới si rô đỏ lên trên làm ly nước có ba màu rõ ràng rồi bưng ra cho khách, họ dùng thìa trộn ba màu chung với nhau thành một hỗn hợp sền sệt, múc ăn rau ráu.

Thằng Nhí mở to mắt nhìn ly nước màu trên tay thực khách bên kia đường, nuốt nước miếng. Nếu nó được ra khỏi trại, đợi khách ăn xong, bỏ đi, nó sẽ chạy nhanh lại bàn, vét voi những thứ còn lại trong ly, nếm thử thứ nước đỏ đỏ vàng vàng đó xem mùi vị ra sao, chắc sẽ ngọt lắm, ngon lắm. Những đứa trẻ ăn xin ít ra cũng sướng hơn thằng Nhí, được tự do ra đường, được mót cơm thừa canh cặn, có đồng ra đồng vào.

Trong trại, người ta cho gì, ăn nấy, thường là gạo đỏ với canh rau muống, canh bí lỏng bỏng nấu với muối. Hôm nào khách đến thăm cho nồi chè, nồi đậu hũ kho, cả trại mừng chảy nước mắt.

Nhí chú ý đến một em bé ngồi trên cái yên con con gắn trước xe đạp mà ba mẹ chở đi phố hôm nay. Đầu bé đội chiếc mũ đỏ có chóp nhọn gấp khúc, đầu chóp gắn cục bông tròn trắng muốt, nó còn mặc bộ đồ đỏ viền trắng, mặt ngơ ngác, chưa hiểu rằng được ba mẹ cho đóng vai ông già Noël như thế là hạnh phúc vô bờ. Giá được thử bộ đồ đỏ nhỉ, Nhí nghĩ. Người ta vui những ngày cuối năm bao nhiêu thì Nhí lo bấy nhiêu. Lo vì trời lạnh không đủ đồ ấm để mặc, bình thường đã thiếu ăn thêm giá lạnh bụng càng teo tóp.

Mấy anh choai choai đạp xe đuổi theo nhau, hò hú ỏm tỏi ngoài lộ, Nhí và mấy thằng trong trại cũng hùa vào đáp trả, người ta "Ê" mình cũng "Ê", người ta "Úy" mình cũng "Úy" nhưng tiếng đáp trả của bọn Nhí, dẫu có đông cũng không thể giòn giã, bừng bừng khí thế như mấy anh kia.

Đứng đến khuya, sương xuống lạnh, bạn Nhí lần lượt chào thua về phòng, Nhí xách ghế trả về chỗ cũ, đi tới tấm chiếu mòn lẳn của mình, nằm nghiêng một bên, hai tay ôm lấy đầu gối, chốc lại nghiêng bên kia, chốc lại xoa tay xoa cẳng. Thật ra nằm thẳng lưng dễ chịu hơn nhưng trời đông mà, hơi đất thấm vào người lạnh lắm. Nhí trăn trở để da thịt bớt tiếp xúc với đất, co người giữ ấm được chừng nào hay chừng đó, nó buồn ngủ lắm rồi nhưng cứ thiếp đi một chút thì thức giấc, bụng sôi ọt ọt. Mơ màng, Nhí thấy trên bàn ăn có đĩa đùi gà rô ti thơm phức, tươm nước béo, da gà vàng ươm dính hành tỏi phi nâu nâu, Nhí thò tay bốc nhưng ai đó lại bưng đĩa gà ra chỗ khác, Nhí vội vàng chộp một miếng, cái đùi gà rơi xuống đất, Nhí nhặt lên nhưng tay không co lại được để đưa miếng thịt vào mồm...

Nhí tỉnh giấc, đến mơ được ăn gà cũng không thành.

Nhí không biết ai đã sinh nó ra và sinh làm gì mà để nó bơ vơ lạc lõng thế này. Nghe nói ba thằng Lùn nằm tù, mẹ bỏ đi từ lúc nó mới ra đời, cùng hoàn cảnh mồ côi nhưng thằng Lùn sướng hơn Nhí, vẫn còn hy vọng ngày gặp lại ba. Những đứa còn lại trong trại, con Sứt, thằng Cu, anh Gù... đều có quá khứ trắng bệch như Nhí.

Ông già Noël ngộ ghê, chỉ lo cho trẻ nhà giàu, tụi nó toàn đòi thứ đắt tiền. Nếu ông hỏi Nhí, Nhí chỉ ước một ly cocktail bên kia chợ hay đơn giản hơn, xin ông ôm Nhí vào lòng cho bớt lạnh thôi hà. Nhí nhìn những vì sao lấp lánh ngoài cửa sổ. Trời càng lạnh hình như sao càng sáng, phải sáng chứ, ngày Chúa sinh ra đời mà. Đôi lúc, Nhí thấy cả sao băng nữa. Người ta nói khi sao đổi ngôi là trên trái đất có một người qua đời.

Đêm nay, tự nhiên Nhí muốn sao của mình đổi ngôi, để Nhí hết lo, hết buồn, hết khắc khoải.

Nguyễn Đình Phượng Uyển
23/11/22

TIỂU LỤC THẦN PHONG

NGƯỜI VỜI TA ĐẾN

Bóng tối dày đặc, quánh lại như bùn lầy, cái thứ bùn lầy sền sệt đang nuốt y vào lòng của nó, càng vùng vẫy thì càng lún sâu. Bóng tối lại như luồng sương đen kịt, tràn vào phổi y, y sặc sụa ho và ngạt thở. Y không thể nào la hét được, hả miệng ra thì luồng sương đen tràn vào ào ạt hơn. Màn đêm như vô số tơ bện chặt y, trông y không khác gì một cái kén, trong cái màn đêm ấy, bất chợt y lại thấy lơ lửng như bay trong không trung, cố mở mắt xem sự thể thế nào thì thấy vô số hình nhân nam nữ lõa thể. Những hình nhân chập chờn vây quanh y, chúng vờn quanh và vươn những cái tay dài như sợi tơ quấn lấy thân thể y, lại giống như những xúc tu bám chặt vào thân y. Y giãy giụa quần quại nhưng không làm sao thoát ra được. Y muốn hét toáng lên nhưng không gian đông đặc trong miệng, không hét được nhưng y nghe rõ mồn một giọng cười đắc ý đầy ma quái:

- Anh ta không thể thoát khỏi tay bọn ngươi! Anh ta hoàn toàn chịu sự khống chế của bọn ngươi, dù bọn ngươi có làm lơ thì anh ta cũng sẽ quỳ dưới chân để mà xin chút khoái lạc, mỗi khi thân xác anh ta lên cơn giày vò vì thèm khát, tâm can nung nấu cháy bỏng.

Những hình nhân nam nữ lõa thể lơ lửng trong không gian đen đặc tối om cười rúc rích:

- Thưa dâm thần chủ, ngài đã khuất phục vô số con người ở thế gian này, xưa nay ngài vẫn luôn luôn thắng thế. Bọn người kia hoàn toàn nằm dưới sự khống chế của ngài, gã du tử kia cũng không là ngoại lệ, tuy y có ý muốn thoát khỏi sự khống chế của ngài nhưng y không có đủ bản lãnh, cái bản năng thèm khát dục lạc vẫn âm ỉ cháy trong tâm và giày vò thân xác. Gã ấy cố gắng tự phản tỉnh và tìm con đường vượt thoát nhưng mỗi lần gã ta tiến lên một bước thì lại lùi hai bước, vươn lên một nấc thì rơi xuống hai nấc. Gã ta tiết dục để thăng tiến nhưng bản năng khát dục làm cho gã ta thoái lui là vậy, gã ta càng vùng vẫy, tâm tư tranh đấu giữa thanh cao và dục lạc . Gã ta đau khổ nhưng thống khoái chìm vào vũng lầy dục cảm. Bọn em thỉnh thoảng vẫn cho y hưởng tí khoái lạc đủ để y mong muốn thèm khát trong khắc khoải. Bọn em không cho gã ta thỏa mãn để mà trói buộc gã trong sự sai xử của ngài.

Dâm thần cười khùng khục trong cổ họng, giọng hả hê:

- Các ngươi khá lắm! Cứ như thế mà làm, tuyệt đối không cho gã ta được thỏa mãn, một khi thỏa mãn thì gã ta sẽ không còn phục tùng ta. Nhục cảm, khoái lạc là bửu bối, là tuyệt chiêu của ta, chỉ có ngón tuyệt chiêu này mới trói buộc được loài người, bọn người ngoan ngoãn vâng lời ta, tự nguyện chịu sự sai khiến của ta. Ta không có sức mạnh vô địch như thần hủy diệt, cũng không có quyền năng tuyệt đối của thần chết, nhưng ta có sức mạnh mềm. Ta không hò hét lớn tiếng, cũng không đe nẹt ai. Ta chỉ cười mỉm nhẹ nhàng nhưng loài người quỵ lụy xin chết dưới chân ta. Không có kẻ nào cưỡng nổi sự quyến rũ sai xử của ta, bọn họ nhiều khi còn tự buộc số phận của họ vào ta, thậm chí ta xua đuổi họ cũng chẳng rời, cam chịu đời đời nằm dưới sự điều động của ta. Thế gian này cũng có một số ít, rất ít dám coi thường ta, nhạo báng ta, khi dể ta... đó là mấy vị sa môn vâng lời ông Cồ Đàm, hành theo chánh pháp của Cồ Đàm. Những vị ấy hoàn toàn tự tại thong dong, ngón nghề điêu luyện cùng bảo bối của ta vô tác dụng. Có đôi khi ta cũng rù quyến được vài vị sa môn phá giới, lừa thầy, phản bạn nhưng chỉ là những kẻ thiểu số không đáng là bao. Bọn ngươi hãy nhớ lấy, đừng có đụng đến những vị sa môn chân chánh, kẻo mà mang họa.

Những hình nhân nam nữ lõa thể lơ lửng trong bóng đêm đen đặc, chúng chớp lóe những đốm lửa xanh, đỏ, tím, vàng... trông đẹp mắt và đầy sức dụ hoặc ma quái, mắt môi chúng quả thật gợi cảm, tấm thân thật hấp dẫn. Chúng cất tiếng ca ngọt dịu và những lời âu yếm đầy sức cuốn hút, những âm thanh gợi dục gợi cảm làm cho con người mê đắm, tất nhiên gã du tử kia cũng không là ngoại lệ. Gã ấy còn có phần lậm sâu hơn, vì gã vốn có tính nghệ sĩ, sống phóng khoáng và lụy tình. Những hình nhân trông mướt mát thơm tho, tràn trề gợi cảm. Cả bọn lả lơi làm trò đú đởn với dâm thần, dâm thần ngồi trên giường, chăn gối lụa là êm ái, đang lim dim tận hưởng sự phục dịch, thỉnh thoảng dâm thần lại mân mê và xoay xoay chiếc nhẫn bảo bối "Dục lạc khoái nhuyễn lực", đây là một bửu bối cực kỳ hiệu nghiệm. Dâm thần dùng nó để khiển dụng con người, mỗi khi dâm thần ban ơn cho ai thì y chạm nhẹ chiếc nhẫn vào cổ kẻ ấy, tức thì kẻ đó mê mệt hưởng khoái lạc và phục tùng dâm thần một cách tuyệt đối, những lúc ấy thì bản lĩnh, công phu, danh dự... chỉ là thứ bỏ đi.

Y còn đang trồi đạp tìm cách vượt ra khỏi cái màn đêm đặc quánh thì chợt cảm nhận có bàn tay rất đẹp cầm chiếc nhẫn chạm nhẹ vào cổ y, một cơn sóng khoái cảm đê mê xuyên suốt người y. Lập tức y thấy mình trồi hẳn lên trên vũng lầy mà mới phút trước y còn đang chìm xuống, cái làn sóng sung sướng làm cho y quên ngay cái cảm giác đang ngạt thở vì chìm dần trong vũng lầy. Y trở nên sung mãn và tăng động, y đeo bám lưu luyến với những hình nhân lõa thể kia, ra sức mơn trớn, cợt nhả và có vẻ tâm tư thích ý cực độ. Tiếng cười đầy nhục dục khoái lạc của những hình nhân ấy càng làm cho y điên đảo. Y giở hết những ngón nghề chơi có được để làm thỏa mãn những hình nhân lõa thể kia và cũng chính làm thỏa mãn cho bản thân y. Y như con thiêu thân lao vào ngọn đèn, vừa hưởng lạc vừa khoe cái tôi đang phát huy cực đại, hòng lấy tiếng là dân chơi điệu nghệ.

Còn đang lâng lâng bởi nụ hôn, Y chợt cảm nhận có cú đập và lay mạnh, mở mắt ra thấy trời còn tối đen. Vợ y nằm cạnh bên ngái ngủ càm ràm:

- Ban ngày cứ vào mấy trang web đen xem phim sắc dục, đêm nằm mơ bậy bạ, ú ớ không thành lời, giãy đạp quờ quạng lung tung.

Y nằm im, định thần lại, giấc mơ quái dị nhưng chẳng lạ, không phải lần đầu y mơ như thế, đã nhiều lần rồi nhưng mỗi lần mỗi khác, sự việc biến tướng và hình ảnh mạnh mẽ đậm mê đắm hơn. Y tự nhủ phải rút ra khỏi cái vòng luẩn quẩn này, những hình ảnh nam nữ lõa thể, những âm thanh nhục dục khoái lạc cứ lởn vởn trong tâm trí, thật đúng như lời dâm thần nhắc nhở bọn đàn em trong mơ: "... tuyệt đối không cho gã ta cũng như bọn người được thỏa mãn, thỉnh thoảng cho bọn họ hưởng một tí để cơn nghiện càng sâu hơn, có thế mới giữ được chúng trong vòng cương tỏa của ta, chịu sự sai khiến của ta. Chúng phải muôn đời là nô lệ cho ta, quyền năng của ta tuy mềm nhưng buộc chúng chặt hơn bất cứ thứ trói buộc nào có ở trên đời..."

Mắt mở thao láo nhìn vào bóng tối, y chợt rùng mình vì lời dâm thần trong mơ. Vợ y trở mình, mắt nhắm mắt mở, giọng khào khào ngái ngủ:

- Honey! Ngủ không được hả? Có phải đang hứng? Ngủ đi, mai phải dậy đi làm sớm, cuối tuần thong thả hơn nhé!

Y nằm im, không trả lời, tâm trí y đang miên man với sự thiệt hơn, phải trái, chánh tà... Y biết vào mấy trang web đen xem phim ái dục là không tốt, nhưng y chưa thể dứt ra được, gần như mỗi tuần y đều mò vào để xem, tuần nào không xem thì bứt rứt khó chịu trong người, cứ y như những kẻ nghiện xì ke mà thiếu thuốc vậy. Xem xong thì lại hối hận, hụt hẫng... "sao mà dơ dáy, bẩn thỉu quá!". Y xóa hết những dấu vết còn lưu trên máy cá nhân, khổ nỗi không thể xóa được những lần truy cập trên trang web chủ hay những máy chủ cung cấp dịch vụ. Vì thế nhà mạng biết rõ những thông tin cá nhân, những sở thích truy cập, bọn chúng tung vô số những quảng cáo và phim ảnh về xu hướng mà y thích truy cập. Cũng vì trang web đen mà những virus độc hại xâm nhập làm cho đứng máy, thế là y lại mò mẫm dọn rác, diệt virus và cài đặt lại. Cái vòng luẩn quẩn đã bao lần nhưng vẫn cứ lặp đi lặp lại. Y đã bao lần tự hứa với bản thân: "Mình sẽ không vào những trang web đen nữa, mất thời gian, máy bị dính virus và tai hại cho tâm ý". Hứa rồi lại phạm, phạm xong lại hứa, cứ như thế không biết đã bao lần. Y thấm thía lời của dâm thần dạy bọn tay chân thủ hạ. Y thấy mình bị trói buộc và điều khiển bởi dâm thần và lũ đàn em của dâm thần, cả thân và tâm đều bị dâm thần sai xử mà không có cách chi cưỡng lại, thế này thì cũng sẽ sớm trở thành thủ hạ của dâm thần mất thôi! Y nhớ đâu đó trong kinh Pháp Cú có dạy: "Ái tình dục lạc như nước muối, càng uống càng khát" hoặc là: "Hưởng dục lạc cũng giống như liếm giọt mật trên lưỡi dao bén." Y cũng võ vẽ tập quán thân bất tịnh: "Rõ ràng hàng ngày thân này tiết ra bao nhiêu chất dơ hôi hám, mắt có ghèn, tai có ráy, mũi có cứt mũi, miệng có bợn nhơ, hàng triệu lỗ chân lông tiết mồ hôi, hạ thân tiết ra phẩn niếu... Một ngày không tắm rửa thì hôi hám không ai chịu nổi, từ đó mới biết bên trong bao nhiêu là máu mủ, là cái đãy da hôi thối." Biết vậy nhưng đụng đến cái bề ngoài da thịt quyến rũ, ánh mắt đa tình, giọng cười ngọt lịm, cái xúc chạm êm ái... là lại quên ngay, là lại chẳng nhớ đó chỉ là giả hợp của tứ đại. Dẫu có đẹp như hoa hậu, thanh lịch như quý ông nhưng một khi tắt thở thì đố ai dám ôm ấp nữa. Cái đẹp bề ngoài cũng còn tùy thuộc vào sự nhìn nhận của mỗi loài. Có cái đẹp cà răng căng tai của những thổ dân thì lại xa lạ, mông muội với người thành phố, người hiện đại. Có cái đẹp mềm mại, thướt tha của phương đông thì lại khác với cái đẹp to cao, mạnh mẽ của phương tây... tất cả lệ thuộc ở truyền thống văn hóa, tập quán địa phương mà ra. Nhìn sâu xa hơn thì đó là sự mê mờ của sáu căn, huyễn hoặc của sáu trần, mê lầm của sáu thức thôi!

Càng nghĩ y càng thấy tỉnh ra, mai phải đi làm sớm nên y quyết không nghĩ lung tung nữa, dỗ lại giấc ngủ. May là y cũng thuộc loại người dễ ngủ, dù đang trò chuyện hay đang làm việc gì không cần biết, hễ ngả lưng xuống là ngủ ngay, chỉ trừ những lúc tâm tư xáo trộn hay tâm ý xao động mạnh.

Y chập chờn chìm vào giấc ngủ, dâm thần và những hình nhân nam nữ lõa thể kia lại hiện ra, chúng giở trò mơn trớn, bỡn cợt, vuốt ve dụ khị. Dâm thần nhếch mép cười rất dâm đãng, đầy vẻ khêu gợi:

- Ngươi không muốn làm quyến thuộc của ta? Ngươi muốn thoát khỏi vòng tay ta? Đừng dại dột như thế! Người đời ai mà không ham muốn khoái lạc do ta ban cho, một mai thoát khỏi tay ta liệu ngươi có sống nổi nếu không có khoái lạc?

Nói xong y lại cười khanh khách đầy vẻ đắc ý, tự tin. Khoát tay cho những hình nhân nam nữ lõa thể vây quanh y, chúng cười tình và ra sức kích thích các giác quan khoái lạc của y. Trong bọn chúng có đứa thì thầm:

- Bọn em mang lại khoái lạc và cảm giác thăng hoa cho anh, sao anh lại muốn vượt thoát? Những gì bọn em làm cho anh, chiều chuộng anh, muốn anh cũng trở thành quyến thuộc của dâm thần như bọn em. Sao anh không nhập với bọn em? Làm người mà không hưởng nhục cảm thì làm người để làm gì? Liệu không có nhục cảm thì con người có tồn tại không?

Bọn chúng nói đúng, nhục cảm khoái lạc, sự tham ái, sự thèm khát dục vọng... là nguyên nhân của tái sanh, luân hồi bất tận.

Bấy giờ dâm thần ghé sát tai y cười dấm dẳng, khiêu khích và thách thức:

- Nói cho công bằng thì chính ngươi vời ta đến, ngươi tìm đến ta, nghĩ tưởng về ta chứ nào phải ta đến tìm ngươi. Ngươi và loài người quy lụy xin khoái lạc ở ta, những hình ảnh nam nữ lõa thể kia là do ngươi chiêu cảm lấy, hoàn toàn không phải lỗi của ta. Ta đã đến thì đừng hòng ta bỏ đi dễ dàng! Ta sẽ theo ngươi cho đến sức cùng lực kiệt, ngươi có chết rồi tái sanh ta vẫn không rời ngươi.

Dâm thần và lũ hình nhân lõa thể còn đang đắc thắng, bất chợt biến mất, không gian tĩnh mịch như chưa từng có mặt của bọn chúng. Một vị thần mặc giáp trụ, tay cầm kim cang xử xuất hiện:

- Địa thần! Sao ngài lại để cho dâm thần và quyến thuộc của y đến cuộc đất này? Nơi này có thờ tôn tượng Như Lai kia mà! Bọn chúng đến làm mất tôn nghiêm, ảnh hưởng đến phong khí của con người nơi đây!

Thì ra là thần hộ pháp, địa thần bước ra, dáng vẻ phốp pháp tốt tướng:

- Ngài không biết đấy thôi, địa thần tôi đã cho canh gác cẩn mật, vả lại cuộc đất này đã được kiết giới và hộ giới bởi chính ngài, một khi đã kiết giới thì không một ai có thể xâm nhập được, cho dù quỷ mị võng lượng... Sở dĩ dâm thần và quyến thuộc của y đến được là vì cậu chủ rước bọn họ đến đấy! Chính cậu chủ đưa cho bọn họ mật khẩu, mật ngữ nên bọn họ đi qua được kiết giới, nếu không có mật khẩu của cậu chủ thì bọn họ có ba đầu sáu tay cũng không vào được. Cậu chủ và bọn họ có giao tình với nhau, cậu ta bị bọn họ rù quyến,

quyến dụ bằng dục lạc đã lâu, giờ cậu chủ bị ràng buộc chịu sự sai xử của bọn họ. Cậu chủ vô tình thành quyến thuộc với bọn họ, cậu chủ phải tự tỉnh ra, tự cứu lấy mình. Tôi với ngài chỉ hộ vệ vòng ngoài, không thể xen vào tâm của cậu chủ để đánh thức, cũng không thể lôi cậu ấy trở lại con đường sáng, con đường tỉnh thức. Cậu ấy phải thoát ra và tự đi bằng đôi chân của mình.

Y thật sự phân vân, tiến thoái lưỡng nan giữa hai con đường. Sức hút của dâm thần và lũ hình nhân lõa thể vẫn mạnh mẽ và hấp dẫn nhưng sự tỉnh thức cũng thôi thúc quyết liệt không kém. Sự thanh cao thăng hoa trên con đường sáng là lý tưởng của bao người bao đời nay, rất chân chánh và thánh thiện. Y còn ngơ ngác đứng giữa con đường, chưa biết tiến thoái làm sao thì tiếng chuông báo thức reo một hồi dài. Vợ y gọi:

- Dậy đi làm anh ơi! Trời gần sáng rồi.

Tiểu Lục Thần Phong
Ất Lăng thành, 08/2020

VÕ PHÚ
QUYỂN SÁCH BỎ QUÊN

Hắn mê Nhất Linh, tác giả của nhiều tập truyện trong nhóm Tự Lực Văn Đoàn, như cá mê nước. Hắn mê và tôn thờ Nhất Linh như một vị anh hùng, thần tượng đời hắn. Mỗi lần đến tiệm sách, hắn đều tìm những quyển sách của Nhất Linh hay những sách nào có liên quan đến ông, để mua.

Từ Mỹ hắn bay về Việt Nam, vào những tiệm sách cũ như Hồ Huấn Nghiệp trên đường Đồng Khởi và Hai Bà Trưng, Hiệu Sách Cũ ở đường Võ Thị Sáu, Nhà Sách 28 Đồng Khởi, 250B Trần Hưng Đạo, những tiệm sách trên đường Nguyễn Chí Thanh... để tìm cho bằng được những quyển sách xưa của Nhất Linh, những quyển sách mà ông viết trong cuộc đời văn nghiệp của ông.

Hắn có hầu hết những quyển sách của Nhất Linh, nhưng hắn chê. Hắn bảo sách mới, in đẹp, bìa màu, nhưng những quyển ấy đều tái bản tại hải ngoại. Những quyển sách hắn muốn là những quyển xuất bản lần đầu, trong thời gian Nhất Linh còn sống.

Cả tháng trời hắn đi từ Sài Gòn ra Hà Nội, lùng sục khắp nơi để tìm mua những bản gốc của Người Quay Tơ, Xóm Cầu Mới, Lan Rừng, Nghèo, Đoạn Tuyệt... Hắn chỉ còn thiếu bộ trường thiên tiểu thuyết "Giòng Sông Thanh Thủy" nữa, nên hắn cố tìm cho bằng được trước khi trở về Mỹ.

Một buổi nọ, trong một tiệm sách cũ, hắn được sự giới thiệu của người chủ quán một người tên Linh Nhất. Theo như sự giới thiệu thì ông Linh Nhất nào đó có máu đam mê sưu tầm sách cũ và cũng thích Nhất Linh, nên tự gọi mình là Linh Nhất. Hắn lần theo địa chỉ của người chủ quán đưa và đến nhà người ấy để tìm sách. Cả ngày trời hắn tìm kiếm, rốt cuộc cũng đạt được mục đích.

Nhà của Linh Nhất ở trên đồi cao. Trước khi đến, hắn phải vượt qua hai con suối và đi qua rất nhiều con đường nhỏ khác. Nếu không nhờ hai đứa mục đồng dẫn đường thì có lẽ hắn không thể nào tìm ra được.

Sau khi dẫn hắn tới trước cửa nhà, hai đứa mục đồng lấy tiền dẫn đường rồi quay về. Hắn đang suy nghĩ, tìm cách nào để người chủ nhà cho hắn vào và cho hắn xem sách.

Trước nhà của Linh Nhất trồng rất nhiều hoa lan, có loại như con chuồn chuồn, loại như mặt người, loại như con bướm, loại như phượng hoàng, đủ loại đủ màu sắc, và có cả những loại mà hắn chưa bao giờ thấy, rất kỳ quái. Hắn có đọc qua tiểu sử của Nhất Linh, hắn biết ông ấy rất thích hoa lan và đã trồng, ghép, được rất nhiều loại hoa lan quý và hiếm. Đang loay hoay trước một chậu hoa lan lạ, hắn định đưa mũi vào ngửi, hắn chợt nghe tiếng:

- Không được ngửi!

Hắn quay lại, thấy người thiếu nữ trẻ, độ chừng hai sáu, hai bảy tuổi. Cô ta đội nón, che khăn mặt và đeo găng tay làm vườn. Hắn định lên tiếng. Cô gái nói:

- Hoa đó không được ngửi. Hên là tôi tới kịp, bằng không chậu hoa không còn nữa.

- Tôi không phải là ăn trộm, thưa cô.

Hắn giải thích.

- Vâng, xin ông đừng hiểu lầm ý tôi. Tôi không nói ông lấy chậu hoa này, nhưng nếu ông mà ngửi vào thì ngày mai nó sẽ vàng và bảy ngày sau thì nó sẽ chết.

- Ồ...

- Mà ông đến mua Lan à?

- Không, thưa cô. Tôi đến để tìm ông Linh Nhất.

- Ông ấy qua đời hơn ba năm nay rồi. Mà ông tìm ông ấy có chi không?

- Tiếc quá! Xin lỗi cô là gì của ông ấy?

- Ông ấy là gia gia của tôi.

- Gia gia?

- Là Nội tôi ấy mà. Mà ông tìm Gia Gia tôi có chuyện gì không?

- Chẳng giấu gì cô, tôi đến đây là vì có người giới thiệu nội của cô có nhiều sách cũ, và có thể có sách tôi muốn tìm.

- Vâng, nội tôi có rất nhiều sách cũ, nhưng không biết ông muốn tìm quyển nào? Của ai?

- Cuốn "Giòng Sông Thanh Thủy" của Nhất Linh.

- À... Tôi nghĩ chắc có, nhưng không chắc lắm. Phải đợi Gia tôi về rồi ông hỏi.

- Xin lỗi cô... Khi nãy cô nói...

- Nãy tôi nói chi mô?

- Cô nói Gia Gia cô mất ba năm rồi... Còn Gia?

- Ồ! Gia Gia là nội của tôi. Còn Gia là cha, là bố của tôi đó.

- Vâng! Xin lỗi cô. Tôi hiểu sai.... Vậy chừng nào ông ấy về?

- Tôi cũng không biết chắc, có thể chiều nay, cũng có thể vài ngày, nửa tháng.

- Ồ! Chẳng giấu gì cô, tôi ở tận bên Mỹ về đây. Tôi không thể chờ được lâu như vậy. Hay là cô vào tìm hộ xem Gia Gia cô có những quyển sách tôi muốn không?

- Ừa, cũng được. Để tôi hỏi Ma tôi thử sao.

Cô gái bỏ đi vào trong. Lát sau, cô trở ra với một người phụ nữ khác. Bà ta độ chừng bốn chín, năm mươi tuổi. Chắc có lẽ là mẹ cô gái vì hai người giống nhau như khuôn đúc. Vả lại, cô ấy gọi bà là Ma. Có lẽ, Gia Gia là ông Nội, Gia là Cha, và Ma nghĩa là Mẹ? Hắn nghĩ vậy!

Người phụ nữ tới bên hắn và tự giới thiệu:

- Tôi là con dâu ông Linh Nhất, ông muốn tìm sách à?

- Dạ vâng, thưa chị.

- Nhưng chồng tôi không có ở nhà. Mọi sự trong nhà đều do ông ấy lo liệu, nhưng ông đây không có thời gian đợi chồng tôi về.

Người đàn bà do dự vài giây rồi tiếp:

- Thôi thì, tôi để cho ông vào tìm, nhưng muốn gì thì cũng đợi chồng tôi về, ông ấy sẽ quyết định.

- Vâng, thưa chị, cám ơn chị và cô nhiều lắm.

Ba người vào nhà. Người đàn bà nói với con gái:

- Lan à, con kêu thằng Hoàng, dắt chú ấy lên gác để cho chú ấy xem sách. Nhớ cầm theo đèn pin để thấy đường mở cửa sổ cho sáng nhé. Đem đèn hột vịt lên đó lỡ ngã, cháy là khổ.

Rồi bà quay qua hắn, bà nói:

- Từ ngày ba chồng tôi mất, chúng tôi không lên gác thường. Chỉ có thằng con trai, lâu lâu nghịch ngợm, trốn lên đó đọc sách.

Lan trở lại với người con trai to, cao, trẻ khoảng chừng mười tám, mười chín tuổi. Chắc có lẽ tên cậu ta là Hoàng. Hắn đang suy nghĩ. Lan nói:

- Hoàng, dẫn chú này lên gác, xem có quyển sách gì đó không?

- Dạ.

Cầu thang lên gác làm bằng gỗ, mỗi bước đi, hắn có thể nghe tiếng răng rắc. Hắn run trong lòng, nhưng tự nói với mình là chắc không sao, không sợ!

Trên gác, bụi bám đầy. Căn phòng tối om, chỉ vài chấm sáng lờ mờ chui vào từ khe hở của cửa sổ. Hoàng bấm đèn pin, đi đến các cửa sổ và mở tung chúng ra. Ánh sáng được dịp chạy vào, căn phòng bật lên sáng hẳn. Hắn nhìn quanh căn phòng. Phía ngoài, cạnh cửa ra vào, là những vật dụng lỉnh kỉnh, thúng, nia, khung gỗ, thùng giấy carton để bừa bộn không thứ tự. Nhưng, bên trong của một góc phòng, là những kệ sách được bày rất gọn, theo thứ tự, ngăn nắp. Dưới sàn, có vô số sách báo, tranh ảnh được chất lên thành đống. Hắn đi vội lại bên kệ sách và xem những quyển sách cũ. Có rất nhiều quyển rất xưa viết bằng chữ Hán, có quyển viết bằng chữ Nôm. Có cả từ điển Hán Việt, từ điển Pháp Nôm, và nhiều quyển sách khác từ thời Pháp thuộc. Hắn thích sách, nhưng không chuộng những loại sách này. Hắn chỉ ghé mắt sơ qua, để rồi cũng tìm thấy được những quyển sách mà hắn muốn tìm. Những quyển sách rất cũ của Tự Lực Văn Đoàn, để một kệ riêng. Hắn chăm chú nhìn tựa đề từng quyển. Sau khi lấy xong bộ sách Giòng Sông Thanh Thủy để qua một bên, hắn tiếp tục đọc các tựa còn lại. Quyển nào hắn cũng thấy quen và cũng đã đọc qua. Đến ngăn cuối của kệ sách là một quyển tập viết tay, trên đó viết: "Lan Đêm - Truyện Nhất Linh". Hắn tò mò, cầm quyển tập trên tay. Lớp bụi bám đầy trên quyển tập, hắn phủi và thổi bớt lớp bụi trên ấy. Đám bụi bay đầy, hắn ho sặc sụa. Hắn nhẹ nhàng, lật trang tập đầu tiên. Trang đầu là hình vẽ của một đóa hoa Lan hình con bướm. Dưới hình vẽ có ghi chính tên của nhà văn hiện đại Nhất Linh-Nguyễn Trường Tam và hàng chữ: "Viết cho những ngày sống tại vườn Lan-Đà Lạt năm 1957."

Hắn cầm quyển tập và ngồi bệt xuống sàn nhà, say sưa đọc.

"Lan Đêm" câu chuyện nói về một anh chiến sĩ yêu nước. Tuy anh là một người chiến sĩ, nhưng tâm hồn anh rất nghệ sĩ. Anh yêu thiên nhiên, cây cỏ, nhất là yêu hoa lan say đắm. Mỗi lần đi hành quân, đến nơi nào có hoa lan, anh đều ghi xuống những chi tiết về cây lan ấy. Ví như những đặc điểm, màu sắc, thân cây, địa điểm và thời gian phát hiện. Anh viết những chi tiết ấy xuống với hy vọng rằng mai sau, khi đất nước thanh bình, anh sẽ đến tìm chúng và rước chúng về trong trong vườn nhà anh.

Có một lần chàng chiến sĩ lãng mạn ấy cùng đoàn quân đi qua một khu rừng. Lúc đó, mặt trời đã lặn, mọi người đều mệt mỏi và họ quyết định dựng lều ngủ qua đêm tại đây. Giữa khuya, anh thức giấc, ngửi được một mùi thơm rất dịu dàng và quyến rũ. Anh lần theo mùi thơm ấy và phát hiện ra mùi thơm đó thoát ra trên một nhành hoa lan.

Đêm đó, trăng mồng một, lờ mờ. Anh không thể thấy hình dáng của cánh hoa. Anh chỉ ngửi được mùi thơm dịu thoát ra trên một thân cây cổ thụ. Càng ngửi, anh càng say mê và thiếp đi lúc nào không hay.

Sáng thức dậy, anh mới biết đoàn quân đã rời khỏi từ lúc nào. Anh hối hả nối bước theo đoàn quân. Nhưng, đi được chừng vài phút, anh nghe nhiều tiếng nổ vang dội phía trước. Và, anh phát hiện ra rằng mọi người trong đoàn hành quân đều hy sinh. Anh quay trở lại tìm loài hoa lan nọ. Nhưng tìm hoài, anh vẫn không tìm ra gốc lan ấy. Anh mệt và ngất đi, cho đến khi các chiến sĩ khác đến cứu anh.

Khi đất nước thanh bình, anh trở về mua một mảnh đất bên con suối mơ và bắt đầu thực hiện ước mơ trồng hoa lan của mình.

Anh đi từ Nam đến Bắc để tìm lại các giống lan mà mình đã gặp khi xưa. Duy chỉ có một loài anh không bao giờ tìm được đó là hoa lan đã cứu anh trong đêm hành quân ấy. Và anh, chưa bao giờ thấy được cánh hoa lan ấy nở như thế nào. Anh đã nuôi dưỡng và ghép không biết bao nhiêu giống lan. Nhưng không thể gây được giống lan nào có mùi thơm như vậy. Đến gần cuối đời, một người con gái Êkrê, người dân tộc thiểu số sống trong rừng lân cận, đến tặng anh một giò lan có mùi thơm năm xưa. Anh ngửi xong, anh ngủ. Anh ngủ và không bao giờ tỉnh dậy, ngủ giấc ngàn thu!

Hắn đọc xong tập truyện và thiếp đi lúc nào không hay. Khi tỉnh dậy thấy mình nằm trên giường, xung quanh là bốn bức tường trắng. Hắn đưa mắt nhìn quanh và dừng lại ở một góc phòng. Trên bàn đặt một giò lan. Giò lan mà hắn thấy trong trang đầu của quyển tập "Lan Đêm".

Võ Phú

![logo] TRẦN C. TRÍ
CHÊNH VÊNH ĐÔI BỜ

Dạo này không hiểu sao hắn lại thấy người chết nhiều hơn là người sống. Chẳng hạn như hôm trước, hắn gặp ba hắn trong một hoàn cảnh chẳng vui chút nào, còn kinh hoàng là đẳng khác. Hắn thấy mình đang ở trong nhà ông ngoại, không biết vì sao mà hắn phải cố trốn thoát ra khỏi nhà. Hắn chạy thục mạng về phía cánh cổng trước khoảng sân rộng trước nhà, theo sau là ba đuổi hắn sát nút. Ngặt một nỗi, cánh cổng đã bị khóa lại. Hắn đã cầm sẵn chìa khóa, định nhào đến cổng là phải mở khóa cho lẹ, không thôi ba sẽ túm hắn lại. Nhưng đã mấy lần mà hắn vẫn chưa làm được chuyện đó. Cứ mỗi lần hắn sắp sửa tra chìa khóa vào ổ, ba hắn lại trờ tới ngay đẳng sau, khiến hắn lại vùng ra chạy tiếp. Cứ vậy, hai cha con chạy vòng vòng đuổi nhau trong khu vườn rộng lớn của ông ngoại. Hắn vẫn chưa hiểu tại sao ba lại muốn bắt hắn lại, không cho hắn thoát khỏi ngôi nhà đầy kỷ niệm đó.

Chuyện chưa đi tới đâu thì hắn lại thấy mình trở về căn nhà của Tấn nằm bên cạnh quán cà-phê của gia đình Tấn, đối diện rạp xi-nê Quốc Tuấn. Hắn bước vào, gặp ngay vợ chồng chị Thảo. Lạ lùng là chị vẫn trẻ đẹp như lần cuối hắn gặp chị cách đây gần bốn mươi năm, còn anh Chương chồng chị thì già khọm đi, rõ ràng ra một ông lão, nhìn thật ái ngại. Nói vài câu chào hỏi xong, hắn chợt gục vào lòng chị Thảo khóc nức nở, khóc như chưa bao giờ được khóc ngon lành như vậy. Chắc là vì hắn nhìn chị mà nhớ đến Tấn. Rồi hắn thấy chị Hạ từ dưới bếp đi lên, cười với hắn. Chị Hạ cũng chẳng thay đổi bao nhiêu. Hắn nhìn là nhận ra chị ngay. Mấy chị em ngồi nói chuyện với nhau, nhắc tới vợ chồng chị Phượng. Hai chị cho biết là chị Phượng không còn ở chung trong căn nhà này nữa, nhưng nhà mới của chị cũng cách đây không xa.

Rồi cuối cùng hắn gặp Tấn. Điều đầu tiên mà hắn để ý là Tấn đang nắm một xấp tiền dày cộm trong tay. Hắn chợt bật ra câu hỏi, *"Dạo này mày làm gì mà có vẻ khá vậy?"* Tấn cười cười, *"Không làm gì hết!"* Hắn nhíu mày, nghĩ trong bụng, thằng này chứng nào vẫn tật nấy, không lo làm ăn gì cả, không biết kiếm tiền ở đâu ra mà xài, lại làm gì bậy bạ cũng nên. Rồi hắn và Tấn lại gặp thêm một hai đứa bạn nào nữa, chính xác là mấy đứa hắn cũng không nhờ nổi. Chỉ biết là hắn chợt nhớ ra là Tấn đã chết được gần hai năm rồi.

Quên nói rõ là hắn gặp ba hắn và Tấn trong chiêm bao. Hai cuộc gặp gỡ diễn ra trong cùng một giấc mơ, kế tiếp nhau. Bây giờ nghĩ lại, hắn cho rằng như vậy cũng có lý. Vì sau khi hắn vượt biên qua Mỹ, ba hắn còn ở lại Việt Nam đến sáu năm trời. Trong thời gian đó, Tấn hay tới chơi với ông, y như là hai người bạn. Có lẽ Tấn nhìn ba hắn thì thấy cũng như là hắn vậy. Lúc má hắn mất, Tấn là người ôm tấm ảnh của má đi trong tang lễ, như là thay thế hắn đã mang tội bất hiếu không có mặt hôm đó. Cái ơn này của Tấn, hắn mang mãi trong lòng, chắc phải đợi tới kiếp sau mới mong trả được.

Nói chuyện chiêm bao hay lúc tỉnh thức thì hắn thấy cũng không khác nhau là mấy. Một ngày của hắn từ sáng tới tối, từ đêm khuya đến sáng rỡ, tất cả như một mảng thời gian vô cùng liền lạc, không có sự phân chia gì rõ rệt. Hai mắt mở ra hay nhắm lại, đi, đứng, ngồi, nằm cũng chẳng có gì phải tách bạch cho mệt trí. Thế giới trong những giấc chiêm bao của hắn thường là thế giới trong thời thơ ấu hay thuở thanh niên của hắn ở quê nhà, trong thành phố biển ngày xưa. Nhiều lúc hắn đứng bên bờ biển ở đây, nhớ đến thành phố của mình, thấy chới với trong ý nghĩ rằng hai nơi cùng giáp với Thái Bình Dương, mà sao xa xôi quá đỗi. Nếu hắn nhảy xuống biển, lội miết, lội miết về hướng đông, thì không biết khi nào mới đến bến bờ bên đó.

Hắn yêu nơi chốn này mà hắn đã chọn làm nơi trú ngụ cuối cùng. Một hòn đảo nằm chơi vơi giữa đại dương. Chung quanh là biển, một bên là núi, ở giữa là không gian bát ngát, xanh rờn với đủ loại thảo mộc của miền ôn đới. Hắn chọn một căn nhà nhỏ nằm lẻ loi giữa một vùng đất đai bạt ngàn, cuốc bộ tới nhà hàng xóm gần nhất cũng phải mất tới mười lăm phút. Đi vô phố thì gấp đôi thời gian đó. Hắn nghĩ chắc có ngày mình chết trong nhà thì không biết bao giờ người ta mới khám phá ra, cũng có thể là mấy năm trời sau mới biết được.

Phần lớn thời gian hắn dùng để đọc sách và làm vườn. Mấy chục cuốn sách quý nhất mà hắn đem tới đây, hắn đều đã đọc hết nhẵn. Rồi hắn đọc chúng lại từ đầu, chưa bao giờ thấy chán. Mỗi lần đọc lại những chữ, những câu quen thuộc trên các trang giấy đã ngả vàng, hắn đều thấy những ý tưởng mới lạ, những hình ảnh không quen, những tâm sự mờ khuất của người viết mà hắn không cảm được trong những lần đọc trước. Lần nào hắn cũng mở một cuốn sách ra với tâm trạng háo hức như lần đầu.

Hắn không còn mua sách mới để đọc nữa. Ở tiệm sách nhỏ trong phố, hắn chỉ tìm loại sách dạy làm vườn. Còn tiểu thuyết, kịch, thơ hay truyện ngắn của các tác giả trẻ đương thời, hắn không sao nuốt nổi. Văn chương, tư tưởng của họ như từ một tinh cầu xa xôi nào lạc loài tới đây. Hay chính hắn mới là kẻ lạc loài cũng không biết chừng. Ngôn ngữ của họ dùng hết sức táo bạo, nhiều chữ dường như không còn mang những nghĩa thông thường nữa, và cách họ kết hợp chữ này với chữ kia cũng có tính sáng tạo một cách đầy thách thức.

Sách làm vườn thì còn giúp hắn chọn trồng các loại cây nào đơm bông theo mùa nào. Hắn cẩn thận nghiên cứu, mua đúng loại cây, trồng theo đúng cách, chăm sóc ra sao để mùa nào khu vườn quanh nhà hắn cũng không có hoa này thì cũng có hoa khác. Nghĩa là lúc nào hắn bước ra vườn cũng có thể thấy mùa xuân hay ít nhất cũng là mùa hè hay mùa thu. Còn mùa đông ở đây thì chỉ như là mùa thu mà lạnh hơn một chút. Vậy thôi.

Ở gần hàng rào ngoài ngõ, hắn sắm một cái xích đu nhỏ, đặt dưới tàn cây ngọc lan. Lúc hoa nở, hắn thích ngồi đó, hít hà mùi thơm nồng của loài hoa trắng kiêu sa mà thầm lặng đó. Người ta bảo trồng cây ngọc lan hay có ma. Hắn chỉ cười một mình khi nhớ tới chuyện đó. Ngọc lan hay không ngọc lan, hắn vẫn chẳng thường thấy ma là gì.

Nhắc tới ma, chỉ mới vài hôm trước thôi, hắn lại gặp thêm một người... à không... một hồn ma nữa. Chẳng là đêm hôm đó, một đêm rằm trăng sáng vằng vặc, hắn không sao ngủ được. Không biết đó là vì trăng quá sáng hay vì ban ngày hắn uống tới bốn ly cà-phê đậm đặc. Cũng có thể vì cả hai. Nằm trằn trọc, trăn trở một lúc, hắn chợt nghĩ, ủa tại sao mình phải đánh lừa mình làm chi vậy nhỉ. Không ngủ được là không ngủ được. Thì cứ ngồi dậy làm chuyện khác. Ai bảo ban ngày phải thức và ban đêm phải ngủ đâu. Vậy là hắn bật dậy, ngó qua cửa sổ, thấy đêm trăng sáng sao mà đẹp quá, ngủ thì cũng hoài.

Bất chợt, ánh mắt hắn dừng lại nơi cái xích đu dưới cây ngọc lan. Hình như có ai đang ngồi đu đưa trên đó. Hắn hồi hộp bước xuống giường, nhẹ nhàng đến mở cửa, bước ra ngoài, sợ làm kinh động người đang ngồi ngoài kia. Hắn đi càng tới gần, người đó cũng chẳng có vẻ gì là giật mình hay sợ hãi. Mà hắn cũng chẳng thấy sợ là gì. Người ngồi trên đu, thật ra là một tinh thể trong suốt có hình dạng người, nổi bật trong đêm trăng sáng, đủ cho hắn nhận ra là ai.

"Dì Minh!"—hắn kinh ngạc thốt lên—"Sao dì biết cháu ở đây mà đến vậy?"

Dì Minh mỉm cười, nụ cười chúm chím quen thuộc của hơn năm mươi năm trước mà hắn vẫn chưa quên. Có điều lạ là dì vẫn còn như đúng ba mươi hai tuổi giống ngày xưa, còn hắn thì bây giờ đã gấp đôi tuổi dì rồi. Hắn nghĩ mãi mà vẫn chưa hiểu tại sao lại có chuyện kỳ cục như vậy.

Dì Minh ngó hắn thật lâu rồi mới cất tiếng:

"Cháu trông vẫn như ngày nào. Nếu đi ngoài đường tình cờ gặp, chắc dì vẫn nhận ra cháu ngay."

Hắn nghĩ thầm, dì cũng vậy, ngó y như lúc trước khi dì chết, vẫn mang cái bụng bầu còn nhỏ xíu. Hắn nhớ lại một hôm, vừa bước vào ngôi nhà ngang trong nhà ông ngoại, hắn thấy má và dì Minh đang đứng nói chuyện gần cái bàn ăn. Dì bèn lẹ vén áo lên, để lộ cái bụng lúp lúp. Má đưa tay xoa xoa lên bụng dì, cười vui rồi nói:

"Vậy là sắp có một đứa nữa há!"

Nhưng ít lâu sau thì dì Minh mất, trong một tai nạn thảm khốc mà hắn không đủ can đảm kể lại. Mà dẫu có viết ra nhất định cũng sẽ bị kiểm duyệt. Vì vậy mà tới giờ dì vẫn còn mang bầu, không biết bao giờ mới sinh, hắn thầm thắc mắc như vậy. Hắn nhìn dì Minh thật kỹ. Nét mặt dì thật thản nhiên, không tỏ một cảm xúc nào hắn có thể đọc được. Chợt nhớ ra một điều, hắn hấp tấp hỏi:

"Lâu nay dì có gặp dượng, ông ngoại, bà ngoại hay ba má cháu không?"

"Không dễ gì ai gặp ai đâu cháu à,"—dì Minh lắc đầu—"Dì chỉ gặp được bà ngoại thôi."

"Rồi bà ngoại nói gì với dì?"—hắn vội hỏi.

Dì Minh chậm rãi kể:

"Dì mừng quá, kêu lên, *Má, má. Con nè má!* Nhưng ngay lúc đó, có một hồn ma trông rất dữ dằn chạy lại, nạt dì, *Không được kêu má con tên tuổi gì hết. Ở đây ai cũng phải gọi nhau là 'hồn' và xưng là 'tôi', nghe chưa?* Bà ngoại không trả lời gì hết, bà chỉ ngó dì rồi bước đi thật nhanh. Dì muốn khóc quá nhưng lúc đó mới biết làm gì còn nước mắt để khóc với lóc nữa."

Hắn ngẩn người đứng nghe, cũng muốn khóc theo dì, vì ít nhất hắn biết mình cũng còn nước mắt. Dì Minh nói, giọng đều đều:

"Ngay cả bây giờ muốn gặp ai cũng không phải hoàn toàn theo ý dì. Dì chỉ gặp được cháu thôi, không hiểu vì sao. Dì muốn tìm thăm em Khanh lắm, xem nó sống ra sao, mà không gặp được. Vì vậy dì nhờ cháu nhắn lại với nó là dì hỏi thăm nó, nói là dì thương nó lắm."

"Dạ,"—hắn gượng cười đáp—"Cháu sẽ cố gắng. Cháu ở miền tây, Khanh ở miền đông, cách xa nhau ngàn dặm. Cháu không dùng bất cứ phương tiện liên lạc nào nên cũng chưa biết phải làm sao nữa."

Ngó qua hướng núi, hắn mới biết là mặt trăng vừa chìm khuất phía sau khối đá sừng sững, im lìm đó. Đêm trở nên đen thẩm, mịt mùng. Hắn quay lại phía xích đu thì thấy dì Minh đã đi đâu mất. Có thể dì đã chào từ biệt mà hắn không để ý.

Sáng hôm sau, hắn thức dậy sau giấc ngủ ngắn ngủi nhưng cũng thật say nồng vào cuối đêm. Hôm nay mình phải đi gặp vài người sống, chứ cái điệu này thì… Nghĩ vậy, hắn mặc quần áo vào và đi về hướng phố. Khi đi ngang nhà người hàng xóm, hắn thấy cô ta đang lúi húi cắt những nhánh hoa hồng trước nhà. Nhác thấy hắn, cô ta nói giọng reo vui:

"A, lâu rồi mới thấy ông Thục! Ông khỏe luôn há?"

Hắn gật gù, đưa tay vẫy vẫy thay thế cho một câu trả lời. Buổi sáng hôm đó trời thật đẹp. Đất xông lên một mùi thơm quen thuộc. Nắng rực rỡ và cây cối dường như chưa bao giờ xanh tươi hơn thế. Hắn tiếp tục lầm lũi đi trên con đường đất màu đỏ nhạt. Cuối cùng rồi hắn cũng tới phố. Hắn thở phào nhẹ nhõm khi thấy lại thế giới của những người sống, kẻ đi qua, người đi lại. Thỉnh thoảng, hắn gật đầu chào một người đang cười với hắn. Vài chiếc xe chạy vụt qua, nhắc hắn rằng người ta còn có những phương tiện khác để đi tới đi lui nữa.

Băng qua đường, hắn bước vào quán cà-phê duy nhất ở phố. Quán giờ này vắng tênh, chỉ có mình hắn là khách. Cô chủ quán tên Solange, tươi tắn chào hắn:

"Chào ông Thục! Ba *shots esspresso* như mọi lần nhé?"

"Hôm nay cô cho tôi bốn *shots* đi, với lại một cái bánh *croissant* nữa."

"Nặng đô há. Ông có bị mất ngủ không đó?"—Solange vừa gật gù vừa vặn cái máy pha cà-phê kêu xè xè.

Vài người khách bước vào, vẫy tay chào hắn. Hắn chào đáp trả. Ở hòn đảo nhỏ này, không biết ai mới là điều lạ. Lắm lúc mọi người không cần chào nhau nữa. Ai mà lại đi chào người ở chung nhà, đi ra đi vào lúc nào cũng thấy nhau, chán chết.

Hắn hăm hở đón nhận tách cà-phê thơm phức và cái bánh còn nóng hôi hổi từ đôi tay nhỏ nhắn của cô chủ quán. Bữa ăn sáng làm hắn tỉnh cả người. Hắn nghe như máu nóng chạy rần rật khắp cơ thể, lên cả đầu, cả mặt. Hai má hắn chắc đang đỏ bừng, ấm áp. Solange đi ngang chỗ hắn ngồi, nói với hắn:

"Bây giờ trông ông có thần sắc lại rồi đó."

"Thật vậy sao?"—hắn ngạc nhiên hỏi.

"Hồi nãy ông mới bước vào, mặt ông tái xanh, giống như từ thế giới nào trở về vậy."

Bước ra khỏi quán, hắn ghé vào ngôi chợ nhỏ, mua một ít thực phẩm cho mấy tuần tới, rồi lững thững quay về. Đoạn đường về nhà hình như dài hơn lúc hắn đi. Có lẽ vì nắng đã gay gắt hơn, và cái *croissant* làm hắn nặng nề hơn một chút chăng. Nhà cô hàng xóm của hắn trông như một con rắn nằm ngái ngủ dưới ánh nắng, không biết cô đang làm gì trong nhà. Hắn mừng thầm vì khỏi phải chào cô một lần nữa.

Mấy đêm tiếp liền đó, hắn cứ ngủ chập chờn. Chốc chốc lại mở bừng mắt ra, chồm dậy ngó qua cửa sổ xem có thấy dì Minh ngồi ngoài xích đu không. Đến vài ngày sau hắn mới vỡ lẽ ra là chắc dì chỉ thích đến lúc trời sáng trăng. Hắn bắt đầu ngủ nhiều hơn, tự nhủ cũng còn khá lâu nữa mới tới đêm rằm trở lại.

Từ lâu, hắn không còn dùng lịch nữa. Mặt trời là dấu hiệu một ngày mới, và mặt trăng giúp hắn tính tháng. Còn năm nào thì cũng như năm nào, hắn thấy không cần nhớ nữa. Năm càng mau hết thì mình càng mau chết thôi chứ có hay ho gì, hắn tự nói với mình như vậy.

Chưa bao giờ hắn chịu khó ngóng con trăng đến thế. Đêm đêm, hắn nhìn lên bầu trời đen huyền hoặc, bắt đầu từ lúc không có trăng, cho đến lúc trăng lưỡi liềm e ấp hiện ra. Hắn mừng còn hơn là gặp lại người yêu cũ. Và rồi hắn lại mất ngủ, cứ trông cho đến lúc trăng tròn vành vạnh, hy vọng được gặp lại dì Minh. Chẳng biết lần trước dì có giận hắn không, vì hắn không có một lời hứa nào rõ ràng về việc nhắn với Khanh giùm dì. Chứ lẽ nào dì đi mà không chào hắn một lời.

Đêm rằm lại đến, hai con mắt hắn ráo hoảnh, chẳng thấy buồn ngủ chút nào. Thậm chí hắn còn không vào giường, lỡ ngủ quên thì không được gặp dì Minh. Hắn mở toang cửa trước, bắc cái ghế, ngồi nhìn thẳng ra ngoài cổng, chỗ có cây ngọc lan và chiếc xích đu. Cứ vậy mà chờ.

Nhưng hình như hắn có ngủ gật, thiếp đi một chút. Vì lúc hắn chợt giật mình, mở choàng mắt ra, thì trăng đã sáng lắm rồi. Hắn nhìn ngay ra ngoài, quả nhiên thấy chiếc xích đu đang đong đưa theo một bóng hình mờ mờ trên đó. Hắn nhổm dậy, đi thật nhanh về hướng cổng. Đến gần gốc cây ngọc lan, hắn xúc động lên tiếng:

"Dì Minh!"

Nhưng hắn chợt khựng lại một chút, vì vừa nhận ra cái khối trong suốt đó không phải là dì Minh, nó nhỏ hơn nhiều, trông như một đứa bé. "Khối trong suốt nhỏ" đó trả lời, đúng là với giọng con nít:

"Em đây mà, anh Thục!"

"Em..., em... là ai? — hắn gần như không thở.

"Em không có tên. Em là con của me em."

"Me em là dì Minh phải không?" — hắn nghe giọng mình run rẩy.

"Chắc me em là dì Minh của anh," — đứa bé nói với giọng tự tin.

"Vậy me em đâu?"

"Me em siêu thoát rồi, anh ạ. Vì vậy mà em mới đến đây được để chào từ biệt anh, cho me em và cho chính em, theo lời me em dặn."

"Từ biệt? Em sắp đi đâu?"

"Đi đầu thai," — giọng đứa bé có pha lẫn một chút vui, một chút náo nức — "Em đã chờ dịp này từ hơn năm mươi năm nay. Với lại em muốn hỏi anh câu này. Cõi người ta như thế nào hở anh?"

Hắn đã định thần lại đôi chút, bắt đầu hiểu ra sự việc. Hắn nhìn thẳng vào đứa bé, dịu dàng trả lời:

"Cõi người ta... cõi này... hở em? Cõi này ra sao là do chính mình tạo nên nó. Chúc mừng em sắp đến nơi đây. Em phải sống rồi mới tự tìm ra cho mình câu trả lời. Chỉ mong là em sẽ không mất quá lâu để được khai ngộ, không như anh..."

Hắn bỏ lửng câu nói, hỏi lại đứa bé:

"Còn cõi của em thì sao?"

"Cho đến gần đây, em vẫn ở trong bụng me em, nên chỉ biết đại khái là cõi âm của em, như cái tên của nó đã nói, là âm bản của cõi dương, cũng chỉ là một chỗ để đến và đi như cõi dương của anh vậy."

"Em ăn nói như một người lớn,"—hắn buột miệng khen.

"Lớn hay nhỏ chỉ là một khái niệm," — đứa bé điềm nhiên nói — "Đó là điểm khác nhau căn bản của hai cõi. Anh sẽ đến cõi của em, rồi sẽ quay về lại cõi của anh. Cứ thế... cứ thế..."

Lần này, anh thấy rõ ràng cái khối trong suốt, đứa em họ của anh, từ từ bay lên cao, như một trái bong bóng hân hoan trở về với cội nguồn. Giọng đứa bé vẫn vang vọng nhẹ nhàng trong không trung, chìm khuất theo bóng hình mờ ảo, *Cứ thế... cứ thế... cứ thế... cứ thế..."*

Bất giác, anh ngoảnh lại nhìn dãy núi, kịp thấy được mảng vàng cuối cùng của mặt trăng vừa chìm xuống bên kia. Sương đêm xuống đã dày đặc lắm rồi. Anh co ro quay vào nhà, ngả mình xuống mặt nệm êm ái. Chưa bao giờ anh ngủ ngon lành như đêm đó.

Trần C. Trí

trước khi covid bên tàu
sang chơi, tết nhất đủ màu sắc xuân
ba ngày tề chỉnh áo quần
chùa nào cũng ghé mấy tuần hương dâng
xin xăm hái lộc, tùy tâm
chi đầu năm là lộc xuân yên lòng
từ khi vũ hán lên đồng
mất tết, xuân chỉ ngủ đông tận tình. lhoan

BAN MAI
THEO DẤU CHÂN CÁC GIÁO SĨ DÒNG TÊN – ĐI TÌM CỘI NGUỒN CHỮ QUỐC NGỮ

Chiều nay tôi trở lại Cảng Nước Mặn, vẫn không gian yên tĩnh với những con đường làng hiu quạnh nghĩ đến một thời phồn thịnh 400 năm trước.

Người Hoa từ Quảng Đông, Phúc Kiến di cư sang mở phố buôn bán đánh dấu một thời kỳ phát triển rực rỡ. Sách *Xứ Đàng Trong* miêu tả: "Tới ngày chợ phiên, tàu thuyền đậu kín bến, voi chở lâm sản từ miền thượng về, ngựa thồ hàng từ các thị trấn, thị tứ trong vùng tới. Người trong nước, người nước ngoài đủ màu da, nhiều tiếng nói, đi lại nhộn nhịp trên đường phố".

Thương cảng Nước Mặn đầu thế kỷ thứ XVI được hình thành và phát triển rực rỡ ở xứ Đàng Trong nằm trên đồng bằng cuối hạ lưu sông Côn thuộc xã Phước Quang, huyện Tuy Phước, Bình Định. Nước Mặn nằm tại phủ Quy Nhơn – một phủ giàu có của Đàng Trong. Sản vật có nhiều loại như: trầm hương, tốc hương, sừng tê, vàng bạc, đồi mồi, châu báu, sáp ong, đường, mật, dầu, sơn, cau tươi, hồ tiêu, gỗ, thóc lúa... Không những thế, phủ Quy Nhơn lại nằm gần các phủ Phú Yên, Bình Khang, Dinh Nha Trang. Sự phong phú của các sản vật tự nhiên đã mang lại nguồn hàng dồi dào, có giá trị, thu hút sự có mặt của các thương nhân, tàu buôn tại khu vực này. Nơi đây đã trở thành một cửa khẩu thương mại quan trọng trong vùng Đông Nam Á và là một thương trạm quan trọng trên "Con đường gốm sứ" ở vùng biển Tây Nam Thái Bình Dương, đây cũng chính là nơi các giáo sĩ Dòng Tên theo đường biển vào các cửa sông để tìm đến cư dân truyền đạo. [1]

Ngược dòng lịch sử, vào ngày 18.01.1615, đoàn thừa sai Dòng Tên từ Ma Cao lần đầu tiên cập bến Đàng Trong tại Cửa Hàn/Hội An, gồm Linh mục Francesco Buzomi, Linh mục Diogo Carvalho và Tu huynh Antonio Diaz với mục đích phục vụ các nhu cầu tôn giáo cho các tín hữu Nhật Kiều và các thương nhân Bồ Đào Nha. Lúc bấy giờ Nhật Kiều được chúa Nguyễn bố trí ở Hội An, các thương nhân Bồ Đào Nha chỉ tạm trú, các giáo sĩ đến Cửa Hàn ở cùng thương điểm với Nhật Kiều.

Vào mùa Thu năm 1616 tại Cửa Hàn trời hạn hán, mất mùa dân đói khổ. Dân chúng cho rằng hạn hán là vì các thần thánh nổi giận khi thấy nhiều người bỏ đạo cũ theo đạo mới của người Tây Phương, nên nổi giận đốt nhà cửa của các giáo sĩ và yêu cầu chúa Sãi Nguyễn Phúc Nguyên trục xuất các thừa sai. Vào đầu tháng 6 năm 1617, tất cả các giáo sĩ xuống thuyền ra đi, nhưng thuyền không thể xuất bến vì gió ngược. Các giáo sĩ phải lên bờ nhưng dân làng không cho vào, đành phải sống lẩn lút trong một cánh đồng đầy nắng gió gần biển, khổ sở đói rét. Linh mục Buzomi ngã bệnh, sưng phổi, mụn nhọt đầy mình. May mắn thay, ngay lúc đó quan trấn thủ Quy Nhơn Trần Đức Hòa là người quen biết trước đây với linh mục Buzomi đang đi công cán ở Dinh Chiêm, biết chuyện nên ông cứu mang đem linh mục Buzomi về tư dinh của ông ở Quy Nhơn và mời thầy thuốc danh tiếng nhất xứ đến chữa bệnh. Năm 1618, sau khi khỏi bệnh linh mục Buzomi cùng quan trấn thủ Trần Đức Hòa đến Cửa Hàn /Hội An đón các linh mục Christoforo Borri (Ý), linh mục Francisco de Pina (Bồ Đào Nha) cùng về Nước Mặn tại phủ Quy Nhơn. Tháng 7.1618, quan phủ dựng cho các giáo sĩ một ngôi nhà gỗ rộng rãi và một ngôi nhà nguyện lớn tại Nước Mặn. Như vậy, Nước Mặn là Cư sở đầu tiên của các thừa sai Dòng Tên ở Đàng Trong được tự do truyền đạo cho dân chúng địa phương, mặc dù các ngài đã đến Cửa Hàn trước đó ba năm. Từ năm 1618 đến năm 1620, số thừa sai hoạt động truyền giáo ở Nước Mặn gồm: Linh mục Buzomi, Linh mục Pina, linh mục Borri và tu huynh Diaz, trong đó linh mục Buzomi là Bề trên của cư sở. [2]

Truyền thống tốt đẹp của các thừa sai truyền giáo là phải viết báo cáo hằng năm gởi về cho Bề trên của mình. Việc làm tốt đẹp đó và công tác lưu trữ của các dòng đã để lại cho đời sau nhiều kinh nghiệm tham khảo quý báu. Trong bảng chỉ dẫn các thừa sai khi làm việc truyền giáo có ghi rõ: "Cha phải thu thập những thông tin về các dân tộc sống trên mọi đất nước mà cha đi qua... ghi lại lối sống, phong tục và kỹ năng của họ, thương mại, nghệ thuật, khoa học, tôn giáo cùng với các tín điều. Cha tìm hiểu ngôn ngữ mà các dân tộc dùng để nói... tìm hiểu chữ mà họ dùng để viết, về các chữ này, cha tìm cách hỏi những văn sĩ ưu tú mà cha gặp được, để ghi lại một bảng chữ cái, chú ý ghi lại bằng mẫu tự La Tinh tương ứng, cha làm thế nào để có được một bản mà gửi về Rome..." (Roland Jacques, Các nhà truyền giáo Bồ Đào Nha và thời kỳ đầu của Giáo hội Công giáo Việt Nam, 2004, Định Hướng Tùng Thư, France, tr. 197)

Để công việc truyền đạo được dễ dàng các giáo sĩ học tiếng Việt và ký âm chữ Quốc Ngữ, một trong những người khởi xướng là Đức Cha Francesco Buzomi người Ý và Francisco de Pina người Bồ Đào Nha, các giáo sĩ phiên âm ra tiếng La Tinh rồi cấu tạo câu. Trong các sử liệu thư báo cáo thường niên năm 1619 ghi: "Các thừa sai Dòng Tên ở Nước Mặn là những người đầu tiên chuyên tâm nghiên cứu ngôn ngữ hơn bất cứ điều gì khác". Năm 1620 Linh mục Pina đã thông thạo tiếng Việt. Trong báo cáo thường niên năm 1620 có đề cập đến một cuốn sách giáo lý được viết bằng tiếng Đàng Trong được sử dụng hữu hiệu trong cuộc truyền giáo tại địa phương. "Quyển giáo lý bằng tiếng Đàng Trong đã đem lại nhiều lợi ích, không chỉ trẻ nhỏ thấu hiểu mà còn cả người lớn tuổi cũng am tường". Tác giả chính của cuốn sách là linh mục Pina và một người thanh niên Việt Nam cùng làm việc với ông. Bản phúc trình chính thức của cơ sở truyền giáo ghi: "Người ấy (một nhân sĩ thân quen với đoàn truyền giáo) có một người con trai mười sáu tuổi, là thanh niên lanh lợi và thông minh nhất trong vùng, anh này lại viết chữ

Hán rất đẹp, được dân chúng hâm mộ vô cùng... Anh tên thánh rửa tội là Phê-rô , nhờ có tài hay chữ nên giúp linh mục rất nhiều trong việc dịch kinh..." (Roland Jacques, Các nhà truyền giáo Bồ Đào Nha, sdd, tr. 85). Sau này giáo sĩ Francisco de Pina chuyển sang giáo phận ở Quảng Nam, nơi này ông dạy tiếng Việt cho giáo sĩ Alexandre de Rhodes người vừa được phái đến. Năm 1651, với tài năng ngôn ngữ bẩm sinh, giáo sĩ Alexandre de Rhodes soạn ra cuốn Tự điển An Nam - Bồ Đào Nha - La Tinh dựa trên các ký tự tiếng Việt của những giáo sĩ người Bồ Đào Nha và Ý trước đó. Có thể coi đây là sự kiện đánh dấu sự ra đời của chữ quốc ngữ. Ngoài ra, cuốn "Phép giảng tám ngày" được xem là quyển sách văn xuôi tiếng Việt đầu tiên được in bằng chữ Quốc ngữ. [3]

Đầu thế kỷ 20, chữ Quốc ngữ bắt đầu được sử dụng chính thức ở Việt Nam. Việc sáng tạo chữ Quốc ngữ là cả một quá trình, là công việc tập thể của nhiều giáo sĩ phương Tây. Giai đoạn đầu (1618-1622) phải kể đến sự đóng góp thuộc về các tên tuổi như Pina (người Bồ Đào Nha), Borri (người Ý), Buzomi (người Ý). Công lao của các giáo sĩ khác như Gaspar do Amaral, Antonio Barbosa và nhất là Alexandre de Rhodes là ở các giai đoạn sau – những giai đoạn hình thành và phát triển chữ Quốc ngữ, thường được kể từ sau năm 1626.

Trong bài tựa **Tự điển Việt – Bồ – La**, giáo sĩ Alexandre de Rhodes đã nhắc tới ba nhân vật có công trong việc biên soạn các tác phẩm của mình, người đầu tiên giáo sĩ nhắc đến là linh mục Pina người thầy dạy tiếng Việt cho mình, sau đó đến hai giáo sĩ Amaral và Barbosa là tác giả Tự điển Việt – Bồ và Tự điển Bồ – Việt: "Trong công việc này, ngoài những điều mà tôi đã học được nhờ chính người bản xứ trong suốt gần hai mươi năm, thời gian mà tôi lưu trú tại hai xứ Cô-sinh và Đông–kinh, thì ngay từ đầu tôi đã học với cha Francisco de Pina người Bồ Đào Nha, thuộc Hội dòng Giêsu rất nhỏ bé chúng tôi, là thầy dạy tiếng, người thứ nhất trong chúng tôi rất am tường tiếng này, và cũng là người thứ nhất bắt đầu giảng thuyết bằng phương ngữ đó mà không dùng thông ngôn, tôi cũng sử dụng những công trình của nhiều Cha khác cùng một Hội dòng, nhất là của Cha Gaspar do Amaral và Cha Antonio Barbosa, cả hai ông đều đã biên soạn mỗi ông một cuốn tự điển: Ông trước bắt đầu bằng tiếng An Nam, ông sau bằng tiếng Bồ, nhưng cả hai ông đều đã chết sớm." [4]

Ba Cư sở [5] đầu tiên các vị thừa sai Dòng Tên đến ở hoạt động truyền giáo tại Đàng Trong là cư sở Nước Mặn (1618), cư sở Hội An (1619) và cư sở Dinh Chiêm (1625). Nhưng Nước Mặn là nơi các thừa sai được tiếp cận với cư dân bản địa, tự do hoạt động truyền giáo, nghiên cứu ngôn ngữ, dưới sự bảo trợ của khám lý Trần Đức Hòa, quan trấn thủ Quy Nhơn – người anh em kết nghĩa với chúa Nguyễn. Vì vậy, Nước Mặn xem như là cái nôi phôi thai đầu tiên của chữ Quốc ngữ.

Mái nhà tranh đầu tiên các giáo sĩ đến Cảng Nước Mặn truyền đạo nay là một di tích, phần đất cũ được biểu trưng bằng một cây cổ thụ cành vươn cao với hàng chữ được viết bằng bảy thứ tiếng Việt, Anh, Ý, Pháp, Bồ Đào Nha, Latin, Nôm, để ghi nhớ công ơn của các giáo sĩ Dòng Tên đầu tiên đã đến nơi này truyền đạo, di tích hiện tọa lạc tại thôn An Hòa, xã Phước Quang, huyện Tuy Phước, tỉnh Bình Định. Nằm xung quanh di tích Cảng Nước Mặn là nhiều nhà thờ nằm giữa các thôn xóm sầm uất, bên cạnh dòng sông Gò Bồi là Đền thờ thánh Stephano, nhà thờ Gò Thị... nhưng có lẽ Tiểu chủng viện Làng Sông nằm ở xã Phước Thuận, Tuy Phước là ngôi nhà thờ cổ kính được xây dựng theo lối kiến trúc Gothic cách đây gần 160 năm là nơi tạo cho tôi nhiều cảm xúc nhất. Nơi đây vẫn còn lưu giữ nhà in đầu tiên ở Đàng Trong, truyền bá chữ quốc ngữ ở Việt Nam, với một số mẫu máy in typo được Pháp sản xuất từ 1869-1921. Nhà in được thành lập vào thế kỷ thứ 19. Năm 1904 Đức Cha Damien Grangeon Mẫn tái thiết, hiện đại hóa. Năm 1922, dưới sự điều hành của cha Paul Maheu, nhà in Làng Sông đã in tờ báo Lời Thăm, mỗi số 1.500 bản, phát hành cả Đông Dương. 18.000 tờ báo định kỳ, 1000 đầu sách các loại, 32.000 ấn phẩm khác. Tổng cộng ấn phẩm của nhà in lên đến 63.185 ấn phẩm với 3.407.000 trang in trong năm 1922 bằng chữ Quốc ngữ.

Trong buổi chiều tĩnh lặng, tôi đứng trong tiểu chủng viện Làng Sông tưởng như có bóng dáng các giáo sĩ Dòng Tên đang lướt qua ngoài khung cửa, các ngài đang cần mẫn bên ngọn đèn dầu nghiên cứu ngôn ngữ Việt ở Nước Mặn. Tôi như nghe tiếng nói thâm trầm của linh mục Pina, giọng nói trong như pha lê của cậu thanh niên người Việt Phê-rô đang trao đổi thứ giọng Đàng Trong phát âm như thế nào để ký âm bằng mẫu tự Latin cho dễ hiểu, với một số chữ Quốc ngữ thời kỳ phôi thai: Ondelim "ông đề lĩnh", Unsai "ông sãi", Ungue "ông nghè", Cacham "Kẻ Chàm", con gnoo "con nhỏ", Nuoecman/Nuocman, "Nước Mặn", Chiuua "Chúa", Chiampa "Champa", chìa "trà", Quignin "Quinhon"... Nhờ công ơn của các Đức Cha Dòng Tên, Việt Nam đã có một thứ chữ Quốc ngữ với mẫu tự La Tinh dễ hiểu dễ nhớ. Tờ Nguyệt san MISSI ở Hoa Kỳ đã từng nhận định: "Khi cho Việt Nam các mẫu tự La Tinh, Alexandre de Rhodes đã đưa Việt Nam đi trước đến ba thế kỷ".

Có lẽ buổi chiều tà u tịch, trong không gian trầm mặc làm người ta dễ nhớ đến một thời đã xa. "Dấu xưa xe ngựa hồn thu thảo" đã 400 năm trôi qua.

Ban Mai

29.10.2022

Ghi chú:

(1) *Thương cảng Nước Mặn (Quy Nhơn) Xứ Đàng Trong*, Lê Đình Phụng; in trong **Việt Nam trong hệ thống thương mại châu Á thế kỷ XVI – XVII**, nxb Thế giới, 2007, tr. 583 – 592.

(2) *Nước Mặn, cảng thị và trung tâm truyền giáo*; linh mục Gioan Võ Đình Đệ, in trong "**Chữ Quốc Ngữ từ Nước Mặn đến Làng Sông – Kỷ niệm 400 năm Chữ Quốc Ngữ**, GS. Phan Huy Lê, Nguyễn Thanh Quang, LM. Gioan Võ Đình Đệ, TS. Trương Anh Thuận. NXB Đồng Nai, 2018", tr 29-42.

(3) *Vai trò các thừa sai Dòng Tên trong việc sáng tạo chữ Quốc ngữ tại Nước Mặn, Bình Định*; linh mục Gioan Võ Đình Đệ; in trong "**Chữ Quốc Ngữ từ Nước Mặn đến Làng Sông – Kỷ niệm 400 năm Chữ Quốc Ngữ**, GS. Phan Huy Lê, Nguyễn Thanh Quang, LM. Gioan Võ Đình Đệ, TS. Trương Anh Thuận. NXB Đồng Nai, 2018", tr. 63-100

(4) *Từ điển Việt – Bồ - La*, Alexandre de Rhodes. NXB Khoa học Xã hội 1991, tr. 3 (bản dịch)

(5) Cư sở (Residentia) là một loại nhà của các thừa sai Dòng Tên được Hiến pháp Dòng Tên quy định: Khu nhà lớn có nhiều tu sĩ ở và có nhiều loại hình hoạt động tông đồ.

(*)Nằm bên cạnh di tích Cảng nước Mặn là chùa Bà, thờ Thiên Hậu Thánh Mẫu và Thành hoàng làng, được dân làng xây dựng 400 năm trước cùng thời với thương cảng nước Mặn. Hàng năm, họ tổ chức lễ hội Chùa Bà - Cảng thị Nước Mặn (còn gọi là Lễ hội Đô thị Nước Mặn) trong ba ngày từ ngày cuối tháng Giêng đến 2/2 Âm lịch. Đây là lễ hội dân gian lớn để tưởng nhớ những thương nhân tạo nên cảng Nước Mặn - cảng từng có tên trong các hải đồ thương cảng thế giới. Vào các ngày lễ, người dân ở đây thắp đèn lồng, chuẩn bị đồ ăn trong nhà để chào đón khách thập phương đến và xem đây như Tết thứ hai trong năm.

Từ giữa thế kỷ 18 về sau, biển lùi ra xa, cửa biển bị vùi lấp, tàu thuyền không vào được cảng Nước Mặn, từ đó giao thương suy tàn.

(**) Những thành tựu nghiên cứu chữ Quốc ngữ mà chúng ta có được hôm nay, về cơ bản đều dựa trên những công trình khảo cứu của các nhà Việt ngữ học ở nước ngoài và ở Miền Nam Việt Nam trước 1975 thực hiện gồm: Hoàng Xuân Hãn (1959), Thanh Lãng (1958, 1961, 1968), Lê Ngọc Trụ (1961), Hoàng Phê (1961), Đoàn Thiện Thuật (1963, 2000, 2008), Trần Nghĩa (1985), Nguyễn Văn Hoàn (1990), Hoàng Tuệ (1993), Nguyễn Thị Bạch Nhạn (1994), Hoàng Tiến (1994)... đặc biệt là một loạt bài viết của Nguyễn Khắc Xuyên (1959, 1960, 1961, 1963, 1993, 1996). Năm 1972, đánh dấu sự ra đời của công trình "Lịch sử chữ Quốc Ngữ 1620-1659" của Đỗ Quang Chính... và nhiều công trình nghiên cứu giá trị khác. Đặc biệt, năm 1994 học giả người Pháp Roland Jacques – một nhà ngôn ngữ học thông thạo nhiều ngôn ngữ, đã khám phá nhiều tài liệu viết tay trong kho lưu trữ lịch sử Dòng Tên ở Roma trong bộ sưu tập "Japsin", báo cáo "Niên giám học viện Ma Cao năm 1918", các bức thư thường niên viết năm 1621 về khu truyền giáo Đàng Trong... "đã cống hiến được một số những sự kiện khách quan lịch sử, đẩy lui được những tiền kiến hoặc những sự việc thường được xem là hiển nhiên mà thực sự là sai".

PHƯƠNG TẤN
NÓI CHUYỆN ĐỜI VỚI NÚI

Nắng lúng la lúng liếng
Đắp mây, lòng nhẹ tênh
Cỏ cây cười luôn miệng
Gió gieo đầy tiếng chim.

Suối ríu ra ríu rít
Sương long lanh long la
Ruột rà, ta và núi
Kinh khổ bàn đôi câu.

Quẩn quanh mớ dục lạc
Tát sạch, thế gian ơi
Dạ xoa ngỡ Bồ tát
Mê lạc chi bóng đời.

Bàn đôi câu kinh khổ
Bóng và thân trống không
Bùn lầy, sen vẫn ngộ
Chợt thấy lòng lóng trong.

Hỏi chi ta và núi
Chỉ là tri kỷ thôi
Hỏi chi cát và bụi
Ươm từ thuở phù du ∎

CAO NGUYÊN
Em Là Màu Cam

Em là màu cam trong không gian anh màu tím
Em là màu cam cho anh chớm bình minh
Lồng ngực anh nổ tung ra trăm ngàn mảnh nhỏ
Bởi vì em là quả tim khủng bố màu cam ∎

LỮ QUỲNH
Chiều Cuối Năm Đi Nhầm Tàu Ở San Jose

thành phố chiều cuối năm
những chiếc bus chạy qua vắng khách
đường mang số - hàng cây trơ cành
mùa đông vừa đem đi hết lá.

ngồi một mình cà phê Starbucks
ở góc đường số 3
mưa mịt mù ngoài cửa kính
người phục vụ da đen
đưa mắt nhìn buồn bã
thời gian trôi
trên những chiếc bàn trống.

nỗi nhớ chiều cuối năm
cánh đồng một thời bom đạn
giờ này trắng xóa mưa
bạn bè nghĩa địa đìu hiu
ôm đất trời sũng nước.

đón light rail đi Blossom Hill
toa tàu vắng
người homeless già thu mình hàng ghế cuối
giấu khuôn mặt dưới chiếc mũ dạ nâu
tàu đi - tàu qua rất lâu
bóng tối đầy trong đôi mắt
người homeless già
tàu đi - tàu qua nhiều ga
người homeless vẫn ngồi
chờ xuống ga nào quá khứ

tôi đi Blossom Hill
tàu qua hoài chẳng tới
mỗi lúc càng xa
những ga xép chiều mưa quê nhà
tiếng còi tàu ảm đạm
Lăng Cô - Thừa Lưu - Huế
tôi đã lên nhầm tàu
Santa Teresa - Winchester
chiều cuối năm như người homeless già
tôi đi chuyến về ký ức ∎

NGUYỄN VĂN GIA
Ngõ Rêu

Xanh tóc
xanh ngói
xanh tường
Lòng anh xanh với con đường
em qua
Ngày xưa
em với người ta
Ngõ chiều
chỉ biết đứng xa mà nhìn...
Giờ em qua lại
một mình
Rêu xanh lại rộn lòng anh
nữa rồi! ∎

TRƯƠNG XUÂN MẪN
TIẾNG CHIM - TIẾNG ĐÀN

Tôi đang đàn bỗng dưng nghe chim hót
Tôi bỏ đàn nghe tiếng hót của chim
Cả khu rừng ào lên muôn tiếng nhạc
Cây đàn tôi trông khờ dại im lìm

Tiếng chim hót giục thức cả bình minh
Mặt trời nhướng lên tròn mắt ngóng nhìn
Đàn thú hoảng loạn mừng kêu inh ỏi
Cơn thỏa lòng khúc nhạc mới khai sinh

Tôi không đàn vì muốn nghe chim hót
Bởi đàn vô hồn không nổi rung âm
Bao thanh sắc trốn đàn tiêu đi mất
Để lại tôi thảm hại dấu thăng trầm

Tiếng chim hót vụt qua bao âm vực
Không công năng, hòa âm, không điệu thức
Đàn nhìn tôi cong mình ôm thân tủi
Giai điệu thiên nhiên - tuyệt tác Đất Trời

Tiếng chim hót chia chung muôn hoa lá
Còn đàn tôi lạc lõng nỗi niềm riêng
Ngày trở mình bỗng nhiên như hóa lạ
Đàn theo tôi lêu lổng giữa rừng già ∎

LÊ CHIỀU GIANG
KHÓI ĐÊM TRỪ TỊCH

Gió Sài Gòn làm. Chết tươi
đất Bắc.
Ta đứng giữa lòng Hà Nội héo hon
Giữa đêm xuân. Mà
Phố sá chao nghiêng
Lòng thoi thóp nhớ
trăm bài thơ cũ.
Đôi mắt Sơn Tây cứ nằm trong sách vở
Và phố xưa ghi dấu *dáng kiều thơm...*

Réo rắt về đâu.
Tiếng hát trầm luân
Phùng Quán xanh xao
Những *yêu* cùng *ghét*
Nhọc nhằn quanh đây.
Mưa. Phố.
Trần Dần.
Nhắn gửi ngàn phương.
Gió *Về Kinh Bắc*
Ơi những oán hờn
Đã của trăm năm

Ta đốt thơ
Gọi:
Oan hồn tù ngục
Chút khói nhang bay
tới cõi...
Muôn trùng ∎

NGUYỄN VĂN ĐIỀU
THƠ TÌNH THÁNG CHẠP

Tôi ngắt tặng em nụ hồng tháng chạp
Trời mùa đông nên sắc chẳng được tươi
Em cầm lấy hai tay bưng trước ngực
Tạ lòng nhau cuộc sống bỗng dưng vui

Em bỗng thấy một chút gì đổi khác
Hai tay run không níu kịp dòng đời
Anh tặng em nụ hồng ngày tháng chạp
Xin một lần hò hẹn cuộc rong chơi

Tóc em đó có sợi dài sợi ngắn
Như tay em có ngón ngắn ngón dài
Ta gặp em giữa hai vầng nhật nguyệt
Biết có còn chung lối một ngày mai

Nên quen em giữa đường trần gặp gỡ
Chút lòng xưa chợt sống lại không ngờ
Tôi còn đó những trang đời lở dở
Đã quen rồi ngày dâu bể phất phơ

Tôi viết cho em lời tình tháng chạp
Khi ngoài kia ngày đã cuối hiên rồi
Xin giữ lửa cho đời còn tiếng hát
Ta còn nhau dù ngày tháng vẫn trôi ∎

NGUYỄN AN BÌNH
Ta Như Chiếc Áo Mùa Đông Cũ

Lòng ta chiếc áo mùa đông cũ
Thấm lạnh vai gầy ngọn gió khuya
Mấy nhánh sông xa tràn bão lũ
Nằm vắt đôi bờ sớm đã chia.

Tháng chạp dập dờn mùi gió chướng
Khốc khô lưới nhện khóm cúc tần
Chiều nay bếp lửa không còn đượm
Vạn dặm người về mất dấu chân.

Sắc tím lục bình trôi mải miết
Sóng dồi nào kể chuyện nông sâu
Sông dài trăm ngả không ai biết
Trắng trời mưa giạt cả bể dâu.

Đốt ngọn nến hồng soi vách mục
Tàn đêm thao thức chuyện cuối năm
Ấm lạnh đời người không kể xiết
Lừng lững trăng treo khúc nguyệt cầm.

Phà đâu rời bến qua sông Hậu
Mười năm thương nhớ đã bạc lòng
Tần ngần đứng trước ngôi nhà cũ
Kịp thấy mai già có trổ bông.

Lòng ta như bến xưa cạn nước
Hoa cau úa rụng phía sau hè
Thèm tiếng gà trưa rơi trong nắng
Ngỡ ngàng chim khách hót ai nghe.

Con đường me nhỏ che mưa nắng
Gió bụi thời gian đếm mỗi ngày
Tình ta thuở ấy xanh màu tóc
Bỏ lại bên đường vạt áo phai.

Còn thoảng bên hiên hương nguyệt quế
Chén rượu ngày về lưng lửng say
Đất trời bỗng thấy già trong mắt
Bao giờ trở lại thuở giêng hai.

Như sương trên cỏ chờ hóa kiếp
Suối chia nguồn cách – nước mãi xuôi
Hắt hiu bóng núi trăm năm đợi
Một thuở xuân hồng tuổi hai mươi ■

7/11/2022

NGUYỄN NGUYÊN PHƯỢNG
Thơ Tình Tháng Chạp

1.

Xôn xao tháng Chạp tôi về
Đại dương giấu sóng, cơn mê bạc đầu
Trăm năm mặn chát dãi dầu
Tình thơ lạc bến qua cầu trôi xuôi
Chín biệt ly để thành mười
Còn thơm tóc lệ yêu người thuở xa...

2.

Lời thương mắt đếm thật thà
Trái tim không tuổi đuổi tà áo bay
Em về cúc nở vàng vai
Chết từ vô lượng áo ai thôi vàng
Sổ lồng chim sáo không sang
Đáu đau rét ngọt thả tràn vào Đông!

3.

Tình không, rượu đắng cũng không
Buồn rơi đáy cốc nghiêng lòng sót vui
Thời gian đâu có nhịp lùi
Mùa thêm mây trắng nghe ngùi ngậm ta
Sắc/ không nhốn nháo ta bà
Ảnh Xuân nụ thắm hiên nhà, thực/mơ?

4.

Bao giờ hẹn với bao giờ
Sài Gòn xao xác lạnh bờ môi đêm
Lá cuối Đông rớt qua thềm
Gọi xanh niệm khúc thức mềm tiếng xưa
Tình tan từ buổi gió mưa
Còn nguyên niềm nỗi bây giờ, tôi mang... ∎

Sài Gòn 31/1/2015 – 11/10/2022

NP PHAN
Khúc Mưa

cho dẫu muộn, cũng phải về em ạ
kẻo những cơn mưa ngăn lối ta về
dẫu có tiếc một ngày trong như ngọc
có nắng vàng hanh và bóng cây che

có tiếng hát đượm buồn nơi góc phố
như thể lời ru năm tháng dần phai
dẫu biết rằng dư âm không vọng mãi
mảng trời xanh kia bất chợt u hoài

rồi bất chợt mưa buồn như bóng núi
những cơn mưa trắng cả đất trời
lòng cũng lạnh như mùa đông bất chợt
ướt đẫm lòng người, xao xác mùa vui

hãy cầm tay nhau dù vương chút lệ
bão giông nào rồi cũng sẽ tan
chút lòng đau rồi nguôi ngoai lặng lẽ
như vẫn ngàn năm mưa gió vô thường ∎

M.H.HOÀI LINH PHƯƠNG
Với N.T. Ngày Tháng Cũ...

Em mùa vàng lá rồi anh!
Tình ta thơ dại ngày xanh... mấy trời
Đớn đau biết thuở nào vơi?
Thương ca khúc hát nửa đời lưu vong

Saigon... phố cũ còn không?
Quê xưa ngút mắt trong lòng người xa
Bao mùa cúc tím nở hoa
Là bao mùa nhớ thuở ta bên người...

Chừng như nước mắt mặn môi..
Saigon kỷ niệm một thời... tìm đâu? ∎

Washington D.C. tháng 11/ 2022

THỤC UYÊN
TÌNH KHÚC THỨ NHẤT

Tình vui trong phút giây thôi (*)
Chút hơi ấm đượm thoắt rồi tàn tro
Lêu bêu như những chuyến đò
Gió xô mưa tạt khó dò bến xưa..

Tình vui như chút nắng trưa
Lao xao qua rặng lau thưa cuối đồi
Dấu yêu chỉ một lần thôi..
Rồi chăn chiếu lạnh bên trời phôi pha..

Thiên đường ơi mịt mùng xa
Tâm linh vỡ nát, khóc oà vết đau
Trăng sao câm lặng cúi đầu
Nghe trong mơ nói mất nhau thật rồi

Tình vui trong phút giây thôi
Soi gương chua xót mắt môi nhạt màu
Tàn phai từ thuở trăng sầu
Đêm nghe mưa đổ lạc nhau cuối trời ∎

(*) Tình khúc thứ nhất (Vũ thành An)

HỒ XOA

NGÀY THÁNG RÃ RỜI

Rồi mùa thu lại trở về
Những năm tháng đời anh ra đi mãi mãi

Rồi những bến quê cũng thăng trầm, bồi lở
Còn bụi tre già xơ xác gió chiều đông

Rồi em không còn hát lời con sáo sang sông
Những chiều mưa phai trên màu tình cũ

Anh đếm thời gian rã rời bằng tiếng guốc âm thầm con
đường cuối phố
Những ngọn đèn không nói gì về một giấc mơ vui

Chỉ còn những đêm đông chứa ngôn từ cổ tự hoang vu
Ngàn bài thơ nín câm trong cõi lòng thiếu phụ
Những chuông mõ bặt lời trong thăm thẳm
Còn dư âm những tượng đá rùng mình... ∎

THY AN
ƯỚC MƠ VỎN VẸN

con chim xa rừng
suy nghĩ câu giã từ rời mùa hạ
cào đất tìm côn trùng
nuốt xong rồi chôn mầm mống tự do bay xa
đất ẩm sau mùa mưa mong đợi
bước chân dọ dẫm tình pha
trông ngóng

nhớ kẻ yêu nhau ngày nóng hạ
thân hình đam mê thiết tha
trên môi ngậm nụ hồng gai lá
nổi chìm nhấp nhô những sóng
đầy bọt trắng

giọt nước rơi xuống ao tù
tiếng kêu thật rỗng tháng chín
trong đêm có que diêm bật sáng
soi lên những ước mơ vỏn vẹn
còn sót lại

lang thang trong khu vườn
đọc lời kinh khẩn nguyện hòa bình
thiên niên vạn cổ cơ thể em khoác bụi
con đường góc phố nổi rong
một quê hương lên tiếng, ngậm ngùi xa vắng
trong lòng...■

tháng 09-2022

LÊ HỨA HUYỀN TRÂN
NỐI DÕI

Hồi còn nhỏ tôi không biết ông bà nội mình là ai, trong trí nhớ mang máng của tôi chỉ là có đôi lần chúng tôi gặp mặt nhưng rồi chẳng đọng lại được gì, có chăng chỉ là những kỷ niệm rất xấu mà tôi chỉ muốn quên đi. Lớn lên một chút, khi biết được nhiều việc tôi lại cho rằng có lẽ nếu không có ông bà nội thì mẹ tôi sẽ không khổ, ba tôi sẽ không dằn vặt và cuộc sống gia đình tôi sẽ hạnh phúc hơn nhiều, ít ra sẽ có người thân họ hàng ở bên cạnh chứ không thân cô thế cô ở cái thành phố rộng lớn này, tự lực mưu sinh từ hai bàn tay trắng. Chung quy lại, đôi khi tôi lại nghĩ, nếu tôi sinh ra với một hình hài khác, thân phận khác, nếu tôi không phải là một đứa con gái thì có lẽ ba mẹ tôi năm ấy đã không bị đuổi ra khỏi nhà khi trên tay bế đứa trẻ sơ sinh và phố xá lên đèn vào chiều ba mươi Tết. Tất cả chỉ vì ba tôi là con trai một trong gia đình và tôi được sinh ra trong một gia đình nặng về truyền thống con cháu nối dõi, cần cháu đích tôn.

Khi tôi còn bé, mỗi khi Tết về, khi bạn bè cùng lớp tất tả khoe với nhau sẽ về quê ăn tết, tôi cũng hay vòi vĩnh ba mẹ cho về quê. Ông bà ngoại tôi mất sớm, anh chị em lại phân tán khắp nơi tìm kế sinh nhai nên có về quê cũng như không, thế là tôi vòi ba chở về nội dù chưa bao giờ gặp mặt. Tôi còn nhớ khi ấy ánh mắt ba tôi buồn lắm, khi đó tôi chỉ mới là một đứa trẻ bước vào tiểu học. Tôi nghe ba mẹ bàn với nhau:

-Hay thôi cứ đi, đã mấy năm trôi qua có khi ông bà nghĩ khác...

Thế là hăm bảy Tết năm ấy cả nhà tôi bắt xe đò về quê. Háo hức khi bước sang một thành phố khác, háo hức khi lần đầu tiên được gặp ông bà và cả háo hức khi sẽ được kể cho lũ bạn nghe Tết này mình làm gì khiến tôi rạo rực. Nhưng đón tôi bởi người lần đầu tiên tôi gặp mặt lại chỉ là hai người đã lớn tuổi, gương mặt quắc thước, tráng kiện, căn nhà to lớn và sự hờ hững đến rợn người. Ngay khi ba tôi vừa bước vào nhà, người mà sau này tôi biết là ông tôi đã lấy cây gậy ông đang chống đuổi ra khỏi nhà:

- Đi được từng ấy năm sao còn quay lại? Ai cho mày bước vào nhà?

Ba tôi che cho mẹ con tôi không bị ông quật nhẹ nhàng bảo lại:

- Con tôi muốn về thăm ông bà dịp Tết này. Tết là dịp hiếm hoi cả gia đình sum vầy, mong ba quên chuyện xưa mà đoàn tụ...

Đáp lại, chỉ là câu nói lạnh lùng của ông và cả cái nhìn mà có lẽ suốt cả đời này tôi cũng không thể nào quên được:

- Tôi không có cháu!

Sự háo hức của tôi có lẽ không lớn bằng nỗi đau của ba nhưng đó là ấn tượng mà tôi không bao giờ quên được. Ai đó chối bỏ sự tồn tại của mình có lẽ là nỗi đau lớn nhất. Ngày còn bé, mỗi khi tôi vòi vĩnh về thăm quê, ba tôi luôn chối từ, có lẽ ba biết sẽ có ngày tôi phải nghe những điều như vậy. Nhưng những khi Tết về, khi thành phố trở nên vắng vẻ hơn bởi ai cũng xa rời phố thị để về miền quê yên ấm thì chỉ có gia đình tôi còn neo đậu lại để đón Tết. Cảm giác phố phường vốn tấp nập bỗng vắng teo thực sự cô đơn lắm, và ba tôi, người đàn ông to lớn ngồi một góc phòng, đốt điếu thuốc trầm ngâm nhìn ra cửa đầy đắn đo bỗng trở nên nhỏ bé trơ trọi. Sau này, tôi mới biết, lúc ấy ba nhớ ông bà, ba cũng muốn về quê nhưng không thể. Khi tôi bé, ba còn để tôi thấy ba buồn, khi chuyện đó xảy ra, sau này mỗi khi mùa Tết về ba lại tự dặn mình mạnh mẽ và luôn cố gắng cười để tôi đón năm mới trong hạnh phúc và không nghĩ về cái đớn đau mùa Tết năm ấy cũng như cảm xúc của ba nữa. Khi tôi vào cấp ba, dì tôi khi lại nhà mới kể cho tôi nghe, ba tôi vốn là con một trong gia đình, nhà ông bà tôi cũng rất giàu có, ba đi lính rồi gặp và thương má tôi, hai người nên vợ nên chồng. Nhưng má tôi sức khỏe yếu, sau một lần sinh không thể sinh nữa, tôi lại là con gái... Dì bảo ngày đó ba mẹ tôi khổ lắm, ông bắt ba bỏ vợ, ba nhất quyết không nghe, thế là bị đuổi ra khỏi nhà...

Kể từ bận ấy, tôi đâm ra ghét ông bà tôi. Khi tôi lên cấp hai, nghe tin ông bà ngày một già yếu, cứ tới mỗi bận tết ba lại chở tôi về thăm, hôm nào cũng bị đuổi ra khỏi nhà ngay sau khi đến, nhưng ba vẫn tỏ ra rất vui.

- Ba ở xa đã không phụng dưỡng ông bà được nên ba phải về nhờ xóm giềng chăm sóc. Ít ra Tết này ba đã có thể thấy ông bà vẫn còn khỏe là ba vui rồi.

Nhưng tôi không nghĩ được như vậy, Tết những năm sau tôi luôn chối từ về thăm, với tôi, tết đúng là mùa đoàn tụ, nhưng cũng là những giây phút thiêng liêng để ghi nhớ mãi, và tôi không muốn năm ấy với tôi toàn ký ức buồn. Thậm chí, tôi còn nói với ba:

- Con ghét ông bà!

Lúc ấy ba tôi đã sững người, nhưng ông chỉ im lặng. Cái im lặng của ông làm tôi hiểu, ông không thể ngăn cản suy nghĩ của tôi vì ba không thể tìm ra dù chỉ một lý do để tôi có thể thương hai người ấy. Nhưng, tối đó, lần đầu tiên tôi thấy ba khóc, có lẽ ba bất lực trong việc gắn kết chúng tôi lại với nhau. Mẹ tôi đã nói chuyện với tôi đêm đó rất lâu, về nỗi đau của ba, nhưng rốt cuộc ba cũng chỉ là một người con... Những năm cấp ba, gia đình tôi lại đón Tết với nhau và ba không ép tôi về thăm ông bà nữa.

Lên đại học, tôi xa ba mẹ đi học xa. Tôi giấu ba mẹ chuyện dọn tới trọ gần nhà ông bà, và cũng giấu ông bà thân phận thật của mình. Ông bà tôi vốn khó tính ít giao tiếp với người lạ, nhưng vì tuổi già sức yếu, có một cô sinh viên trẻ đến dọn sát bên, khi cần lại nhờ nên cũng dễ thân. So với lần đầu gặp từ non bảy tám năm trước, ông bà có phần yếu hơn, thi thoảng, khi đi học về tôi lại tạt sang nhà phụ bà nấu cơm, trong những phút yếu lòng bà hay kể:

- Bà có một thằng con trai, có đứa cháu gái...

Nhưng rồi bà khựng lại như sợ ông nghe, tôi chợt hiểu bà cũng nhớ chúng tôi nhưng chắc ông là người cương quyết nên bà không dám cãi. Ông hay đau lưng, những lúc học bài rảnh rỗi xong tôi hay ghé nhà với lý do nhà không có tivi nên qua coi tạm, ông bà vốn đã già, khu phố lại buồn tẻ, có trẻ trong nhà xôm tụ nên cũng hối tôi qua. Hôm nào tôi không qua là cứ ngóng, khi tôi qua, tôi lại hay đấm lưng cho ông, bóp chân cho bà:

- Vì con ở xa ông bà con nên khi nhìn thấy ông bà con thấy nhớ lắm, được chăm sóc ông bà như thế này, con cảm giác như đang chăm sóc ông bà con vậy.

Ông lúc này cũng đăm chiêu:

- Ta cũng có một đứa cháu, chắc trạc tuổi con như giờ.

- Vậy cháu ông đâu rồi?

- Nó ở xa – Ông nói mà đôi mắt đỏ hoe – Ngày trước, ta suy nghĩ không kỹ, đuổi cả nhà con ta đi. Giờ già rồi, thấy tất cả đều không còn quan trọng nữa, lại chẳng biết nó ở đâu. Thấy cháu như thế này, tự nhiên ta nhớ con ta, cháu ta quá. Con trai con gái vốn có gì quan trọng đâu, nó hiếu thuận với mình là đủ....

Rồi ông khóc rưng rức làm bà cũng khóc theo. Tôi chợt nhận ra dòng máu chảy trong tôi đang có sự xáo trộn mãnh liệt, tự nhiên tôi lại thấy thông cảm cho ông bà vì nền móng cổ hủ tồn tại trong người nhưng rồi những phút cuối đời cũng không thể thắng nổi tình thân. Nhất là khi càng già đi người ta càng dễ cảm thấy cô đơn, chỉ muốn có thể ở mãi bên con cháu, nhất là khi mỗi độ xuân về, người người đoàn tụ.

Tôi nắm tay ông bà hít một hơi thật sâu kể tất cả sự thật cho ông bà nghe, ông bà đi hết bất ngờ này tới bất ngờ khác, ông có hơi khựng người như chưa chấp nhận được nhưng dường như ông sợ chỉ một phút giây sai lầm sẽ hối hận nên vội ôm chầm lấy tôi, còn bà cứ túc tắc:

- Thảo nào bà cứ thấy thân quen lắm...

Những ngày cận Tết này trời bắt đầu trở lạnh thêm, nhưng câu chuyện của gia đình tôi, sự ấm áp tất cả giờ chỉ mới bắt đầu. Cho tới giờ tôi vẫn không biết cách thức lúc ấy tôi làm có sai không nhưng tôi chỉ biết, có những thứ trước khi quá muộn màng thì hãy nên gìn giữ, nhất là tình thân. Và nếu có quay lại, chắc tôi vẫn sẽ làm như vậy.

Mùa Tết sum vầy. Cuối cùng cũng đã về.

Lê Hứa Huyền Trân

NGUYỄN CHÂU
Con Két

Thằng Cự xuất thân thuộc hạng bần cùng, nghĩa là nghèo mạt rệp. Làng tôi có tục kỳ lạ: Ai nghèo khổ quá đều gọi bằng "thằng". Khác với thời ông Ngô Tất Tố, chị Dậu do hoàn cảnh ma chay cha mẹ tốn kém, bệnh tật hiểm nghèo dẫn đến túng thiếu nên bị liệt vào hạng cùng đinh, nhưng vẫn được ông gọi là "chị".

Thằng Cự giữ trâu cho nhà Năm Pháo, hắn lớn tồng ngồng ra dáng thanh niên, nhưng chỉ mặc độc chiếc quần đùi vải tám đen mốc thếch. Trời nắng nóng hắn thích trầm mình dưới ao, thấy mấy bà mấy cô đi ngang qua, hắn vụt đứng lên làm cái quần đùi tụt xuống dưới đầu gối. Bà nào cũng cười ré lên, mấy cô mắc cỡ mặt đỏ lựng lấy nón che nghiêng, không biết có thấy gì không?

Thằng Cự thích chim, nuôi chim không tốn cơm gạo như chó với mèo. Đặc biệt hắn dành hết tâm trí cho con két, từ khi nó còn đỏ hỏn.

Một hôm con két hét vào tai thằng Cự:
- Dắt trâu, dắt trâu... két... két... két!

Rõ ràng con két biết nói, có lẽ nó nghe quen tai từ Năm Pháo. Thằng Cự phấn khởi, bắt đầu dạy từng câu cho két. Dần dà con két nói thay lời thằng Cự:
- Đ. má Năm Pháo, đ. má Năm Pháo... két... két...

Ban đầu Năm Pháo tức cười, ai cũng biết nó "nói như vẹt", nhưng nghe con két nói riết lão đâm ra bực bội. Làm người như thằng Cự không học không hành, ai nói chuyện gì nghe xuôi tai cũng nhập tâm, huống gì con két.

Năm Pháo biết thằng Cự đầu bò dễ dụ. Một hôm lão kéo hắn vào nhà, tỉ tê:

- Mi ráng siêng năng, mai mốt con Mận lơn lớn, tao gả cho. Miếng đất kế bên chuồng trâu tao cho mi làm nhà...

Khỏi phải nói, thằng Cự sướng như lên mây, hắn ra sức dạy con két:

- Hoan hô Năm Pháo, tri ân Năm Pháo... két... két.

Thằng Cự nhìn lom lom bộ ngực và cái mông của con Mận núng na núng nính, chỉ tội hơi lùn. Con Mận e thẹn cúi mặt, tầm nhìn của Mận trúng ngay cái vật lợn cợn bị cái quần đùi ướt nhẹp dính chặt vào da của thằng Cự, con Mận lúng túng buông rơi cái nồi nhôm nấu cám heo, làm thằng Cự giật mình.

Con két hét lên:

- Hoan hô Năm Pháo, tri ân Năm Pháo... két... két.

Đêm về mệt mỏi ngủ say vùi, thằng Cự nằm mơ thấy con Mận dẫn hắn lên Thiên đường, tòa nhà nguy nga đồ sộ dát vàng, những vì sao là những hạt kim cương lóng lánh trên bầu trời xanh lơ, ánh sáng bàng bạc bởi vầng trăng mờ ảo lung linh tròn vành vạnh. Bầy tiên nữ múa khúc nghê thường, nhạc cung đình réo rắc ngân vang... Con Mận với trang phục hoàng hậu kiêu sa như trong tuồng hát bội. Các cung nữ quỳ dâng mỹ tửu, ngự thiện tràn trề "nem công chả phượng" được xếp thành hình chữ "vạn niên", "Phúc như Đông hải, thọ tỷ Nam sơn"...

Mặt trời lên đã quá ngọn sào, thằng Cự chợt tỉnh giấc. Con két vỗ cánh, kêu vang:

- Đ. má Năm Pháo, đ. má Năm Pháo... két...

két... Dắt trâu, dắt trâu... két... két.

Thằng Cự dụi mắt, ngoài đồng thấp thoáng đám thợ cấy trên mặt ruộng. Con Mận mặc áo bà ba xẻ tà, hai tay giữ thúng lúa đội trên đầu, đưa ngấn bụng trắng ngần bước qua mặt thằng Cự, cặp mông đong đưa thấy ghét. Qua giai đoạn cày bừa, con trâu cùng Cự cũng thảnh thơi hơn, hắn sà đến chỗ cối xay lúa, hai tay đỡ giùm con Mận. Cái thằng vô ý vô tứ, ngực con Mận cạ sát vào bụng thằng Cự, con nhỏ hai má ửng hồng thở hổn hển thiếu điều muốn hụt hơi, làm như thúng lúa nặng cả tạ.

Cũng nói sơ qua con Mận, nó mồ côi cả cha lẫn mẹ từ năm lên mười, vợ chồng Năm Pháo ra tay tế độ đem về nuôi như kẻ ăn người ở trong nhà. Cả ngày lầm lầm lì lì, làm đủ thứ chuyện không hở tay. Lúc rêm mình, Năm Pháo còn bắt con Mận đấm lưng hay bóp tay bóp chân.

Vợ Năm Pháo chẳng cần quan tâm, mụ có sạp tạp hóa dưới chợ huyện, ăn trắng mặc trơn nên người mụ đẫy đà. Có lần mụ định đưa thằng Cự xuống chợ giúp mụ, nhưng Năm Pháo gạt phắt.
Tháng chạp trời se lạnh, vụ chiêm đưa mạ xuống ruộng, tết Nguyên Đán cũng gần kề. "Đói thì ăn ráy ăn khoai, chớ thấy lúa trổ tháng Hai mà mừng", ra Giêng gặp đợt rét chỉ có nước ăn cám. Năm Pháo cho thằng Cự cái áo trấn thủ bằng vải ka-ki màu cứt ngựa ở giữa lót bông, ngắn đến thắt lưng, vật kỷ niệm của lão thời chống Pháp. Nhìn thằng Cự giống như con cào cào cồ, mọc chưa đủ cánh, lòi cái bụng lỗ rún đen thui với chiếc quần đùi cố hữu, Năm Pháo vỗ về:
- Năm tới mi sung vào tráng đinh thực thụ rồi, ăn mặc cho ra vẻ với người ta, ai đời cứ "tròng" cái quần cũn cỡn, lúc la lúc lắc cái sự đời, thiệt ngứa con mắt! Ráng mần siêng năng, tao gả...

Tự nhiên Năm Pháo ho sù sụ. Lão sai thằng Cự sửa chuồng trâu, đánh tranh lợp lại mái. Cự nhắc cái vụ cho nền nhà, lão khoát tay nói: "Từ từ...".

Tiếng mõ cầm canh vọng về từ cuối xóm, trăng lưỡi liềm thượng tuần chênh chếch, bỗng con Mận cầm đuốc chạy sang nhà thằng Cự:
- Ông Năm kêu ông kìa, lẹ lên!

Ánh đuốc bập bùng, đôi mắt con Mận lúng liếng phản chiếu hai đốm sáng long lanh. Thằng Cự quay lưng, lật đật choàng vội chiếc áo trấn thủ, con Mận đăm đăm nhìn thân hình lực điền vạm vỡ của Cự, trong lòng nó dâng lên niềm thương cảm lẫn khát khao...

Năm Pháo ngồi bên mâm rượu đĩa gà xé phay đầy ụ, ra dấu cho Cự:
- Mi ngồi xuống đây, uống rượu với tao!
- Dạ, lạy ông, con không dám!
- Trước khi nói chuyện trọng đại với mi, tao cho phép.

Thằng Cự run như cầy sấy, riu ríu ngồi xuống mép ghế.

- Thằng thiệt lạ, trai tráng gì mới hai ly cỏn con mà mặt đỏ như trái gấc!

- Rót!

Đêm đã dần khuya, tiếng dế nỉ non xen lẫn tiếng ếch kêu ồm ộp, thằng Cự nằm quay lơ sùi bọt mép.

Khoảng giờ Dần tiếng gà gáy sang canh, con Mận hoảng hồn thấy đống thịt lù lù của thằng Cự nằm bên mình lúc nào không hay, nó lùi dần xuống cuối chiếc giường tre, ngồi bó gối nhìn thằng Cự nằm thẳng cẳng như chết rồi.

Năm Pháo xô cửa phên buồng con Mận, đưa đầu gậy gõ gõ vô hai ống quyển của thằng Cự. Hắn co giò mở choàng mắt, thấy con Mận ngồi ôm mặt, tóc tai rũ rượi lại thêm Năm Pháo một tay chống nạnh, tay kia cầm ba-toong nhịp nhịp...

Thằng Cự nhảy lẹ xuống giường, mặt tái mét.

- Mi là thằng phản chủ, nuôi ong tay áo. Đi lên nhà trên, rồi tao nói chuyện. Cả con kia nữa, tụi bay là thứ vô ơn, bôi tro trát trấu nhà tao!

Hai đứa như con mèo ướt, khoanh tay cúi đầu chờ cơn thịnh nộ. Nhưng không, giọng Năm Pháo khoan hòa, phủ dụ:

- Chớ tụi bay nôn nóng điều chi? Tao đã hứa một lời như đinh đóng cột, "tứ mã nan truy". Cớ sao lại làm điều dại dột, tao còn mặt mũi nào mà nhìn thiên hạ? Giòng họ mấy đời nhà tao, dù không khoa bảng cũng thuộc hàng danh gia vọng tộc. Cớ sự rành rành, bay tính làm sao? Nói...

Con Mận thiếu điều muốn quỵ. Thằng Cự mặt cắt không còn giọt máu, tay vân vê hạt nút áo trấn thủ mà nghe lòng lạnh ngắt.

Y như lời, Năm Pháo thông báo làng trên xóm dưới ngày thành hôn của hai trẻ mồ côi. Đời này ít ai có lòng độ lượng và tử tế như ông, râm ran trong nhà ngoài ngõ bà con bàn tán xôn xao, ai cũng hả hê mừng cho hai đứa nghèo hèn tốt phước.

Mảnh đất kế chuồng trâu, Năm Pháo không cho như đã hứa, bù lại sai thằng Cự đốn chục cây tre và vác trăm tấm tranh sen về để sửa lại căn nhà tranh rách nát của hắn. Công việc hằng ngày vẫn y như cũ, thỉnh thoảng con Mận đấm lưng, bóp tay bóp chân cho Năm Pháo khi trái gió trở trời.

Cưới nhau mới hơn sáu tháng, con Mận đẻ được thằng cu. Mụ Năm Pháo nựng nựng bìu thằng nhỏ, xởi lởi:

- Mồ cha nó, sao giống thằng Cự quá thể! Củ này lớn lên phải biết, chết người chớ chẳng chơi!

Chỉ có Cự là hồn nhiên, lòng hắn dâng tràn niềm cảm khái, tự nhiên có vợ có con. Nó tu mấy kiếp mới được Năm Pháo ra tay cưu mang, đùm bọc. Công xá từ ngày giữ trâu đến giờ hay làm đầy tớ suốt đời như con Mận, đâu thấm tháp gì so với tấm lòng vĩ đại của Năm Pháo dành cho vợ chồng hắn. Năm Pháo là tiên là Phật, hắn thề đời đời ghi nhớ công ơn.

Con két nghiến rệu rạo từng hạt bắp khô đét, hét vang:

- Hoan hô Năm Pháo, tri ân Năm Pháo... két... két.

Nguyễn Châu

vẫn em là người tình
suốt đời ta yêu dấu
hỡi cô bé xinh xinh
chờ ta đi với bậu

đường thẳng hay ngã cong
gập ghềnh hay bằng phẳng
ngõ cụt hay lối thông
đời bên đời sát cánh

trời nắng tiếp trời mưa
mùa xuân qua mùa hạ
quấn bên nhau bốn mùa
vẫn hoài hoài mới lạ

tóc em ngắn rồi dài
môi em hồng rồi đỏ
buồn vui trở hai vai
vẫn trẻ trung bé nhỏ

yêu em ta làm thơ
yêu ta em rộng lượng
thơ thì thường vu vơ
nhiều khi toàn tưởng tượng

...

vẫn em là người tình
nàng thơ ta diễm tuyệt
cảm ơn đời cảm ơn
nhờ em ta thi sĩ   LH

NGUYỄN NHÃ TIÊN
Mẹ & Mây Khói Trên Con Dốc Vắng

Đà Lạt vào mùa xuân cũng tức là vào mùa gió lạnh đông bắc, có lẽ chính xác là bắt đầu từ vào dịp Noël kéo dài cho đến tháng ba năm sau. Thú thật, ngày xưa tuổi hoa niên tôi chẳng có nhiều mùa xuân Đà Lạt để nhớ ngoài những mùa xuân về ăn Tết với mẹ. Hầu như năm nào cũng vậy, tôi thu xếp việc học hành ở Sài Gòn về sớm hơn để phụ giúp mẹ cắt hoa mua từ các vườn, cho mẹ gánh ra bán ở các chợ. Tôi đã không biết bao lần đầm đìa những cơn gió rét lạnh trên con đường dốc quanh co quen thuộc này, để đẩy bao chuyến xe chất đầy hoa tươi ra chợ phố cho kịp trước khi trời hừng sáng, bởi càng gần Tết lượng hoa tiêu thụ càng nhiều hơn. Thế nên với tôi, cái thứ gió lạnh cứa vào da thịt ấy, còn là gió nhớ, gió bạn đường, gió gieo vào ký ức vang hưởng những thanh âm mùa xuân ngọt ngào suốt con đường một thời niên thiếu đi qua.

Căn nhà gỗ mẹ tôi nằm giữa lưng chừng đồi Cô Giang, xây hướng về phía bờ hồ Xuân Hương. Đà Lạt vào những năm sáu mươi của thế kỷ trước, cả vùng Cô Giang này còn là đồi hoang nối tiếp những đồi hoang. Từ sau trận lụt đại hồng thủy kinh hoàng năm Giáp Thìn 1964, và tiếp theo là khói lửa chiến tranh đến hồi khốc liệt, dân các tỉnh Quảng Nam, Quảng Ngãi, Thừa Thiên và các tỉnh dọc duyên hải miền Trung dần dần phiêu dạt lên thành phố cao nguyên này. Từ đó chung quanh ngọn đồi Cô Giang, nơi đây mới lác đác mọc lên dăm ba mái nhà ở dưới chân đồi.

Làm nghề buôn bán rau hoa nên hàng ngày mẹ tôi phải lặn lội vào trong các vườn đồi để mua thu gom lại cho đủ từng chuyến hàng. Chắt+-+ chiu được lưng ít tiền vốn mang theo từ quê Quảng Nam vào, nên mẹ thường phải chịu thương chịu khó vào tận những vườn thật xa để lấy chút công vận chuyển làm lời. Vì chỉ chuyên buôn bán nhỏ lẻ rau hoa, lại thường phải mua trong các khu vườn đồi ở những vùng ngoại ô, nên quanh năm mẹ phải thức khuya dậy sớm. Nhất là đến mùa hoa Tết, mẹ lại gần như phải thức trọn đêm này qua đêm khác, bởi hoa phải được cắt trong đêm khuya bó lại trước khi trời sáng để tránh cho hoa bị héo. Mà các khu vườn ngoại ô Đà Lạt thời ấy làm gì có điện thắp sáng tưng bừng như bây giờ. Thế nên củi thông chất từng đống, hoặc là đèn đuốc cắm khắp vườn được đốt sáng lên để vừa thấy đường cắt hoa, vừa xua đi bớt cái giá lạnh, nhất là những đêm khuya gió đông bắc tràn ngập, Đà Lạt thường co ro trong giá rét run người. Vậy là Đà Lạt với tôi không chỉ là gió nhớ, gió bạn đường, mà còn đầy ắp trong ký ức bập bùng bao ánh lửa lung linh ngời sáng. Và có lẽ đấy là thứ lửa không bao giờ chịu tắt, cứ cháy đỏ mãi trong tâm tưởng của tôi trên những lối về chừng như vô tận.

Khi bạn nghe một câu thơ viết về Đà Lạt như thế này: "Nơi người cận kề người mây chen vào giữa", thì bạn có thể hiểu đấy là Đà Lạt của thời nào. Vâng, đấy là thời Đà Lạt mây khói và con người, rừng và phố ăn ở chung chạ với nhau, thiên nhiên thân thiện với con người tưởng như không nơi đâu, không thời nào đẹp hơn thế nữa. Trong những gánh hoa trĩu nặng của mẹ tôi gánh từ vườn ra phố, cả những chuyến xe chất đầy hoa tươi, tôi phụ mẹ đẩy từ các làng ngoại ô Cô Giang, Thái Phiên, Chi Lăng, Đa Thiện... về cho kịp mỗi phiên chợ sớm, dường như lúc nào cũng có phần mây bay gió thổi kia chia bớt nỗi nhọc nhằn. Đến nỗi giờ đây mây khói chất chứa bao giấc mơ lãng mạn ấy đã hóa thành những hồi quang huyền ảo, để mỗi khi có dịp qua lại quãng dốc vắng này, thứ ánh sáng mơ hồ biết soi đường dĩ vãng kia, lại chiếu rọi hiện lên trong tôi nguyên vẹn từng gương mặt thân yêu từng bấy lâu đã bị thời gian tước đoạt.

Hình như Hamlet trong kịch của William Shakespeare có nói một câu thế này: "Mọi lối vô tận đều không có trong thực nghiệm". Chẳng rõ nguyên bản đúng sai nhường nào, nhưng quả là con đường quanh co dốc ngược, từ bờ hồ lên Sương Nguyệt Ánh, đi qua một đoạn nhấp nhô Nguyễn Đình Chiểu là băng tới đỉnh đồi Cô Giang, chỉ ngần ấy thôi vậy mà lần này, lần khác, tôi đi hoài không hết ngày xưa.

Đứng trên đỉnh đồi Cô Giang bây giờ nhìn chung quanh thấy gần như phố phường đan kín. Mà cũng chẳng riêng gì ngọn đồi này nữa, sự chen chúc phố xá đua nhau mọc lên từng ngày, bao cánh rừng thông đan xen hài hòa trong phố càng ngày càng thu hẹp lại, có nơi xóa sạch không còn một dấu vết nào. Con đường vòng quanh bờ hồ Xuân Hương từng là niềm kiêu hãnh của Đà Lạt, trái tim của Đà Lạt, thế nhưng giờ đây thưa thớt bóng cây xanh, khắp con đường vòng chằng chịt những miếng vá. Người ta thường đổ vấy cảnh biển dâu là do thiên nhiên luôn tiềm ẩn bao hiểm họa khôn lường gây ra, nhưng có vẻ như sự biến đổi khí hậu ở Đà Lạt đang thì hiện tại nóng dần lên, chính là phần can dự do con người tạo nên xem ra cụ thể rõ ràng nhất.

Chừng như tôi đi quá xa trên những lối tìm về Đà Lạt của riêng mình, nhưng biết làm sao hơn trên những lối xưa đã bao vật đổi sao dời. Hẳn người Đà Lạt xưa không mấy ai không thuộc cách ví von, gọi Đà Lạt là "petit Paris" (tiểu Paris) - một cách so sánh khá là lãng mạn với Paris thủ đô ánh sáng của Pháp. Cho dù vậy, có thể xem đây là thước đo về cái đẹp và về văn hóa của Đà Lạt một thời nào đó chăng?

Riêng tôi chẳng lấy gì để so sánh. Bước trên những lối nhớ lối quên trên con dốc vắng này, bỗng dưng tôi phát hiện ra từng ngọn gió - người bạn đường ấu thơ của tôi vẫn nguyên vẹn như thời nào vi vu bất tận bài ca giữa miên man khói sương huyền nhiệm. Cũng có thể khói sương ấy từ trí nhớ mù khơi của tôi bay lên góp phần. Trong cõi mơ hồ đó, tôi thấy ai như bóng dáng mẹ gồng gánh nặng trĩu gánh hoa tươi lần từng bước đi qua con dốc ngược!

Nguyễn Nhã Tiên

VŨ KHẮC TĨNH

Mùa Sưa Vàng Bên Sông

1.

Thời ấy, tôi không còn nhớ rõ là năm nào, một trận lũ lụt nước trắng xóa ruộng đồng. Mười hai tuổi Tép Riu đã biết theo chân Tí Còm đi thả lờ khắp cống rãnh, mương máng, ven bờ ruộng để nhử cá rô đồng. Những con cá rô vô lờ giỡn bóng đến lúc ra, ra không được vùng vẫy mắt đỏ lơ. Nên trong dân gian có câu "Cá trong lờ đỏ lơ con mắt, cá ngoài lờ dáo dác muốn vô..."

Mùa nắng, Tép Riu đi theo mẹ ra đồng nhổ cỏ lúa, xong việc ở ruộng đồng, thì theo lũ bạn trong xóm lên đồi hái sim chín, đi hái trộm me của người hàng xóm. Còn mùa mưa theo Tí Còm ra đồng thả lờ. Khi ruộng đồng đã gặt lúa xong còn trơ gốc rạ, nó đi bắt cua, bắt ốc bươu bám ở gốc rạ. Tép Riu thích lội bì bõm dưới nước đẫm ướt hết áo quần mới chịu về nhà. Cứ thế lũ bạn trong xóm dắt nó đi qua tuổi thơ. Thằng anh cũng dắt con em đi qua tuổi thơ dãi dầu mưa nắng trên cánh đồng mênh mông, cò bay thẳng cánh.

Nhìn Tép Riu đầu đội cái nón lá đã cũ trông rất thương. Cái nón đã mất vành tròn bọc quanh vì được Tí Còm cắt bỏ bớt cho nhỏ lại, cho hợp với cái tuổi của Tép Riu.

Nhà nghèo, ông Tư bị tai nạn nghề nghiệp mất sức lao động. Nhà có bốn anh chị em, bà Sáu phải đứng ra cáng đáng công việc đồng áng như gieo, cấy lúa, gặt lúa... Làm không ngớt tay. Khi nhá nhem tối, chim bìm bịp kêu trên các bụi cây ven ao hồ, đàn gà con kêu chim chíp theo gà mẹ vô chuồng, bà Sáu mới lững thững trên đường về nhà. Từ sáng sớm đến tối mịt. Vậy mà, bà Sáu còn nói chưa thấy thấm thía vào đâu. Anh trai đầu đã có vợ, chị gái có chồng ở cách xa nhau cả chục cây số. Mỗi năm đến ngày lễ lớn, hay ngày Tết anh chị mới đưa cháu nội, cháu ngoại về thăm nhà.

Tép Riu càng ngày càng lớn tồng ngồng như gió thổi, mắt to tròn đen láy, tóc để dài chấm lưng, nước da ngăm đen nhưng bóng bẩy. Tép Riu nhanh nhẹn, hồi nhỏ đi học đánh vần con chữ rất nhanh, viết chữ nắn nót đẹp, cộng, trừ, nhân, chia chi làm cũng được...

Khi Tép Riu đã trở thành thiếu nữ, bà Sáu mới gọi tên con là Sa Huỳnh để cho đứa con gái nở mày nở mặt với bà con chòm xóm. Đám trai tráng trong làng để ý dòm ngó khá đông. Có đứa còn nhờ cả người bà con đứng ra làm mai mối. Bà Sáu hỏi ý kiến nó, nó lắc đầu nguây nguẩy chưa muốn lấy chồng. Nó nói nó muốn đi học. Bà Sáu còn do dự chưa quyết định được, để tính toán lại có đủ điều kiện để cho nó tiếp tục đi học hay không?

Trong nhà, mỗi lần cha mẹ nhắc đến chuyện học hành, Tép Riu nghe được, lòng mừng thầm nói cười xởi lởi vui đáo để. Tép Riu thèm học, chỉ có học mới thoát ra được cái nghèo đeo đẳng mãi những con người trong làng xóm này trong đó có gia đình Tép Riu...

Có lần Tép Riu phân trần với bà Sáu:

- Mẹ thấy không!? Từ đời ông, đời cha, rồi đời con, cực thấu trời xanh, hết hạn hán đến lũ lụt. Mùa nào cũng thiếu trước hụt sau, may là mấy năm gần đây mưa thuận gió hòa nhà mình có cái ăn cái mặc.

Tép Riu ngồi ngó bâng quơ rồi nói tiếp:

- Trước đây, nước trắng đồng, thì mọi người không có cái ăn. Biết bao phận đời lênh đênh theo sóng nước kêu trời không thấu. Làng xóm này con cái đi học nhiều nhưng cũng chẳng tới đâu, nếu có đi làm ăn ở phương xa cũng đủ nuôi bản thân chớ làm gì thoát ra được cái nghèo. Vậy tính đi cũng phải tính lại, suy ngẫm mọi tình huống thiệt hơn, chỉ có cái học mới xóa đi cái dốt nát, có học am hiểu mọi thế thái nhân tình, có đi ra khỏi cái làng quê này mới phát huy được tài năng, theo kịp thời đại văn minh. Như lời ông bà ta từng nói "Đi một ngày đàng học một sàng khôn..." Sau nữa ngẩng cao đầu với đời mẹ à!...

Bà Sáu nghe có vẻ tâm đắc.

- Con nói vậy nghe hay đấy. Nhưng thân con gái dặm trường xa xôi vô tận đến Sài Gòn học, mà Sài Gòn thì ồn ào, náo nhiệt, lắm xô bồ, phức tạp. Nói đến ăn uống, mua sắm cũng phải có tiền, nói chung đụng vào chỗ nào cũng phải có tiền. Chịu sao nổi? Cái chữ cũng lắm gieo neo đó con, đâu có phải mình muốn học là được. Đời ông đến đời cha sinh ra lớn lên từ ruộng đồng, vườn tược nơi làng quê xa với chốn đô thị phồn hoa. Hay là cứ ở đây, kiếm tấm chồng, rồi cũng sống qua ngày qua tháng. Xưa nay chưa hề nghe ai nói làm nông chết đói đâu, chỉ có làm biếng không chịu ra đồng thôi. Ruộng đồng, vườn tược này không cho cuộc đời mình khấm khá sung túc nhưng cũng nuôi sống gia đình. Đi qua một phần đời rồi con để ý mà coi. Điển hình như cha mẹ, anh chị, bà con hàng xóm mình trong suốt thời gian dài mấy mươi năm dài vẫn sống đấy thôi..

Bà Sáu nói cặn kẽ với Tép Riu như vậy.

Tép Riu đêm nằm gác tay lên trán suy nghĩ, mẹ mình là người ít nói, kiệm lời, sao hôm nay ăn nói hùng biện quá, lập luận chặt chẽ quá, rất có sức thuyết phục. Nhưng cảm hóa không được Tép Riu này đâu Mẹ ơi! Tép Riu của Mẹ giờ đã lớn khôn rồi. Mẹ thấy trước mắt nhưng không thấy được tương lai lâu dài ở phía trước... Tép Riu nằm cười thầm trong bụng...

2.

Bà Sáu thương Tép Riu không muốn xa rời con gái, ngó nó lớn tồng ngồng vậy nhưng còn ngủ chung với bà, chứ thật ra bà có đủ điều kiện cho Tép Riu đi học Sài Gòn

Rồi cũng những lập luận cũ nhai đi nhai lại nhưng vẫn không giữ chân nó lại được. Nhờ có ông Tư can thiệp, tác động vào buộc lòng bà Sáu cho Tép Riu đi học để thỏa nguyện ước mong và thực hiện ước vọng.

- Vì tương lai con sau này, bà giữ chân nó ở lại làm gì? Nó giỏi, lanh lợi và sống có khí khái, thế nào nó vô Sài Gòn cũng sớm hòa nhập tốt trong cuộc sống cùng với con người Sài Gòn. Không sao đâu! Bà không giữ chân nó được suốt cuộc đời này đâu!

Thời ấy, Tép Riu đúng mười chín tuổi, là người duy nhất trong làng xóm này đậu đại học. Cả xóm làng không ngớt lời khen, lẫn trong niềm vui hân hoan, là nỗi vui buồn của bà Sáu giờ phải chạy đôn chạy đáo để có một số tiền tương đối lớn cho con đi học đại học đến những ba – bốn năm. Rồi sau này những năm tháng sống xa đứa con gái cưng, liệu bà Sáu có yên tâm không? Làm sao mà biết được.

Tép Riu vẫn bình thân dường như không bị xao động gì. Bà Sáu buồn sầu lo nghĩ là chuyện của bà Sáu, nỗi buồn sầu lo nghĩ của một người suốt một đời lam lũ chưa hề bước chân rời làng quê đến thành phố. Thời bà còn con gái như Tép Riu bây giờ, bà đi đó đi đây lang bạt giang hồ cùng với chúng bạn, chẳng thua kém chi ai. Vậy mà trời xui đất khiến thế nào lại lấy chồng ở quê, về làm dâu chôn chân ở làng quê này suốt một đời. Sinh con đẻ cái bám víu ruộng đồng thành ra người làng quê. Tép Riu bây giờ thì lại khác, dù là con gái quê, vốn dĩ ngang bướng, nhưng tự chủ được bản thân như ông Tư cha nó, chuyện gì mà nó quyết làm, là cố làm cho được mới thôi, chẳng bao giờ than phiền với một ai điều gì. Tép Riu giống ông Tư từ cách đi đứng, ăn nói chững chạc và có một sự tự tin trong con người. Vậy nên, ngày ông Tư mất sức lao động loay hoay với công việc dọn dẹp trong nhà, dạo vô dạo ra hết đứng lại ngồi, nó buồn và đau lòng lắm, nhưng chẳng muốn than thân trách phận với ai làm gì? Một lao động chính trong gia đình đã gãy cánh tay. Bây giờ cái gì cũng bà Sáu, nên bà đâm ra cùng quẫn, tính không ra một việc gì hết... Quẫn trí nên hay nói hờn dỗi...

- Cha con ông làm gì thì làm, miễn sao sau này đừng lôi đầu tui ra là được.

Ông Tư không làm việc nặng nhọc được, nhưng ăn nói rất mạch lạc, câu chữ rõ ràng đâu ra đó.

- Này bà, mẹ của Tép Riu, dù có thương có nhớ thì nó cũng chuẩn bị lên đường rồi, bà nên tạo cho nó một niềm tin, khuyên nhủ nó ráng học hành, tìm một việc làm thích hợp như đi dạy kèm chẳng hạn, một tuần dạy mấy tiếng đồng hồ là đủ rồi. Nó sẽ về một ngày nào đó không xa đâu. Ba năm sẽ đi qua cái vèo như thoi đưa... Giờ lũ lụt cũng qua rồi, nắng ráo trở lại, dù sao nhà mình lúa thóc tuy không nhiều nhưng vẫn đầy bồ (đồ đựng bằng tre nứa, miệng tròn, đáy phẳng, người miền quê thường nói *lúa thóc đầy bồ* là vậy). Rau củ có trồng sẵn ngoài vườn, có tiền thì ăn cá thịt, còn không ăn mắm muối chi đó cũng qua ngày...

Trong nhà chừ chỉ còn thằng Tí Còm cũng đồng quan điểm với ông Tư. Hắn thường nói quan điểm của cha hắn là nhất quán. Hắn rất thương em gái Tép Riu.

Hắn vác cuốc trên vai ra đồng tháo nước mấy đám ruộng bị ngập nước để lâu dễ bị ngập úng lúa. Hắn siêng năng làm việc bất kể nắng mưa một tay lao động phụ giúp bà Sáu.

3.

Tép Riu năm tháng đầu ở nhờ nhà một người bạn học. Sau đó, cùng với mấy cô bạn tìm thuê một phòng trọ ăn ở lâu dài ở Sài Gòn. Có chỗ ăn chỗ ở ổn định mới yên tâm học được. Vậy mà Tép Riu vẫn không thể nào quên cái dư vị làm nông ở quê nhà. Lắm lúc một mình chênh vênh giữa cái ồn ào, náo nhiệt nơi xứ lạ quê người, đêm hôm mưa gió ào ào qua mái tôn nhà trọ, Tép Riu lại cặm cụi nấu gói mì ăn liền, không phải nó đói, mà Tép Riu thèm. Thèm cái mùi chua chua, ngọt ngọt, cay nồng. Nó ăn ngấu nghiến một hơi hết tô mì, rồi bất chợt những giọt nước mắt chảy lăn dài xuống má, xuống môi nghe mằn mặn. Những lúc như thế, Tép Riu lại nhớ đến bà Sáu mẹ nó, nhớ quê nhà, nhớ anh Tí Còm bỏ học nửa chừng ở nhà làm nông.

Tép Riu nói, nhớ là nhớ vậy thôi, chứ ở đây cũng có nhiều cô bạn đi học xa chốn quê nhà, chọn Sài Gòn làm nơi học tập tiến thân, làm một cuộc ra đi để tìm kiếm tương lai, nhưng cái tương lai đó vẫn còn ở đâu đó xa tít mù khơi. Tép Riu gói ghém tất cả những suy nghĩ, những nỗi nhớ nhung để hết trong lòng. Tép Riu nghĩ đến ngày mai phải tất bật lao vào vòng xoáy cơm áo gạo tiền, đỡ bớt một phần gánh nặng cho gia đình, không làm được việc nặng thì phải cố gắng tìm một chỗ dạy kèm, nhờ mấy cô bạn học nhà ở Sài Gòn, may ra giới thiệu một chỗ dạy kèm tốt.

Sau một thời gian chờ đợi, Tép Riu cũng có được một chỗ dạy kèm. Đó là một cô bé học sinh lớp Bảy con một ông chủ nhà giàu có. Ông bà chủ nhà rất quý mến Tép Riu, họ coi Tép Riu như con cái trong nhà. Có lần họ nói với Tép Riu dọn về đây ở một phòng riêng trên lầu, nhưng Tép Riu từ chối một cách khôn khéo, vì đã có nhà trọ rồi, không thể tách nhóm bạn ra ở riêng được. Tép Riu suy nghĩ vẩn vơ với nỗi hoài nghi sao mình mới đến dạy mà ông bà chủ tốt với mình quá vậy. Chắc có vấn đề gì rồi. Không lẽ nào...

Nếu không khéo sẽ bị bó chân dần, dễ bị động, phụ thuộc vào gia đình ông chủ giàu có. Vả lại nhà ông chủ đông con nhưng những đứa con đó sống không có chút tình cảm, trong con mắt có chút khinh miệt khi nhìn Tép Riu. Hèn gì con nhà giàu có khác. Nhà có anh chàng con trai khoảng hai mươi mấy tuổi, người đờ đẫn, thỉnh thoảng ngồi nhìn Tép Riu chằm chằm, rồi liếc mắt đưa tình làm cho Tép Riu hoảng sợ, chỉ trông cho hết giờ dạy là về ngay, dù gia đình ông bà mời ở lại ăn cơm. Có một chỗ dạy tốt nhưng lại xảy ra những chuyện rắc rối lùm xùm trong cuộc sống vốn đã tạm ổn định. Biết đâu ông bà chủ muốn mồi chài Tép Riu cho đứa con trai ngớ ngẩn, đờ đẫn như người mất hồn đó. Tép Riu nửa muốn dạy tiếp, nửa muốn nghỉ để đi tìm một chỗ dạy khác. Suy đi tính lại, nghỉ dạy là tốt hơn. Tép Riu nói như vậy.

Hèn chi bà Sáu đã từng nói và dặn dò tỉ mỉ để đánh động vào chỗ nhạy cảm mà Tép Riu chưa nắm bắt được hết, đó là những cái bẫy giăng ra giữa ban ngày ban mặt.

- Có ai đến đó mà trở về nguyên vẹn!?

Sao bà Sáu ở quê lam lũ với ruộng đồng mà bà biết hết mọi chuyện trớ trêu ở đời mà Tép Riu chưa hề nghĩ đến. Bây giờ Tép Riu đã biết và hiểu một phần nào những căn cơ nhạy cảm. Tép Riu nói thì thầm trong miệng. "Ừ ra là vậy, mới đi nửa đường mà đã học một sàng khôn rồi!... Mẹ mình giỏi thiệt!" Nó đâu biết bà Sáu trước đây là một hoa khôi trong trường sống, từng trải, đi đây đi đó nhiều nơi. Sau đó lại lấy chồng ở quê giờ là mẹ nó.

Nếu không có bản lĩnh để nhận ra chân tướng dễ sa chân vào chỗ trũng như chơi. Tép Riu lãnh tiền lương dạy tháng này xong. Xin ông chủ bà chủ nghỉ, đi tìm một chỗ dạy khác. Không lẽ ở Sài gòn hoa lệ này mà tìm không ra một chỗ dạy kèm hay sao? Chứ không bao giờ đánh đổi cuộc đời con gái cho một ai đó dùng đồng tiền, vỗ về ngon ngọt để hòng mua chuộc...

Số phận đời người được hun đúc tạo nên một quá trình tôi luyện mọi thử thách bởi người cha và người mẹ có học thức và từng trải qua thời gian. Trước đây ông Tư đi lang bạt ở Đà Nẵng làm nghề dạy học. Rồi biến cố Bảy Lăm xảy ra ông mới về quê. Đừng vội nghĩ ông bà là người nông dân quê mùa là lầm to...

4.

Tí Còm ở lại quê với cha mẹ, hai mươi bốn tuổi hơn, vẫn đi đi về về lẻ bóng. Tí Còm đã từng xác định rõ ràng, một ai đó đi đâu mần chi có tiền nhiều thì cứ đi, ai cầu cạnh cuộc đời cao sang thì cứ việc cầu cạnh. Tí Còm này sống quen miền quê này rồi. Đất quê có lũ lụt, hạn hán khô cằn cũng là đất quê muôn thuở cội nguồn của cha ông để lại...

Tí Còm hiền lành, chân chất, học xong lớp Chín thì nghỉ học, bắt đầu cuộc sống lam lũ ruộng vườn, gánh vác bớt công việc đồng áng cho bà Sáu có thời gian để nghỉ ngơi. Ngoài việc ruộng đồng xong vụ mùa, Tí Còm đi làm thợ hồ, kiếm được đồng nào về đưa hết cho bà Sáu cất giữ.

Thời gian sau này, ông Tư, bà Sáu thấy sức khỏe trong người hao mòn dần. Ông bà ngồi lại tỉ tê mới nhắc đến chuyện lấy vợ, Tí Còm xua tay.

- Thôi mẹ ơi! Lam lũ như con ai mà thèm lấy, lấy về lo cho cái ăn cũng thấy mệt rồi. Công việc làm lao động chân tay như con ăn uống như voi chịu sao nổi? Ở vậy nuôi cha, nuôi mẹ, lo cho Tép Riu học xong ba năm đại học, lúc đó con mới nhẹ nhõm tâm hồn. Chừng đó tính đến chuyện vợ con cũng không muộn đâu! Ở trên đời này mẹ có thấy ai không lấy vợ mà chết một cách tức tưởi đâu!

Bà Sáu nhìn thằng Tí Còm cười móm mém. Quỷ thần ơi! Lo tính chuyện vợ con cho hắn mà hắn nói "vòng vo tam quốc" nghe ớn lạnh cả xương sống.

Buổi chiều tắt nắng, bắt đầu chạng vạng, lại nghe tiếng chim bìm bịp kêu, tiếng ếch, nhái, ễnh ương uềnh oàng ngoài đồng ruộng nghe một chút lao xao trong lòng. Bù lại làng xóm bây giờ nhộn nhịp hẳn lên. Con đường cái chính trong làng tráng một lớp bê tông thênh thang. Cách nhà Tí Còm khoảng năm mươi mét là quán bán tạp hóa, quán cà phê, nhạc xập xình từ sáng đến tối mịt. Thanh niên trong làng xóm có chỗ để vui chơi sau một ngày lao động mệt nhọc. Mấy chị em phụ nữ thì quấn quýt bên nhau hát hò nghe rộn rã một góc xóm quê.

Thanh niên, chị em phụ nữ trong làng xóm này dù học hành ít ỏi, học sao nổi, nhưng làm nông thì rất giỏi. Trong số chị em đó, có một chị vương mang phận đời ong bướm phù du. Ở các thành phố lớn nghiệt ngã lắm, không vượt qua nổi sự cám dỗ trong vòng xoáy ma lực đồng tiền mãi cuốn hút con người. Một lần yếu lòng, một lần lầm lỡ, là lấm lem cả một quãng đời.

Vậy mà, bà Sáu cũng nghe lóm được câu chuyện vãn đồn thổi lung tung trong xóm. Bà Sáu kêu thằng Tí Còm lại hỏi. Tí Còm biết chuyện nên kể:

- Chị ấy mang thân phận nghèo, lo cho cơm áo gạo tiền, mong cho cuộc sống khấm khá, ai dè chị ấy quên con chữ. Chị ấy lao đầu vào kiếm tiền biết đâu số phận sẽ đổi đời. Đến khi nhìn lại mới biết mình đã lỡ sa chân vấp ngã nơi đất khách quê người với cái nghề mạt hạng trong xã hội. Chị trở về quê. Dù sao chị ấy cũng kiếm được một ít tiền để làm vốn liếng buôn bán làm ăn sau này. Nhưng ngặt một nỗi, ông trời ổng đâu có thuận tình cho chị ấy làm ăn theo cái nghề mạt hạng ấy. Gieo cái gì vào cuộc sống này thì sẽ nhận lấy hệ quả ấy thôi. Khi người trong làng xóm biết được sự tình xảy ra với nỗi uẩn khúc bên trong, người trong làng xóm với nhau mà không thương nhau, lại đi đồn thổi lung tung, chỉ còn có cách độn thổ mới yên được, không thì không dễ gì sống nổi với làng xóm này đâu.

Bà Sáu nghe thằng Tí Còm nói, bà đứng ngồi không yên, lo cho đứa con gái một thân một mình sống ở Sài Gòn. Tép Riu là đứa con gái quê có nhan sắc mặn mà, ăn nói có duyên sẽ rất dễ dàng trở thành đối tượng cho bọn chuyên làm trò lường gạt. Thằng Tí Còm thấy bà Sáu lo lắng cho cô em gái, vội vàng lên tiếng trấn an...

- Tép Riu ngó vậy, nhưng là một đứa có bãn lĩnh lắm đó, mẹ yên tâm. Lo nghĩ vơ vẩn chỉ có hại cho sức khỏe thôi. Hồi nó còn ở nhà mẹ đã thấy tính cách của nó rồi, bướng bỉnh nhưng có khí khái, không một ai dỗ ngon ngọt và bắt nạt nó được đâu! Nó tuy con gái nhưng mà sống mạnh mẽ hơn con nhiều lắm.

Bà Sáu nghe Tí Còm nói vậy thở phào nhẹ nhõm, không nói gì thêm...

5.

Mảnh trăng treo trên đầu ngọn núi khi tỏ, khi mờ. Những con chim vạc đi ăn đêm kêu vang dội cả một khúc sông. Thằng Tí Còm vẫn còn ngồi lại bên thềm nhà, trong khi Tâm Sún - thằng bạn hàng xóm - khật khưỡng đi vào nhà lấy bình nước trà ra uống. Ngồi nói chuyện tầm phào với nhau, toàn là những chuyện vu vơ không nhằm mục đích gì cả, vậy mà, hai đứa nói cười một cách sảng khoái. Dở hay chi cũng là câu chuyện đùa giỡn bỡn cợt, theo cách hắn nghĩ không mấy quan trọng. Nhớ đến cái thời hai đứa còn mặc áo trắng, quần xanh đi học, đi bộ tà tà mấy cây số, phơi phới tuổi xuân thì... Giờ hắn và Tâm Sún ai cũng mang đau đáu trong lòng ít nhiều vết xước của cuộc đời. Liệu có thể sống trọn vẹn sự thanh thản hay không? Như cái hồi xưa ấy, thời còn đi học...

Tâm Sún đã biết bao nhiêu năm đi lang bạt giang hồ tìm kế sinh nhai, cũng kiếm được một chút ít tiền bạc làm vốn liếng. Trở về quê sinh sống một thời gian, lấy vợ buôn bán làm ăn. Một thằng Tí Còm một thằng Tâm Sún, là một đôi bạn hoàn hảo, không sa đà vào rượu chè, cờ bạc và đàn đúm ăn chơi...

Đêm dần trở về khuya, nghe văng vẳng phía bờ bên kia sông, quán cà phê "Tù Mù" hắt ra những bản nhạc xưa cũ nghe réo rắt. Trong đêm khuya vắng nghe như một nỗi ám ảnh, cứ hiện ra lờn vờn trong đầu, trong ý nghĩ khiến cho thằng Tí Còm phải bận tâm.

Hình ảnh mùa sưa nở rộ vàng rộm bên bờ sông chợt hiện về. Tí Còm nhớ như in thời hắn và cô em gái ngồi nhìn buổi chiều hoàng hôn trên sông nước, nghe một làn gió thổi mạnh qua, cơn mưa sưa rơi đầy trên mái tóc... Một kỷ niệm làm sao mà Tí Còm quên được...

6.

Buổi chiều trong ngôi nhà ngói hai gian, ông Tư, bà Sáu giờ đã già lụm cụm, ra sân vào nhà cũng phải chống gậy đi một cách chậm rãi.

Bà Sáu ngồi than vãn:

- Hơn tám mươi năm rồi ông hỉ? Tám mươi cái mùa hè đi qua trong thầm lặng. Bên con sông này đây dập dềnh sóng nước. Một cơn mưa sưa vàng rộm dập dềnh trên sóng, trôi xuôi về nơi nào xa lắm, mang theo mùa hè đi rồi...

Ông Tư thì lại nói:

- Mỗi buổi chiều vẫn còn nghe đàn ong mật từ đâu bay về kêu vo vo trên hàng cây sưa, nghe rộn rã một khúc sông...

Bà Sáu nhìn ông Tư nói trong tiếc nuối..

- Ông và tui giờ già lụm cụm rồi, không thì ra bờ sông ngồi chụp một bao hình để kỷ niệm. Mùa sưa sắp tàn rụi rồi, chắc gì mùa sưa vàng năm sau ông và tui còn sống để chiêm ngưỡng...

Vũ Khắc Tĩnh

ngày xưa rọc lá chuối
nắn nót ngồi tập đồ
vót đũa tre làm bút
hoa bướm vẽ tha hồ
      dần dần từ thuở đó
      nét chữ như phượng bay
người đời thường khen ngợi
      bàn tay giàu hoa tay

riêng em bắt viết mãi
những hàng chữ đề bài
mực xanh rồi mực tím
mực nào cho đừng phai

làm sao cho em biết
màu mực từ trái tim
mà tôi đã trót viết
thầm vào đời của em

yêu em yêu trang giấy
yêu em yêu cổng trường
bàn tay vẫn cầm bút
lòng vẫn đầy nhớ thương

em về một chỗ lạ
ta về mấy nẻo sông
mỗi lần ngồi nắn nót
lòng chập chùng bâng khuâng...
      luânhoán

LƯƠNG THIẾU VĂN

Nguyễn Dương Quang, Người Ôm Đàn Hát
Một Mình Giữa D'ran Sương Khói

Ngày cuối trước khi rời Đà Lạt, buổi sáng 26/12/2021 tôi và vài người bạn văn theo chân con trai nhà thơ Nguyễn Dương Quang lên căn gác nhỏ của phía trước khách sạn Bông Hồng nơi làm phòng thờ của anh đốt cho anh nén nhang tưởng niệm sau mấy ngày ngao du phố núi thưởng thức một mùa giáng sinh của xứ sở sương mù. Đây là lần thứ hai tôi ghé căn gác nhỏ này để thắp hương cho anh sau ngày anh mất. Chuyến đi Đà Lạt cũng rất bất ngờ và ngẫu hứng: Buổi sáng 23 còn ngồi ở Sài Gòn nhâm nhi cà phê cùng vợ chồng họa sĩ Nguyễn Sông Ba và mấy người bạn, chợt có ai đó đề nghị làm chuyến dã ngoại lên Đà Lạt thưởng thức mùa Giáng Sinh năm nay trên đó xem thế nào, vậy mà tất cả mọi người đều hưởng ứng và chúng tôi có mặt ở Đà Lạt vào lúc nửa đêm về sáng của ngày hôm sau.

Lần đầu tiên tôi gặp nhà thơ Nguyễn Dương Quang ở Sài Gòn, khi tập san Quán Văn ra mắt số 70 vào tháng 12-2019 chủ đề D'ran – Miền sương khói viết về thơ anh. Tôi cũng như nhiều bạn văn khác bắt tay chúc mừng anh nhưng không nói gì nhiều vì thật sự chưa biết lắm về anh, nhưng thấy anh vui cười cởi mở cũng cảm nhận được anh là con người khá gần gũi. Trong suốt buổi ra mắt tôi thấy anh luôn vui nhất là khi anh cầm đàn và hát mấy ca khúc do anh sáng tác, tôi lại nhớ buổi sáng ngày 25 khi lên D'ran ghé thăm gia đình một người quen của họa sĩ Nguyễn Sông Ba để nhờ xin phép vào tham quan thủy điện Đa Nhim, người chồng khi nhắc đến anh Nguyễn Dương Quang mắt bỗng sáng lên và kể rất nhiều kỷ niệm về anh khi mỗi lần nhà thơ trở lại D'ran đều ghé lại đây, sau mỗi cuộc nhậu rôm rả là Nguyễn Dương Quang bắt đầu ôm đàn hát nghêu ngao cả buổi tối cho đến tận khuya. Điều này chứng tỏ bạn bè thân quen rất quý anh, một con người của thi ca và âm nhạc.

Nhà thơ Nguyễn Dương Quang sinh năm 1944 tại D'ran, Đà Lạt, Tuyên Đức, mất ngày 29/4/2020 sau một cơn bệnh nặng. Anh làm thơ từ rất sớm nhưng không nhiều và ít khi gởi đăng báo. Theo nhà thơ Phạm Cao Hoàng, Nguyễn Dương Quang chưa chính thức xuất bản tập thơ nào cho riêng anh nhưng anh đọc rất nhiều thơ của các tác giả khác, sưu tầm những bài anh thích, và in thành tuyển tập, trong đó phần lớn chi phí in ấn là do anh bỏ tiền túi. Đây là điểm rất đặc biệt của Nguyễn Dương Quang. Đọc đoạn viết này của Phạm Cao Hoàng tôi chợt nẩy lên một cái cười thi vị: Số là trong tập thơ in chung "Rằng Từ Ngẫu Nhĩ" của ba tác giả Nguyễn Dương Quang, Cao Thoại Châu, Trần Ngọc Hưởng có một bài viết của chị Cao Thị Hồng, hiền nội anh có đoạn: *"... Bỏ rẫy vườn, làm khách sạn, anh đỡ hơn nhiều, lo hợp đồng, sổ sách, siêng năng hơn. Anh ta làm thơ, viết nhạc. Thiếu, anh chôm tiền nhà in thơ riêng, thơ chung tác giả tứ xứ. Anh thường tụ họp bạn bè thơ, nhạc "đàn ca sáo thổi", may không nhậu nhẹt, lăng nhăng rắc rối."*

Con người Nguyễn Dương Quang là thế đó. Từ 1999 đến nay, Nguyễn Dương Quang đã sưu tầm và xuất bản 4 tuyển tập thơ của nhiều tác giả:

1. Biển Của Một Thời (1999)
2. Sương Mù Một Thuở (2000)
3. Mây Khói Quê Nhà (2012)
4. Rằng từ Ngẫu Nhĩ (2019)

Riêng anh chỉ xuất bản một tập thơ duy nhất: Đêm Ôm Đàn Uống Rượu Một Mình (NXB Văn Học 2013, NXB Thư Quán Bản Thảo – Hoa Kỳ tái bản năm 2015). Nói theo Vũ Thanh Sơn, khi đọc tập thơ "Rằng Từ Ngẫu Nhĩ": "... Nguyễn Dương Quang sáng tác không nhiều. Ngoài những bài thơ làm sau 1975 còn có một số bài sáng tác từ khi tác giả còn khoác áo lính, 21 bài thơ ấy là những nỗi niềm trải dài theo năm tháng đã kết thành hoa trái của một đời người lắm đa đoan và cũng nhiều say đắm." (Một vài cảm nghĩ khi đọc thơ Nguyễn Dương Quang)

Cũng như bao thanh niên miền Nam thời chiến, Nguyễn Dương Quang nhập ngũ và là sĩ quan trong quân lực VNCH. Sau 1975, cũng như nhiều sĩ quan khác trong quân đội của "bên thua cuộc", Nguyễn Dương Quang đi "học tập cải tạo". Mãn tù, anh về Đà Lạt làm vườn và chở xác cá (phần còn lại sau khi làm mắm) từ Phan Rí về Đà Lạt bán lại cho người làm vườn. Ai đó đã từng nói gặp anh bên chiếc xe tải chở xác cá, trông anh thật lãng tử giang hồ. Sau những chuyến xe chở xác cá, cái còn lại với Nguyễn Dương Quang vẫn là thơ, nhạc, và bạn bè. Đầu năm 2020, tạp chí Quán Văn ra số đặc biệt về anh: Chân dung văn học Nguyễn Dương Quang.

*

Cầm trên tay tập thơ "ĐÊM ÔM ĐÀN UỐNG RƯỢU MỘT MÌNH" tôi không nén được cảm xúc của mình vì nhiều lẽ: Thứ nhất đây là tập thơ in riêng duy nhất của anh khi còn ngao du qua cõi tạm. Thứ hai tập thơ ngắn chỉ có 108 trang và khoảng 50 bài thơ cho một khoảng thời gian sáng tác rất dài (từ 1962-2014) mà ngay từ đầu tập thơ anh khiêm nhường tự đánh giá: *"những chuyện rời trong đời"*.

Tôi thích nhất những bài thơ anh viết thời đi học và thời đi lính mặc dù chiếm số lượng rất ít trong tập thơ vì nó rất trong sáng và chân thật quá. Thơ tình của anh thời đi học trong trẻo dễ thương chưa vướng bận bụi mù của cuộc chiến tranh đang chờ đón phía trước như tất cả thanh niên thế hệ anh:

Em đi phất uyển vườn hoa ngự
dáng liễu in dài trải lối xa
anh tưởng lầm mình là thi sĩ
một chút mơ theo gót ngọc ngà.
(Dáng Ngọc - 1962)

Tình yêu thơm như triệu đóa hoa hồng, mênh mông như ngàn cánh hạc. Hỏi những ai đang yêu không ngụp lặn trong cái cõi Tình như cỏ hoa lộc biếc kia chứ:

Nhan sắc vô ngôn bờ vũ trụ
Anh rơi quỹ đạo, níu hương người
Triệu đóa hoa hồng, ngàn cánh hạc

Cũng bay về một cõi Tình ơi!
(Khi em đến - 1964)

Có lẽ người ta biết nhiều đến Nguyễn Dương Quang bằng những bài thơ thời chiến tranh hơn. Hơi thở của đạn bom bắt đầu liếm dần vào hồn thơ một thời trong trẻo của anh. Anh không chọn lựa chiến tranh nhưng thân phận con người không thể thoát khỏi guồng máy đó nên anh phải chấp nhận như một định mệnh trước sự quay cuồng của cơn lốc lịch sử. Ta hãy nghe tâm sự của Phạm Cao Hoàng khi viết về nhà thơ Nguyễn Dương Quang: *"Tôi gặp Nguyễn Dương Quang lần đầu vào năm 1969. Một đồng nghiệp của tôi, Thái Văn Thạnh, có nhà ở Dưỡng, sắp xếp cho tôi một chỗ ở trong nhà anh. Trong căn nhà này, tình cờ tôi lại gặp một người cũng mê thơ, mê nhạc: Nguyễn Dương Quang. Nguyễn Dương Quang, gốc Đà Lạt, là sĩ quan quân đội đang đóng quân ở gần đó, và gia đình Thạnh cũng giúp anh có một chỗ ăn ở giống như tôi để anh có nơi chốn đi về. Chúng tôi trở thành bạn và có nhiều kỷ niệm ở Dưỡng. Nguyễn Dương Quang là mẫu người cương trực, thẳng thắn, nhanh nhẹn, tháo vác, sống đàng hoàng, và đặc biệt, chơi với bạn rất tốt. Thời gian này, chiến tranh vẫn khốc liệt, sống và chết nhiều khi chỉ cách nhau trong tích tắc. Tâm trạng chung của chúng tôi là chán ghét chiến tranh, buồn bã vì chiến tranh, và đau khổ vì chiến tranh. Từ Dưỡng, Nguyễn Dương Quang đã viết bài thơ hay nhất của anh, được nhiều người yêu thích, và được giới phê bình văn học đánh giá cao: "Đêm Cuối Năm Viết Cho Má"* (Phạm Cao Hoàng, Dưỡng một thời biển mặn).

Đêm nay con ngồi một nơi rất xa má
Đếm tuổi con bằng nước mắt mẹ đong
Trong đêm thoảng giọng hiền má gọi
Con vừa nghe, muốn khóc, rất bâng khuâng

...

Hình như cây súng con lạ lắm
Sao nó run lên khi đạn lên nòng
Tâm hồn nó như tâm hồn con vậy
Một kẻ nằm, kẻ đứng, xót xa không?

Một điều chúng ta dễ nhận ra thơ của những nhà thơ mặc áo lính miền Nam chưa bao giờ nói lên sự căm thù đối phương bằng những câu thơ đầy máu lửa, phần lớn nói lên sự chán ghét chiến tranh. Chiến tranh đối với họ chỉ là con ác thú quái gở chuyên ăn thịt người. Họ không tự nguyện chọn lựa chiến tranh mà bắt buộc tham gia một cách miễn cưỡng nên thơ chỉ là tiếng thở dài u uất, bế tắc: *"Có kẻ dạy ta về chủ nghĩa/ta nghe mà có hiểu gì đâu/chỉ biết xót xa rừng tít biển/lòng đau như mìn chặt chân cầu"*.

Nỗi buồn như ngấm sâu vào da thịt:

Ta ngồi trong mưa, người trong mưa
trên hai mái đầu trời thật thấp
người lạ lắm không bao giờ hẹn trước
ta rồi cũng quen cảnh đợi chờ

...
Lúc nào ta cũng nghĩ một ngày
bỏ súng về ôm những gốc cây
tìm hốt hết thịt xương đồng loại
ôm thật đầy trên những cánh tay
(Trong đêm mưa tiền đồn)

 "Dưới chân đồi Pá, đêm thật im vắng chờ đợi phút giây chết chóc xảy đến, người lính tôi hoàn toàn tự do trút những ý nghĩ chân thật của mình về cuộc chiến lên vỏ bao thuốc lá chờ sáng mai chép lại gởi bạn bè văn thơ đọc". Đó là đoạn tự sự của nhà thơ khi viết bài *"Đêm kích dưới đồi Pá – 1970"*

Dù đợi người qua trên lối chết
lạ sao tôi thấy rất bâng khuâng
có rất nhiều điều thật khó nói
đêm sơ giao sẽ chỉ một lần

...
Cỏ ơi, có thấy ai trên đồi
vẫn thường vác hận thù đi xuống?
mà sao ta thấy cỏ không vui
cỏ lạnh lùng hơn là sương mỏng.

 Nguyễn Dương Quang còn nhắc hai kỷ niệm vui về bài thơ này: *"1- Một hôm, Huỳnh Hữu Võ đưa cho tôi tờ Khởi Hành số 29, bảo mở ra xem. Tôi thật bất ngờ khi thấy bài thơ Đêm kích dưới chân đồi Pá được in ở góc trên một trang bên phải, đặc biệt có tranh minh họa của họa sĩ Nguyễn Hải Chí vẽ một thiếu nữ có mái tóc dài bồng bềnh thật dễ thương. Tôi hỏi, "Ông gởi phải không?" Huỳnh Hữu Võ không đáp, chỉ cười... Tôi nhảy múa hò reo. Chiều đó tôi đãi ra trò bạn văn nghệ, vừa lai rai, vừa đọc, ngâm thơ, đàn ca sáo thổi. 2- Ít lâu sau, một hôm tôi theo Từ Thế Mộng, Nguyễn Bắc Sơn, Nguyễn Như Mây, Lê Nguyên Ngữ đến dự buổi đọc thơ do Hội Văn Học Nghệ Thuật tỉnh Thuận Hải tổ chức (lúc này Thuận Hải chưa tách thành hai tỉnh Ninh Thuận và Bình Thuận). Tôi nhìn quanh trong hội trường thấy lưa thưa vài "ngụy", một số ít bộ đội, còn lại đa số là cán bộ chắc cũng xuất thân từ bộ đội. Khi được giới thiệu đọc thơ, tôi quyết định "thử phổi" cả hội trường và cả tôi bằng bài Đêm kích dưới chân đồi Pá, không ngờ lại "thành công tốt đẹp", bình an vô sự, những tiếng khen nhân văn, nhân bản râm ran."*

Sau cuộc đổi đời 1975, khi cải tạo về, anh nhận ra thực tế cuộc sống có những điều mà sách vở, chủ nghĩa gì đó không hề dạy ta được điều gì mà phải học từ cuộc sống, hoàn cảnh thực tế của mỗi con người, từ đó anh đã tập làm quen với thói đời đen trắng nhưng không để tâm hồn mình gục ngã trước hoàn cảnh khó khăn nghiệt ngã:

Ta đã sống những ngày như đùa
Với trần gian mù mờ vinh nhục
Vô ích như lời thơ tiếng hát
Chuyện đời ai luận lẽ thắng thua

Một chút bông đùa cho số phận nhưng nó cũng nói lên được hoàn cảnh chung của những người lính miền Nam phải đối diện với hoàn cảnh mình phải cam chịu, phải chăng chính nhờ thế giúp anh đã vượt qua được nghịch cảnh?

Cải tạo về, lên non phát rẫy
Vợ lo phe phẩy, ta tiều phu
Độc lập tự do hạnh phúc nhất
Vừa làm chủ vừa làm bí thư
(Ngày về)

Để từ đó nghêu ngao với chiếu thơ chén rượu, với mộng tưởng mông lung, ngồi nghe tiếng suối róc rách mà ôm đàn hát cùng mây gió trăng thanh: *(Thế gian chết hết chỉ còn đêm/và một mình ta với cây đàn/rượu lẫn sương trào lăn chiếu đá/trăng mờ nghiêng ngả phía đầu non)*
Đêm xưa... đêm xưa... thương Đặng Dung
đêm xưa... đêm xưa Đường Minh Hoàng

A ha! Đời ta thanh gươm cùn
Về đâu... Về đâu... đâu hồng nhan?
(Đêm Cam Ly ôm đàn uống rượu một mình)
Hay trong một bài thơ khác:
Nàng trăng đẹp quá lại gần đây
đất bỏ trời buông nhé! đêm nay
thế gian biết có còn ai thức
hồn ta sân vắng quá trăng ơi

Gió mây mây gió hãy ngừng bay
chở mộng lòng ta ghé bến này
rượu hết đàn im mây gió sẽ
bay mãi ngàn năm, ta vẫn đây
(Đêm ôm đàn uống rượu một mình - 2012)

  Khi người ta già, gặp lại người xưa cũng chỉ còn là những phút giây hoài niệm, những kỷ niệm cứ thế ùa về. Trong nhiều bài thơ khác Nguyễn Dương Quang đã bộc lộ một tình cảm dạt dào như thế:
Tấm hình người bạn gái
theo suốt thời chiến tranh
cuối cùng không giữ được
buồn biết bao! cũng đành...

Mai người thành chim biển
tôi quay lại núi cao
nhìn mắt nhau cười thấy
năm mấy năm là bao!
(Ghi nhanh nhân ngày gặp lại ở Nha Trang - 2012)

  Và đây nữa:
Tóc buồn rũ mái âm u
tháng ngày băng giá, lời ru bọt bèo
đời thôi, quên nhớ đã nhiều
còn thương vạt nắng bên đèo chiều nao.
(Còn thương vạt nắng bên đèo - 2006)

  Tình cảm của Nguyễn Dương Quang đối với bạn bè thật chân tình và thân thiết, cũng chính vì thế khi họ viết về anh tình cảm cũng gần gũi trân trọng như thế. Họa sĩ Đinh Cường mỗi lần về Đà Lạt đều ghé thăm anh và nhớ mãi những phút giây nhìn anh chìm đắm với cây đàn:

Lần lên tháng mười một hoa quỳ nở đầy

Trong mắt nhà văn Phạm Văn Nhàn, anh là: *"Một người lính biết ôm đàn ca hát, mỗi khi gặp anh em trong những buổi sinh hoạt văn nghệ văn học tỉnh nhà khi Nguyễn Dương Quang không bận hành quân"*. Còn cô giáo Hoàng Kim Oanh dựa vào một bài thơ phổ nhạc của anh nói thơ anh là *"Khúc rong ca của kẻ lãng du"*. Nhà thơ Nguyễn Thị Liên Tâm có cái nhìn khác về anh thông qua sở thích của người nghệ sĩ: *"Thơ ca, âm nhạc giúp cho con người dễ xích lại gần nhau hơn. Nguyễn Dương Quang đã đến với bằng hữu cũng từ con đường thơ và sau này là âm nhạc. Một giọng thơ hào sảng, rất đời và rất sâu nặng ân tình."* Nhà văn Trần Hoài Thư khi nghe tin anh mất bộc lộ cảm xúc chân thật nhất về anh: *"Nhớ anh, xa xôi ngàn trùng, chỉ còn để lòng ràn rụa. Dù quen tên nhưng chưa một lần thấy mặt. Vậy mà tưởng chừng đã quá quen thân. Nhớ anh, biết rằng, rồi cuối cùng, ai cũng phải về một cõi, vậy mà tại sao, cảm thấy quá buồn."*

*

Tập thơ "Đêm Ôm Đàn Uống Rượu Một Mình" là tập thơ tiêu biểu của nhà thơ Nguyễn Dương Quang, ngoài một số bài thơ ít ỏi viết về thời đi học, thời làm lính trong chiến tranh, đa số các bài thơ còn lại của anh viết sau ngày đất nước thống nhất, thơ anh mang *"... phảng phất một nỗi buồn mang mang thiên cổ về kiếp người, về quê hương, về sự bất lực trước thời gian vô tình."* (Vũ Thanh Sơn), *"...Thơ đến với Nguyễn Dương Quang rất tự nhiên như một hơi thở. Mà tự nó nói lên được cái tâm thiện của người lính trận."* (Phạm Văn Nhàn). Tôi chợt nhớ mấy câu thơ anh viết trong bài tản văn Nửa Đêm Chợt Nhớ Bài Thơ Cũ: "Tuổi già ngồi nhớ vu vơ/xa xưa... một cõi đời Thơ chiến trường", bây giờ cái nỗi nhớ vu vơ ấy cùng đời thơ chiến trường kia không còn làm bận lòng nhà thơ nữa. Anh đã được trở về chốn cũ của xứ sở sương mù, không còn lang thang trong những đêm dài của cõi tạm đầy nhiễu nhương. Anh ngao du ôm đàn hát một mình, hát cùng gió núi mây ngàn, thong dong tự tại và sẽ tiếp tục làm thơ viết nhạc ở một nơi nào đó mà tình người không còn lấy đi của chúng ta những giọt nước mắt sầu bi nữa, nhà thơ Nguyễn Dương Quang nhé.

Khi rời Khách sạn Bông Hồng tôi còn kịp nhận ra những cánh hồng nhiều màu sắc còn đẫm sương đêm đang bắt đầu lung linh trong nắng sớm. Tạm biệt Đà Lạt, chia tay anh nhé, anh Nguyễn Dương Quang, anh đã yên nằm trên vùng đất quê nhà của anh - D'ran, cái thị trấn thơ mộng đã nuôi dưỡng một thời thơ ấu của anh, nơi có dấu chân bạn bè thuở trước, nơi có Đinh Cường vẽ những bức tranh sương khói, nơi Trịnh Công Sơn những buổi đi về gởi thư cho người con gái có tên Dao Ánh để rồi mấy mươi năm sau xuất hiện một tác phẩm tuyệt vời làm thổn thức bao trái tim những kẻ yêu nhau...

Tôi yêu Dran hơn yêu tôi, Dran làm sao biết được!
tôi là giọt sương Dran sớm, giọt sương Dran chiều
tôi yêu ai hơn yêu tôi, ai làm sao biết được!
ngày ai chưa biết làm duyên, tôi vừa biết yêu
(Dran, ngày về)

Tôi bỗng chợt nhớ một bài thơ khác của anh viết về phố núi:
Đà Lạt mùa xuân những nụ hồng
Nắng vàng tơ lụa, cỏ xanh nhung
Thực, ảo như người mình yêu dấu
Nhà em chìm bên kia đồi thông.

...

Đà Lạt chiều xuân buồn nhè nhẹ
Như chàng thi sĩ đợi hoàng hôn
Ta trải hồn chờ bên dốc nhỏ
Nghe thoáng làn hương gót chân quen.

Lương Thiếu Văn
Sài Gòn, bên bờ Kênh Tẻ, tháng 9-2022

Tham khảo:
1- Duồng, một thời biển mặn của Phạm Cao Hoàng.
2- Tính nhân bản trong văn chương thời chiến qua thơ Nguyễn Dương Quang của Trần Hoài Thư.
3- Nguyễn Dương Quang đêm ôm đàn uống rượu một mình của Phạm Văn Nhàn.
4- Tập san Quán Văn số 70: D'ran miền sương khói.
5- Nửa đêm chợt nhớ bài thơ cũ của Nguyễn Dương Quang.

BÌNH ĐỊA MỘC
Cơn Dông Kéo Sạt Đáy Nia

Một ngày tôi lãng quên tôi
Thằng con nít cởi trần ngồi bắn bi
Vuông sân mẹ quét phẳng lì
Kế bên gốc mít rễ chi chít bò

Con gà đập cánh rõ to
Ngẩng đầu gáy ó ò o ba lần

Mười năm sau những bâng khuâng
Vẫn tôi nhưng bắt đầu dần lớn lên
Tần ngần như sắp lãng quên
Một thanh niên đứng bên thềm hiên trông

Hàng dâm bụt bỏ bê bông
Không ai bứt cũng không trồng thêm cây

Bây giờ tôi với tôi đây
Nhặt vườn rau mẹ chăm đầy luống xanh
Đập con muỗi cắn da lành
Đau như cắt một cọng tranh sau đồi

Lạnh lùng tôi lãng quên tôi
Chân vừa chạm ngõ bóng lôi tụt chiều

Tàu cau luống tuổi liêu điêu
Buồng chuối già chín lụn nhiều trái non
Bên kia hàng xóm vẫn còn
Ngó bên này cửa mở mòn cánh khuya

Cơn dông kéo sạt đáy nia
Lời hai chiếc lá mít lìa cành rơi ■
Sài Gòn, 9.2022

ĐOÀN PHƯƠNG
XÓA NỖI VÔ HÌNH ĐẬP VỘI

Đêm dài lắng lặng tôi nghe
Một cành pha lê rạn vỡ
Từng cánh nhuộm màu phai
Tình gừng cay muối mặn
Dẫu có nát tan lòng
Chị mãi trong như giọt nước
Tiếng cười rơi muôn mảnh.
Đêm dài lắng lặng tôi nghe
Tội thương mùa ân ái
Sợi buồn thắm trên mi
Đóa xuân thì dang dở
Tiếng nồng nã bơ vơ
Bản tình khuya nức nở
Như tiếng mèo đơn côi.
Đêm dài lắng lặng tôi nghe
Tiếng bàn chân ai rất rõ
Đến gần thêm chút nữa
Là run hay là rét...
Xóa nỗi vô hình đập vội
Cõi tình lênh đênh tôi hát
Hát ru tình hay khóc ru ai? ∎

HUỲNH THỊ QUỲNH NGA

Trang Thơ

Em Treo Mùa Đông Lên Chuông Gió

Đánh thức tôi dậy từ vệt nắng ban mai
Mùi trà xanh và lá non

Nhẹ bay trong câu chuyện buổi sáng
Những ngón tay đan vào cỏ
Phía em một mặt trời rất xanh....

Đọc một câu chuyện từ quyển sách rất mới

Tôi hình dung con sông chảy qua hiên nhà
Buổi sáng trên con thuyền đó. Mặt nước thơm phù sa

Những cánh khói từ bên kia bay về
Nhóm một ngọn lửa đỏ
Đầy tiếng cười con trẻ và đầy em....

Em quảy gánh làm đàn bà của gió

Sang một mùa đông khác
Theo tiếng gọi ngọt như mật hoa

Từng chiếc hôn mọc cánh...
Khung cửa đó là thật
Chỉ mỗi tôi và chiếc bóng em vừa hát với môi mình! ∎

TRỊNH BỬU HOÀI
TUỔI THƠ

Tuổi thơ tôi ngập gió đồng bằng
Mùi đất bùn theo vào giấc ngủ
Bên cạnh tôi những con người lam lũ
Quá hồn nhiên và rất chân thành

Tuổi thơ tôi đầy nắng vàng hanh
Mái tóc ngả màu hăng hăng mùi khét
Như những gốc rạ chờ ngày hóa kiếp
Để khói bay lên mơ ước tận trời

Tuổi thơ tôi tắm mãi một dòng trôi
Những giọt nước trong ngọt ngào ký ức
Có những đêm sông dài thao thức
Mang phù sa vào giấc mộng ruộng làng

Tuổi thơ tôi rực rỡ khóm hoa vàng
Bông điên điển lượn mình trên nước nổi
Những cánh mai xòe tay mừng tết mới
Tôi cũng xòe tay đón lộc của ông bà

Tuổi thơ tôi thoắt đã vời xa
Hình bóng cũ thời gian không xóa được
Tình bạn xưa bão giông chẳng thể nào đảo ngược
Phút êm đềm mang suốt cuộc đời thôi...∎

NGUYỄN THÁI DƯƠNG
RA ĐỜI TỪ MỘT NGÀY KIA

1.

Biết mình sắp sửa mấy mươi
Chống cằm... tưởng bở bước thời gian treo
Hóa ra trời đất thích trêu
Ban trưa chưa xế sang chiều vì... quên

2.

Hoàng hôn nhón gót về gần
Đằng nào khuya khoắt cũng lần theo ngay
Ví dù... tới đó hằng hay
Lòng đương sương khói ban mai, mắc gì...

3.

Khề khà, từng phút nâng niu
Vang câu "Thất thập...", đăm chiêu ngỡ ngàng
Không gian đi trốn thời gian
Biết trời có biết người đang níu chiều

4.

Một phơi phới. Một nhạt nhòa
Một vàng son. Một phôi pha chạnh niềm
Một ngơ ngác. Một im lìm
Một tôi trốn. Một tôi tìm vu vơ... ■

NGUYỄN SÔNG TRẸM
MÙA ĐÃ CŨ

Gửi lại trên cánh đồng năm xưa
Giấc mơ xanh màu cây lúa
Neo đời nơi phố phường ở trọ
Gió đưa chiều về thoảng chút hương quê...

Giấc mơ ngày cũ gọi tôi về
Những vòng xe qua từng con đường hối hả
Xanh xanh màu chiều trên vòm lá
Tổ chim non sum họp cuối ngày...

Gửi lại khung trời cũ mây bay
Dấu chân lấm bùn thời thơ dại
Bên vàm sông nước ròng phơi bãi
Cây đước, cây bần vẫn bám đất sinh sôi...

Thả trôi theo những giấc mơ đời
Đêm nghe có tiếng miền sông vẫy gọi
Thời gian không biết nói
Lặng lẽ nhuộm lên màu tóc những sợi buồn!

Mỗi năm thêm một cuộc hành hương
Phủ thêm dấu bụi mờ trên lối cũ
Tôi về tìm lại tôi thời ruộng đồng lam lũ
Thấy bàn chân mình vẫn còn dấu phèn mặn năm xưa...■

LƯU LÃNG KHÁCH
Tiếng Chuông Ngân

Xác phàm chưa thức dậy
Tiếng chuông nào rơi rơi
Quanh thất tình lục dục
Dường nhẹ tênh cả trời
Tiếng chuông chiều lãng đãng
Chạm hồn đóa hoa tươi
Trâu đi vào chạng vạng
Bình yên giữa cõi người
Tiếng chuông ngân sớm tối
Qua hư thực đôi bờ
Kẻ vũ phu bối rối
Tên côn đồ ngẩn ngơ
Trẻ an nhiên tĩnh tại
Già thanh thoát vô ưu
Nữ dịu hiền thân ái
Nam ấm áp nụ cười
Tiếng chuông vào trong ngực
Sáng một trời bao la
Đánh thức miền tâm đức
Nghe tình người hoan ca ∎

26/09/2022

LÊ VĂN TRUNG
HOANG VU

Trời không nắng, trời không mưa em ạ
Cứ âm u ray rứt một điều gì
Những người đến, người đi chừng cũng lạ
Không nhìn nhau và chẳng nói năng chi.

Mặt trời chết từ đêm đời giông bão
Mây cũng buồn nằm đọng cuối phương xa
Và tình ơi không vòng tay nương náu
Gió hoang vu thổi bạt giấc mơ nhòa

Hoa chẳng nở, chìm trong cơn mê ngủ
Lá xanh vườn mơ mãi sắc vàng thu
Trời rất lặng, trời rất im em ạ
Không một lời thương nhớ gửi cho nhau

Em đâu đó khuất chìm trong dĩ vãng
Đã vô tình hiu hắt một lời ru
Để câu hát chảy dài theo năm tháng
Cứ trôi xa, biền biệt cõi sa mù

Tôi ngồi đợi, có ai về, gõ cửa
Lòng hoang vu như trời đất hoang vu
Trăm nỗi nhớ chập chùng trăm nỗi nhớ
Cơn mơ tàn dằng dặc nối cơn mơ ■

TRẦN THANH QUANG
Chùm Thơ Ngắn

MỘT NỬA

Em tìm một nửa còn hay mất
một nửa tàn phai nửa muộn phiền
với em hạnh phúc xa xăm quá
một nửa muôn đời mãi mãi trôi.

KHÉP

ta về khép lại vòng oan trái
một nửa cho em nửa đợi chờ
một nửa ta tìm trong huyệt lộ
một nửa kia gởi hết vào thơ.

NHẶT

em về nhặt nửa đời còn lại
nhặt hết đau thương lẫn đọa đày
nhặt cả ngọt ngào và cay đắng
nhặt cạn đời em cuộc tình say.

VỀ

Em về nơi ấy có gì vui
bỏ lại nơi đây những ngậm ngùi
ném lại nơi này ngàn nỗi nhớ
và để lại đây những buồn thiu!?

TỪ EM

Từ em ta gặt những vần thơ
Từ em gieo hạt luống ơ thờ
Từ em ta biết buồn thê thiết
Và cũng từ em biết đợi chờ ∎

Plymouth, Nov 18-27/2022

LÊ HỮU MINH TOÁN
CHÙM THƠ QUÊ HƯƠNG

HUẾ
Khi không ngồi nhớ về xứ Huế
Nhớ O Đồng Khánh lúc tan trường
Bên ni Quốc Học theo O mãi
O nghiêng vành nón thấy mà thương…

VỚI BIỂN NHA TRANG
Biển xanh cát trắng nắng vàng
Sóng ngày vỗ nhịp điệu đàn khơi vơi
Vương vương sợi mỏng tơ trời
Thuyền ai đứng đó gọi mời giai nhân

Nghe chừng hồn đã lâng lâng
Theo chân gió chạy bâng khuâng nụ hồng
Ta ôm thơ vãi Hòn Chồng
Chợt nghe xao xuyến chợt buồn lên cao.

CHIỀU CẦN THƠ
Lang thang trên bến Ninh Kiều
Một mình với rượu với chiều nắng say
Đèn đêm vàng vọt trên tay
Ơi! Ta lữ khách đêm này trọ đâu…?■

NGUYÊN CẨN
Tự Sự Cùng Bè Bạn

Bạn bè có đứa đang nằm viện
Đứa thì về một cõi nhớ thương
Theo mây trời ký ức khói sương
Vẫn cứ gặp nhau trong giấc mộng

Bạn bè có đứa không đi được
Cà phê rôm rả chỉ online
Ngày tháng nào cũng đã phôi phai
Sợi tóc rụng sớm mai thức dậy

Bạn bè có đứa xa thăm thẳm
Nói cười qua cửa messenger
Tuổi già lắm chuyện phiếm ngu ngơ
Nối cánh tay trùng dương vượt sóng

Bạn bè có đứa con đưa đến
Lại chờ cha cho vãn cuộc vui
Dòng sông đi cho nước ngậm ngùi
Tuổi trẻ qua rồi không trở lại

Bạn bè dăm đứa còn lui tới
Ly cà phê ấm chỗ ngồi quen
Bàn sự đời đổi trắng thay đen
Níu chút thời gian đang rất vội

Sông cứ trôi - biển buồn không đợi
Còn chút tình này, dăm đứa bay! ∎

ĐẶNG VĂN THƠM
Gửi Gió Cho Giêng

Thôi thì
trả gió cho giêng
trả mùa giông bão
trả miền phôi pha
bước đi
giữ lại chiều tà
mải mê chạm lối
la đà rêu phong

Đông tàn
ngày nọ xa trông
thời nông nổi lỡ
thuở bồng bột tan
hương đưa
lộc biếc mai vàng
gió đưa
cổ tích mơ màng cúc xưa

Tầm xuân
chúm chím gọi mùa
cho dù nhặt nắng
mau mưa của thời
tiết xuân
dằng dặc đất trời
giêng hai mặt đất
trao lời cỏ hoa ∎

(Phú Hòa, tỉnh Phú Yên)

DUNG THỊ VÂN
ĐỜI CÂY CỎ

1.
Hợp hôn giả
- mà sao cười ngặt nghẽo Bạn bè vui
- nào ta hãy cứ vui

2.
Ly rượu trắng
Có ai say không nhỉ
Ừ giả vờ thì có mấy người say... Mà giả vờ thì ai biết để mà say

3.
Thực giả thôi cứ vui đi nhé
Thế gian này tất cả hóa hư không
Biết về đâu khi bụi trắng hóa sương nồng Đời cây cỏ đá vàng kim trơ trụi

4.
Ta đứng đây
giữa hai bờ hư thực Bút mực nào
Vẽ được trái tim ta

5.
Bút mực nào vẽ được nét kiêu sa
Đa nhân bạn
Ai là người vẽ được
Hãy cùng ta nâng chén chúc hồng nhan■

PHAN VĂN THẠNH
Chân Dung Nào Hóa Thạch

Mình lên lão - con chữ cũng già không kém cạnh
Đào xuống giếng khơi, trầm tích ngập đầy
Mài trong gió, chân dung nào hóa thạch
Cát bụi mịt mù – vó ngựa tung bay

Mình lên lão - con chữ cũng già móm mém
Chặt vào lõi - chùn tay, ngọn bút cong vênh
Hạt nắng vàng tươi, trang giấy đời cháy sém
Ngơ ngác thiên đàng, phận số chênh vênh

Lũ quét tương lai tung hoành công phá
Ngồi giữa ta bà ngùn ngụt hoàng hôn
Thơ rách toạc lột trần mầm nhũ đá
Tấm áo thời gian không đủ che thân

Mình lên lão – con chữ bạc đầu giương mắt ngó
Im bặt không gian - cánh hạc bay vèo!
Suối róc rách tiếng trưa buồn quá đỗi
Gió gom mây nằm sóng soãi lưng đèo ∎

(Tp Thủ Đức, 12/8/2022)

TRUNG CHÍNH HỒ
Tri Âm

Ngẫu nhiên đời hàm chứa ngẫu nhiên ta
Lạc giữa đêm dài men theo từng dấu hỏi
Mấy vạn lần soi mình vào vách tối
Mấy mươi năm còn mất một quê nhà

Ta gặp em giữa dòng trôi bản ngã
Khúc bi ai con chữ gọi nhau về
Em thắt chặt niềm riêng trong đáy ngực
Ta dỗ dành nhịp đập trái tim đau

Ta gặp em giữa mưa cuồng gió bạo
Nghe trong thơ réo gọi khúc tang bồng
Chén rượu ẩm còn mơ ngày tri ngộ
Người có về cho kịp nắng qua sông

Nghìn cách trở ta gửi lòng theo sóng
Về bên kia bờ bãi cũng vơi đầy
Em hãy nhớ trong tận cùng sâu thẳm
Có ta chờ mòn mỏi một cơn say

Em nhớ cho
ngày sắp tắt
đời dẫu chia đôi ngả
Hồn tri âm
      thầm gọi
          ở chốn này ∎

ĐINH VĂN TUẤN
ĐỌC HIỂU LẠI MỘT SỐ CHỮ NÔM
TRONG BẢN KIỀU CỔ 1866

Trong khi tìm hiểu, nghiên cứu chữ Nôm từ bản Kiều cổ nhất cho đến nay là *Kim Vân Kiều tân truyện* 金雲翹新傳 do nhà tàng bản Liễu Văn đường khắc in năm 1866 (LVĐ 1866), chúng tôi nhận thấy có khá nhiều chữ Nôm được các nhà phiên âm *Truyện Kiều* 傳翹 xưa nay đã đưa ra những cách đọc hiểu gượng ép, mâu thuẫn, chưa thật thuyết phục.

Việc đọc hiểu chữ Nôm từ thể loại thơ ca cổ nói chung và *Truyện Kiều* nói riêng thường hay xảy ra vấn đề: vì cố dựa vào mặt chữ, thanh phù nên cứ suy đoán ra âm đọc nào (từ cổ, phương ngữ) có thể phù hợp với ngữ cảnh nhưng lại không tính đến hiệu quả thẩm mỹ, âm hưởng thanh nhã của từ ngữ khi đọc hay ngâm. Hệ quả là có thể hạ thấp giá trị nghệ thuật thi ca, tài năng bậc thầy về sử dụng ngôn từ, âm điệu, âm hưởng của nhà thơ thiên tài Nguyễn Du. Vì vậy, quan điểm của chúng tôi là sẽ không quá câu nệ và máy móc khi phiên âm, dẫn đến gượng ép, gây "nhiễu sự" và làm giảm đi hứng thú, cảm thụ thi ca cho độc giả *Truyện Kiều*.

Mục đích của chúng tôi là cố gắng thật khách quan để nhận dạng, đọc hiểu đúng những chữ Nôm trong bản Kiều cổ LVĐ 1866 cho phù hợp với ngữ âm lịch sử, văn mạch, thi pháp (tiểu đối, âm hưởng...) với hy vọng có thể giữ đúng nguyên lời nguyên ý của tác giả Nguyễn Du.

Những chữ Nôm do chúng tôi nêu ra ở bài viết này được trích từ bản chính LVĐ 1866 nhưng do bản này bị mất 18 tờ (864 câu) nên chúng tôi sẽ dùng bản *Kim Vân Kiều tân truyện* 金雲翹新傳 cùng nhà tàng bản Liễu Văn đường khắc in năm 1871 (LVĐ 1871) - hai bản này cách nhau chỉ 5 năm, không khác nhau mấy về từ ngữ, câu - để bổ khuyết những câu bị mất[2] (Ở bài viết này chúng tôi chỉ chọn những chữ Nôm trong 5 câu 404, 433, 470, 1929, 2692 của LVĐ 1871). Tuy nhiên, qua biện luận, dẫn chứng những khi cần, chúng tôi sẽ dùng thêm các bản Kiều Nôm cần thiết khác như *Đoạn trường tân thanh* 斷腸新聲 [3] do Nguyễn Hữu Lập chép tay vào năm 1870 (NHL 1870), *Kim Vân Kiều tân truyện* 金雲翹新傳 do Duy Minh Thị trùng san vào năm 1872 (DMT 1872)[4], *Đoạn trường tân thanh* 斷腸新聲 của Tăng Hữu Ứng chép tay vào năm 1874 (THƯ 1874)[5], *Kim Vân Kiều tân truyện* 金雲翹新傳 do nhà tàng bản Thịnh Mỹ đường khắc in năm 1879 (TMĐ 1879)[6], *Đoạn trường tân thanh* 斷腸新聲 của Kiều Oánh Mậu khắc in năm 1902 (KOM 1902)[7] - bản này đã dựa vào một bản Kiều Huế lưu hành khoảng 1895 để làm bản

---

[2] Chúng tôi đã dựa vào hai bản Nôm này từ nguồn http://nomfoundation.org/nom-project/Tale-of-Kieu cho tiện dụng và có xem xét lại qua các bản Nôm in kèm từ các sách của Nguyễn Quảng Tuân, Đào Thái Tôn.

[3] Tờ bìa của NHL 1870, do thủ bản bị rách nát nên Đàm Quang Hưng đã phục chế lại nhưng đã bị Lê Thành Lân, Nguyễn Tuấn Cường nghi ngờ không đúng gốc, ở đây gọi tên *Đoạn trường tân thanh* theo sách của Nguyễn Quảng Tuân công bố trong *Truyện Kiều - Bản Kinh đời Tự Đức 1870*, (Phiên âm – khảo dị) NXB. Văn học - Trung tâm Nghiên cứu Quốc học. 2003. Bản Nôm kèm theo sách được chúng tôi sử dụng để tham khảo.

[4] Bản Nôm DMT 1872 cũng dựa vào nguồn http://nomfoundation.org/nom-project/Tale-of-Kieu và sách Nguyễn Tài Cẩn (2002), *Tư liệu Truyện Kiều – Bản Duy Minh Thị 1872*, NXB Đại Học Quốc Gia

[5] Bản Nôm THƯ 1874 dựa vào *Đoạn trường tân thanh* (viết tay vào năm Giáp Tuất (1874) đời vua Tự Đức). GS Đàm Quang Hưng phát hiện ở Huế. Nguyễn Hữu Vinh scan bản Nôm, nguồn: trangnhahoaihuong.com)

[6] Nguyễn Du (阮攸). 金雲翹新傳. *Kim Vân Kiều tân truyện* 1879. Bibliothèque nationale de France. Département des Manuscrits. Vietnamien B 109. Nguồn: https://gallica.bnf.fr/ark:/12148/btv1b100932276.r=kim%20v%C3%A2n%20ki%E1%BB%81u%20t%C3%A2n%20truy%E1%BB%87n?rk=21459;2

[7] Bản Nôm KOM.1902 dựa vào *Thơ văn chữ Nôm Nguyễn Du*, Nguyễn Quảng Tuân, *Tổng tập Văn học* - Tập 12, Nxb KHXH, H. 1996

chính – Việc tham khảo các bản Kiều cổ ngoài LVĐ 1866 (-1871) chỉ có mục đích là *chứng minh tự hình chữ Nôm và cách đọc hiểu là đúng đắn, có khả năng gần nguyên tác chứ không làm việc khảo đính để phủ nhận chữ Nôm từ bản chính rồi chủ quan chọn lựa chữ, âm và nghĩa từ các dị bản.*

Để có thể đọc hiểu đúng chữ Nôm từ văn bản cổ *Truyện Kiều*, chúng tôi đã tham chiếu (thừa hưởng hay phủ nhận) các bản phiên âm *Truyện Kiều* sang chữ Quốc ngữ ở cuối thế kỷ 19 như *Kim Vân Kiều truyện* của Pétrus Trương Vĩnh Ký in năm 1875 (T.V Ký) [25], bản *Kim Vân Kiều tân truyện* của Edmond Nordemann in năm 1897 (E. Nordemann) [27] và một số bản phiên âm *Truyện Kiều* tiêu biểu từ thế kỷ 20 đến nay như *Truyện Thúy Kiều* của Bùi Kỷ và Trần Trọng Kim in năm 1927 (BK-TTK) [3], *Vương Thúy Kiều chú giải tân truyện* (1941) của Tản Đà [22], *Truyện Kiều* (1965) của Đào Duy Anh [4] ... Tất nhiên về ngữ âm lịch sử, cần thiết phải sử dụng các tự vị, tự điển xưa như *Annamiticum Lusitanum et Latinum* (1651) của Alexandre de Rhodes (Việt-Bồ-La) [1], *Annam - Latinh* (1772 – 1773) của Pigneau de Béhaine (P.Béhaine) [19], *Đại Nam Quấc âm tự vị* (1895-1896) của Huình Tịnh Paulus Của (H.T Của) [8], *Dictionnaire annamite–français* (1898) của J.F.M Génibrel (Génibrel) [9], *Việt Nam tự điển* (1931) của Hội Khai Trí Tiến Đức (HKTTĐ) [7]... Một số trường hợp đặc biệt cần phải dùng đến nguyên bản *Kim Vân Kiều truyện* [23] (Nguyên truyện) mà Nguyễn Du đã dựa vào khi chuyển thể thành thơ lục bát để đối chiếu, xác nhận sự thích hợp của một từ ngữ nào đó trong *Truyện Kiều*.

Sau đây là một số chữ Nôm trong bản Kiều cổ 1866 (- 1871) đã được chúng tôi cố gắng đọc hiểu lại với hy vọng có khả năng giữ đúng nguyên lời nguyên ý của nhà thơ thiên tài Nguyễn Du, tác giả kiệt tác *Truyện Kiều* nổi tiếng trong và ngoài nước Việt Nam từ xưa đến nay.

1. Chữ Nôm dạng phương ngữ.

Liên quan đến vấn đề phương ngữ trong *Truyện Kiều*,[8] chúng tôi nhận thấy có một vài nhà phiên âm đã căn cứ vào mặt chữ rồi

---

[8] Tuy Nguyễn Du – tác giả Truyện Kiều – có cha là người Hà Tĩnh nhưng lại có mẹ quê ở Bắc Ninh và vợ quê ở Thái Bình đều là người gốc miền Bắc. Nguyễn Du

máy móc, chủ quan đọc theo phương ngữ (miền Bắc hay vùng Hà Tĩnh), nhưng thật ra có nhiều trường hợp cần phải xem xét, cân nhắc kỹ và linh động để có thể theo thổ âm hay là không.

1.1. Câu 12: *Gia tư 擬 cũng thường thường bậc trung*

Các bản Kiều cổ đều dùng chữ 擬, riêng KOM.1902 khắc "nghỉ" 伱. T.V Ký, E. Nordemann phiên là "nghỉ" và sau có một số nhà phiên âm như BK-TTK, Tản Đà, Lê Văn Hòe [11] đã đọc hiểu là "nghỉ" (ông ấy, hắn ta, nó), nhưng đây là thổ âm Nghệ Tĩnh không phổ biến. Chữ 擬 này, đã được rất nhiều học giả mổ xẻ, tranh cãi mâu thuẫn nhưng nhìn chung âm đọc NGHĨ ngày càng được nhiều nhà đồng thuận hơn là NGHỈ. Nguyễn Du khi viết về Vương viên ngoại thường dùng "ông" ở các câu 656, 666, 683, 896, 2757, 2800, 3027, 3051. Nguyên truyện viết họ Vương dùng tiền để mua chức "viên ngoại" vì vậy tiền bạc đã cạn nên mới dẫn đến *thảm cảnh Thúy Kiều phải bán mình chuộc cha*. Vậy ở ngữ cảnh này, chắc là Nguyễn Du dùng "NGHĨ cũng" (nghĩ ra cũng, xem ra cũng). Gia cảnh Vương viên ngoại tuy giàu nhưng nay (vì sa sút) *nghĩ ra cũng* chỉ vào hạng tầm thường, trung bình mà thôi. Về âm hưởng, âm "nghĩ" phù hợp và hay hơn âm "nghỉ".

1.2. Câu 350 *Nể lòng có 珥 cầm lòng cho* đang

Chữ 珥 với âm phù là *nhĩ* 尔 đúng âm xưa là "nhẽ" tuy nhiên trong tự vị của P. Béhaine chỉ có "lẽ" mà không có "nhẽ". Lưu ý là Việt-Bồ-La thế kỷ 17 đã ghi nhận mlẽ = mnhẽ (lẽ=nhẽ). H.T. Của ghi nhận "lẽ đâu" và cả "nhẽ đâu" nhưng LẼ là thông dụng hơn. THƯ 1874 viết chữ *lẽ* 理, chứng tỏ thời Nguyễn Du đã từng dùng "lẽ" rồi.

---

sinh ra tại thành Thăng Long - Hà Nội, đến năm 13 tuổi Nguyễn Du mồ côi cha mẹ, nên về sống khá lâu dài với anh cùng cha khác mẹ là Nguyễn Khản ở tỉnh Sơn Tây miền Bắc. Lẽ tự nhiên, Nguyễn Du sẽ ăn nói và viết theo tiếng miền Bắc khi sáng tác Truyện Kiều. Điều này đã được giới Kiều học đồng thuận. Nhưng việc xác định Nguyễn Du đã dùng tiếng nói miền Bắc cụ thể là giọng Hà Nội hay thổ âm Bắc Ninh, Thái Bình, Sơn Tây là rất phức tạp, nhất là nguyên tác Truyện Kiều nay đã tuyệt tích. Chưa kể ít nhiều Nguyễn Du cũng chịu ảnh hưởng tiếng nói miền Hà Tĩnh (quê cha) nên cách phát âm sẽ khác. Cũng cần lưu ý về vần điệu, âm hưởng thi ca của thiên tài Nguyễn Du khi tác giả sử dụng, chọn lọc từ ngữ để làm thơ Lục bát.

T.V Ký phiên là "lẽ" còn E. Nordemann lại phiên là "nhẽ". Chúng tôi thấy các bản Kiều cổ dùng 鋰, 裡 có khả năng là do thói quen bảo thủ viết Nôm trong khi ngữ âm tiếng Việt đã đổi thay hoặc đơn giản là do ngữ âm địa phương (nhẽ=lẽ) miền Bắc của nhà in Liễu Văn Đường khi biên tập, khắc in. Vậy nên phiên tất cả ra "lẽ" cho phù hợp tiếng Việt cuối thế kỷ 18 đến nay. Về âm hưởng "lẽ" đọc, ngâm thuận hơn "nhẽ".

1.3. Câu 709: *Nợ tình chưa 者 cho ai*

Đa số các bản Kiều Nôm đều dùng 者, 假 đúng âm là "giả" nhưng vì tự vị của P. Béhaine chỉ ghi nhận *trả* 吕 (có dạng khác là 把), H.T Của cũng chỉ có "trả". T.V Ký phiên là "trả" còn E. Nordemann lại là "giả". THƯ 1874 viết *trả* 吕, cách viết 者, 假 có thể là do ký âm theo phương ngữ miền Bắc hoặc chỉ là thói quen viết Nôm (bảo thủ) dù ngữ âm đã biến đổi chẳng hạn như 者 dùng ghi "trả" trong *Tự Đức thánh chế tự học giải nghĩa ca*: chim *trả* 鳥者 và trong *Vị thành gia cú tập biên* của Trần Tế Xương: cái *trả* 者鳥 [15]. Do vậy, phiên âm tất cả chữ 者 trong LVĐ 1866 (-1871) là "trả" là hợp lý.

1.4. Câu 752: *Tơ duyên 𥐇𡲈 có ngần ấy thôi*[9]

Hai chữ 𥐇𡲈 đọc đúng thanh phù 半 *bán*, *vĩ* 尾 là *vắn vỏi*, "vắn vỏi" đã được ghi nhận ở tự vị của P. Béhaine, tuy nhiên cũng thấy Béhaine ghi nhận đã có *ngắn ngỏi*. Cuối thế kỷ 19 T.V Ký (miền Nam) phiên "vắn vỏi" còn E. Nordemann (miền Bắc) đã phiên "ngắn ngủi". Cần lưu ý là "NGẮN" đã từng được người Việt dùng vào thế kỷ 17 qua ghi nhận của A. Rhodes trong Việt-Bồ-La. THƯ 1874 viết là *ngắn ngủi* 艮艾, vậy vào thế kỷ 17 đến thời Nguyễn Du đã có *ngắn*, *ngắn ngỏi/ngủi* bên cạnh *vắn*, *vắn vỏi*. Nhưng thật ra Nguyễn Du đã dùng âm gì? Hiện không có nguyên bản *Truyện Kiều* để xác định. LVĐ 1866 đã ghi nhận 𥐇𡲈 *vắn vỏi*, có khả năng đó là do người

[9] Ở câu này cũng như những câu khác từ LVĐ 1866, LVĐ 1871 có thể không đúng nguyên văn vì chúng tôi đã phiên khảo, hiệu đính lại. Nên thay vì: ***Mây tơ*** (▪ 絲) *ngắn ngủi có ngần ấy thôi*, sẽ là: ***Tơ duyên*** (絲緣) *ngắn ngủi có ngần ấy thôi.*

biên tập đã theo phương ngữ miền Bắc của mình để viết rồi cho khắc in. Tản Đà phiên là *vắn vủn*; Nguyễn Quảng Tuân [16] phiên là *vắn vủi*; Đào Thái Tôn [5] phiên là *vắn vẻ* Nguyễn Tài Cẩn [17], An Chi [2] đã chấp thuận đọc các chữ Nôm 鍾, 俚 là *lẽ*, 者, 假 là *trả* nhưng lại mâu thuẫn, thiếu nhất quán khi đọc 矲 厤 là *vắn vỏi*. Lưu ý là chữ 矲, 短 trong LVĐ 1866, LVĐ 1871 ở các câu 425, 684, 1328, 1369, 1503, 1665, 1796, 1840, 3130 thật ngạc nhiên lại được Nguyễn Quảng Tuân phiên là "ngắn" thay cho "vắn" hoặc dùng lẫn lộn cả "ngắn" lẫn "vắn" như Tản Đà (mọi chỗ dùng "ngắn" nhưng câu 1503, 1665 lại là "vắn"!) hay Nguyễn Văn Hoàn - Nguyễn Sĩ Lâm - Nguyễn Đức Vân (Nguyễn Văn Hoàn) [18] mọi chỗ dùng "ngắn" nhưng câu 684, 1328, 3130 lại là "vắn"! Ngược lại các chữ 矲, 短 ở các câu này trong DMT 1872 đều được Nguyễn Tài Cẩn phiên là "vắn" trừ câu 1503 lại được phiên là "ngắn", sau đến An Chi cũng tin theo y như vậy (lại còn khẳng định "vắn" là tiếng miền Nam!)[10]. Nordemann, BK-TTK, Đào Duy Anh... đều phiên là *ngắn ngủi*, nên chúng tôi không quá câu nệ, máy móc để đọc theo âm "vắn vỏi" như Nguyễn Tài Cẩn, Nguyễn Quảng Tuân, Đào Thái Tôn... nhưng sẽ phiên âm theo tiếng Việt xưa nay là "ngắn ngủi" và về âm hưởng đọc, ngâm sẽ thuận hơn. Chúng tôi cũng đọc chữ 矲, 短 là "ngắn" ở những chỗ khác trong LVĐ 1866 (– 1871).

1.5. Câu 754: *Đã đành nước chảy hoa trôi lỡ* 羕

Chữ 羕 có thể đọc là *dường* (Nguyễn Tài Cẩn, Đào Thái Tôn), *dàng* (An Chi) nhưng ở đây lại không hợp vì tối nghĩa. Phương ngữ miền Bắc (nhà in Liễu Văn Đường) xưa sẽ là *nhàng*, nhỡ *nhàng* như E. Nordemann (Lê Văn Hòe và Trần Nho Thìn – Nguyễn Tuấn Cường

---

[10] An Chi đã phản khoa học khi "Nam kỳ" hóa Truyện Kiều qua DMT 1872. Nếu so sánh toàn bộ chữ Nôm (phần giống nhau) giữa 3 bản LVĐ 1866, 1871 (bản Thăng Long) và DMT 1872 (trừ đi 378 chỗ do Duy Minh Thị (Nam bộ) nhuận sắc và 248 chỗ giống NHL 1870 (Huế) nhuận sắc) thì đúng ra phải là tiếng miền Bắc của Nguyễn Du chứ không thể là tiếng miền Nam. Những cách đọc hiểu của An Chi (ở bài viết này) qua một số chữ Nôm có mặt trong DMT 1872 đều dựa theo các bản Kiều cổ Liễu Văn đường miền Bắc.

[24] (TNT-NTC) cũng phiên như vậy). P. Béhaine đã ghi nhận lỡ *làng* 廊, NHL 1870 và THƯ 1874 chép là lỡ *làng* 廊. Vậy nhỡ nhàng = lỡ làng. T.V Ký, BK-TTK, Tản Đà, Đào Duy Anh, Nguyễn Văn Hoàn... đều phiên là "lỡ *làng*". Cho nên phiên âm là "lỡ *làng*" ở câu 754 và ở các câu khác là hợp cách, về âm hưởng cũng thuận hơn. Lưu ý, Lê Văn Hòe và TNT-NTC đọc "nhỡ *nhàng*" ở câu 754 nhưng ở câu 879, 885, 1881 lại đọc là "lỡ *làng*", như vậy cách đọc này tỏ ra thiếu nhất quán.

1.6. Câu 909: *Trông vời 拔淚 chia tay*

Hai chữ 拔淚, theo tự vị P. Béhaine, H.T Của đã ghi nhận là *bạt lụy.* T.V Ký phiên "bạt lụy" (tiếng miền Nam) nhưng E. Nordemann (tiếng miền Bắc) lại phiên là "gạt lệ". BK-TTK, Tản Đà, Đào Duy Anh, Nguyễn Tài Cẩn... đều chọn "gạt lệ" thay cho "bạt lụy" (nhưng 辮 歷 (c. 752) Nguyễn Tài Cẩn vẫn đọc là *vắn vỏi*, cho thấy ông thiếu nhất quán trong việc đọc Nôm). Đào Thái Tôn đọc là "bạt lệ"; Nguyễn Khắc Bảo [14] đọc là "bặt lệ" (khóc thầm kín) còn An Chi lại nhất định dùng "bạt lụy" và còn quả quyết là phương ngữ Nam bộ! Chúng tôi sẽ đọc 拔 là *gạt* dựa theo bằng chứng ở LVĐ 1871 trong câu 3077: "Dứt lời nàng vội 喝 đi", ở chỗ này hầu như các bản Kiều cổ (LVĐ 1866, NHL 1870, DMT 1872, THƯ 1874, KOM 1902) đều là chữ 拔 *bạt.* T.V Ký, Nordemann, BK-TTK, Tản Đà, Đào Duy Anh... đã đọc là "gạt", riêng Đào Thái Tôn phiên là "át". Theo Nguyễn Quang Hồng [15] 喝 (hạt) đọc là "gạt" nhưng chúng tôi cho LVĐ 1871 có lẽ khắc sai từ chữ 噶 (cát) ra 喝. Chứng tỏ thời Nguyễn Du đã xuất hiện *gạt = bạt.* Cách dùng 拔 chỉ là thói quen viết Nôm nên chúng tôi sẽ phiên là GẠT. Còn chữ 淚, *Khang Hy tự điển* 康熙字典 [26] cho 戾 và 淚 dùng thông nhau. Xưa 淚 có hai âm đọc là *lệ* hay *lụy* (theo P. Béhaine). Vậy không nên cố chấp, nệ cổ để đọc 拔淚 là "bạt lụy" hay "bạt lệ" nhưng nên đọc là *gạt lệ.* Chữ 拔 này cũng đọc là *gạt* ở câu 1858: *Cúi đầu chàng những **gạt** thầm giọt sương* (lưu ý An Chi phiên 拔 là "bạt" ở câu 909 nhưng hai câu 1858, 3077 ông lại phiên 拔 là "gạt" chứng tỏ sự thiếu nhất quán, tùy tiện khi phiên âm)

1.7. Câu 2211: 㑻 *anh hùng gái thuyền quyên* và c. 2842: 㑻 *tài gái sắc xuân đương vừa thì*

Hai chữ 㑻, 㑻 đọc đúng âm là *giai* (phương ngữ Bắc) nhưng LVĐ 1866 (-1871) ở c.13: *Một* 𡥵 *con thứ rốt lòng*, đã dùng âm "trai" 𡥵 chứ không là âm "giai" 㑻, 㑻. NHL 1870, DMT 1872, THƯ 1874 đều dùng chữ *trai* 𡥵 ở mọi chỗ. T.V Ký đều phiên là "trai" nhưng E. Nordemann lại phiên theo phương ngữ Bắc là "giai" (đến nay ở miền Bắc vẫn còn nói giai > trai; giả > trả; giời > trời)[11]. Dĩ nhiên, không thể máy móc đọc theo mặt chữ để có *trai* và *giai* trong cùng một bản phiên âm. Vì vậy có thể phiên là "trai" dù là thanh phù *giai* 佳, 皆 hay *lai* 来 là hợp cách.

1.8. Câu 2882: *Khác nhau một chữ hoặc khi có* 吥

Tuy khắc chữ 吥, âm phù *nhâm* lẽ ra đọc là *nhằm* (như E. Nordemann) nhưng xét LVĐ 1866 ở câu 2409: "Mới hay tiền định chẳng *lầm*" thì chữ *lầm* khắc là 痳, chứng tỏ thời điểm 1866 dùng *nhằm* và *lầm* đều được. NHL 1870 và THƯ 1874 cũng chép là 痳, 林. Đa số các nhà phiên âm từ T.V Ký trở về sau đều đọc là "lầm", tuy nhiên Đào Thái Tôn, Nguyễn Khắc Bảo vẫn đọc là "nhằm". Vậy nên phiên là "lầm" ở đây và những chỗ khác là phù hợp, âm hưởng hay hơn.

(còn tiếp 1 kỳ)

Đinh Văn Tuấn

---

[11] Vào năm 1976 Đàm Duy Tạo vẫn dùng các âm *giai, giăng, giời, giả…* trong *Truyện Kim Vân Kiều - Giảo đính & tường giải* (bản thảo đánh máy) nguồn: https://kimvankieu.wordpress.com/2009/09/15/kim-van-ki%e1%bb%81u-dam-duy-t%e1%ba%a1o-l%c6%b0%e1%bb%a3c-gi%e1%ba%a3i/

(Chương 3)
Cái Bóng Chiến Tranh

Hồi mới qua Hòa Lan định cư, đầu óc tôi lúc nào cũng nghĩ về quê hương loạn lạc trong thời chiến và bị ám ảnh cuộc vượt biển sau ngày ba mươi tháng tư năm bảy mươi lăm. Trong lòng luôn cay cú, chán đời nên đêm về giấc ngủ không sâu và thường hay bị ác mộng. May thay trên bước đường lưu lạc tôi gặp được nhiều vị Mục Sư, Linh Mục đã dạy cho cách cầu nguyện và làm sao để yêu thương. Nghe theo lời những con người đạo đức ấy, tôi tập yêu thương và nguyện cầu được một thời gian thì thấy trong lòng tạm ổn, ban đêm không còn chiêm bao thấy những điều dữ nữa. Tuy cái nhìn hằn học cuộc đời lần hồi tan biến nhưng mỗi khi tàu ghé những quốc gia còn theo chủ nghĩa cộng sản thì trong lòng lo sợ, ban đêm lại trằn trọc bất an, những lúc này lời cầu nguyện của tôi không còn linh thiêng nữa.

Trong đời tôi như có cơ duyên được chứng kiến ngay từ đầu ngày tàn của chế độ cộng sản nước Nga. Cũng từ sau đó tôi thường xuyên đi lại hải cảng St. Petersburg và vài hải cảng trong vùng vịnh Phần Lan. Và sau đó tôi làm việc chung với người Nga cho tới ngày hôm nay. Cũng nhờ đi đi lại lại hải cảng St. Petersburg mà tôi đã chứng kiến cảnh đổi thay của thành phố này từ tàn tạ cho tới phát triển giàu có và nhiều màu sắc như hôm nay. Mới đó mà đã trải qua hai lớp người rồi, tôi chia ra hai lớp người là tính từ những người sống hồi thời nước Nga còn cộng sản, những người này họ sống rất ích kỷ, vô kỷ luật, có tánh keo bẩn và tham ăn. Lớp thứ hai là những người trẻ có cơ hội qua tây phương học tập và làm việc trong thế giới tự do nên tánh tình họ thay đổi trở thành một con người văn minh, nhân bản. Từ ngày Tổng thống Putin phát động cuộc xâm lăng Ukraine thì những người trẻ này tìm cách ở lại nước ngoài, họ không muốn trở về nước Nga nữa.

Hôm mới xuống tàu, tôi lên phòng thuyền trưởng trình giấy tờ. Thuyền trưởng đang làm gì đó trước máy vi tính. Vừa thấy tôi, ông đứng lên vui vẻ chào và bắt tay, hỏi:

- Bếp còn nhớ tui không?

Tôi biết viên thuyền trưởng này hồi còn là thuyền phó, bẵng đi thời gian, có hơn năm năm nay gặp lại, ông đã là thuyền trưởng rồi:

- Dĩ nhiên là nhớ, nhưng lâu quá rồi quên tên.

- Dimitriy.

Tôi cười và pha trò:

- Nhưng bây giờ gọi là thuyền trưởng, không cần biết tên nữa làm gì.

Ông nhún vai và đưa tay vỗ lên vai tôi, cười nói:

- Gọi tên cũng không sao!

Tôi hỏi:

- Ông cưới vợ chưa?

- Rồi và có một đứa con gái.

- Còn ở Nga hả?

- Yes.

- Tất cả ổn hết?

Ông nhíu mày đưa tay ra lắc lắc:

- Ổn, mà cũng không ổn.

- Tui hiểu rồi, nhưng gia đình yên ổn là ô-kê, còn cái hổng ổn từ từ rồi cũng sẽ ổn thôi.

Tôi đưa sổ thông hành và những giấy tờ cá nhân cho ông xong tôi nói:

- Tui xuống làm việc đây, gặp lại sau.

- Ô kê. Chào.

Tôi đi với thuyền trưởng Dimitriy một chuyến qua Thụy Điển, chưa được một tuần, khi tàu trở lại Antwerpen thì ông hết hợp đồng. Trước khi về Dimitriy bắt tay và hẹn ngày gặp lại. Làm tôi nhớ tới Ivan, hôm chia tay nó buồn bã nói:

- Không biết có còn gặp lại không?

Tôi lắc lắc đầu đi xuống cầu thang và nói thầm:

- Chậc, chiến tranh không ai đoán trước được điều gì hết!

Thuyền trưởng mới đổi xuống cũng là người Nga nhưng tôi chưa quen. Vậy là chuyến này tôi đi chung thuyền trưởng, thuyền phó, thợ máy là người Nga. Tuy chúng tôi tránh nói chuyện về chiến tranh của Nga - Ukraine, nhưng có lẽ ngày nào cũng nghe tin tức về chiến tranh và ngày nào cũng tiếp xúc với người Nga nên đêm nay giấc ngủ cứ mơ mơ màng màng, trằn trọc nửa ngủ, nửa thức. Vậy mà cũng có chiêm bao! Không phải là ác mộng, vì không thấy cảnh trực tiếp bắn giết nhau, không thấy máy bay oanh tạc, không thấy máu đổ, không thấy xác người chết nằm la liệt hay trôi lềnh bềnh trên sông như những cơn ác mộng mà tôi đã thấy cách đây nửa thế kỷ ở quê hương tôi thời chiến tranh Nam - Bắc và cũng không biết trận đánh xảy ra ở đâu? Nhớ mang máng là trong mơ chỉ thấy ánh sáng, lửa, khói, bom, đạn ngập trời và một tiếng nổ rền vang làm tôi giựt mình tỉnh giấc. Mắt mở trao tráo và nghe trong lòng bồi hồi thương cảm, không ngủ lại được nữa. Không biết bây giờ là mấy giờ? Cũng không muốn bấm điện thoại coi giờ, ngồi dậy bước xuống giường đứng hươ tay, co chưn làm vài động tác mạnh rồi mở cửa bước ra ngoài. Vừa ra boong thì thấy tàu vẫn còn chạy gần bờ Đan Mạch, xa xa đèn của những chiếc tàu buôn xuôi ngược, trong dải đất liền những chòm đèn thành phố sáng mù mờ. Biển tối hù, gió nhẹ, sóng gọn êm đềm như nâng đỡ để giữ an toàn cho chiếc tàu chở trên ngàn containers vững vàng lướt tới. Nhìn lên bầu trời chỉ thấy rời rạc những vì sao, ánh sáng của những vì sao yếu ớt không đủ chiếu mặt đại dương. Chu vi hẹp quanh con tàu sóng rẽ lăn tăn túa ra những đốm sáng nhỏ bên hông con tàu làm tôi tự hỏi. Đó có phải là sự phát quang chất ngời tự nhiên của nước biển? Nheo mắt mấy cái, mới nhận ra đó là ánh sáng tỏa ra từ những bóng đèn bên trên mui tàu chiếu xuống bọt nước trắng tươi kéo ra sau lái một đường dài do chưn vịt đạp lên phản chiếu ánh đèn phát ra chất ngời sáng. Nghe lạnh người mới nhận ra đang bận đồ ngủ mà hổng choàng áo ấm. Tôi rùng mình một cái rồi quay trở vô phòng.

Trước đây tôi có thói quen, đêm nào trợt giấc, ngủ lại không được, tôi pha một bình cà phê một lít, dành uống trong khi đọc hay viết một cái gì đó. Chuyến trước đầu gối bị thoái hóa, đau nhức ngủ hổng được, nhờ anh bạn y sĩ châm cứu, đầu gối bớt đau mới xin đi làm lại. Mặc dù y sĩ có dặn tôi cữ uống bia rượu, bớt cà phê và ăn chất cay ít lại. Nhưng hôm ấy trên đường đi thấy trời đẹp vào nhà hàng, gặp bạn đường vui vẻ, uống chơi vài chai bia. Sau đó xuống tàu, nhằm lúc Ivan về nước, chia tay với nó uống thêm mấy chai. Hổng biết có phải vì vậy mà đầu gối bị đau trở lại không? Đau nhức quá, đêm ngủ không được nên xin về nhà để trị. Trở về hẹn với y sĩ châm cứu, làm anh phải tốn mấy chục mũi kim châm nữa mới bớt đau. Lần này anh lặp lại lời dặn bớt uống bia, rượu, ít ăn cay và uống cà phê một ngày hai tách thôi. Nghe lời anh, trên đường đi thèm uống một ly bia cũng hổng dám. Tôi uống thuốc bằng nước ấm và giải khát bằng nước lạnh, bỏ tật uống cà phê thay nước và không uống bia, rượu nữa.

Bấm điện thoại xem giờ, mới ba giờ rưỡi sáng. Định mở laptop ra viết cái gì đó nhưng đầu óc trống trơn không có gì để viết hết. Muốn leo lên giường nằm nhưng không thấy buồn ngủ, tình trạng này, có nằm trên giường cũng khó mà ngủ lại. Tôi bèn lấy chiếc khăn lớn trải xuống sàn tàu rồi lấy chiếc gối kê mông ngồi, mỗi khi khó ngủ tôi dùng cách này, hồi trước tôi ngồi kiết già, từ ngày chưn bị đau, tôi ngồi một chưn ngay và một chưn xếp. Ngồi hít thở thả lỏng tâm tư một hồi rồi thiêm thiếp ngủ... cho tới khi đồng hồ reo tôi tỉnh dậy. Mặc kệ cho đồng hồ reo, tôi rùng vai lắc qua lắc lại, uốn éo vài cái mới đưa hai tay xoa cổ, xoa đầu, bóp chưn cho máu chạy đều rồi từ từ đứng lên và với tay lấy điện thoại trên bàn gạt tắt tiếng reo. Nhìn số giờ trên màn hình của điện thoại, đã hơn sáu giờ sáng rồi, ngủ ngồi được hơn hai tiếng thấy người khỏe khoắn.

Từ ngày đầu gối bị đau tôi không tập được hết mười hai thức trong Dịch Cân Kinh, chỉ tập những thế đứng yên, cử động hai tay và đứng phất tay tới lui, đếm hơi thở đúng theo thế Phất Thủ Liệu Pháp, nghe nói cách này cũng là một thế trong Dịch Cân Kinh, siêng thì phất hai ba trăm cái, làm biếng thì một trăm. Có người nghe tôi kể liền cười chê:

- Ông tập như vậy ăn nhằm gì, đúng ra mỗi lần tập phải phất trên một ngàn cái mới được.

Còn trai tráng họa may, chớ giờ già rồi, phất vài ba trăm cái đã nghe hơi thở nặng. Ai nói gì mặc kệ, tập sao thấy người khỏe khoắn là được. Tôi ra boong đứng điều chỉnh tư thế, mặt hướng về phương đông vừa phất tay vừa đếm và mắt nhìn những chiếc tàu đánh cá, vô tình để tâm trí hướng quá xa nên đầu óc không được tập trung, nhưng cũng ráng phất cho đủ một trăm cái rồi ngưng. Tôi dừng lại và nhìn về phía con tàu đánh cá màu trắng với ánh đèn bẹo yếu ớt vẫn còn nhấp nháo như thoi thóp chút hơi tàn và ánh của bình minh cũng bắt đầu ló dạng phía trời đông. Màu trời ui ui, buồn buồn tầm nhìn xa đủ để thấy chưn trời hồng, nước biển xanh và đám chim nhàn cũng đã xuất hiện tìm mồi. Đi vô phòng bếp lấy chai nước lọc rót ra một tách rồi bỏ vô lò vi sóng, chờ nước sôi, pha trà xong bưng ra boong sau lái ngồi trên trụ cột dây nhâm nhi. Mùa thu lành lạnh uống tách trà nóng nghe ấm lòng. Mặt trời đã lên, ánh sáng chiếu xuống mặt nước xanh, gió hiu hiu thổi làm sóng ngầm nhè nhẹ đưa đẩy con tàu lắc lư lên xuống. Uống xong tách trà tôi trở vô phòng đánh răng rửa mặt, thay đồ và bắt đầu cho ngày mới.

Ba tuần qua hệ thống điện lò bị hư sao đó mà mỗi lần mở hoặc tắt điện đầu bếp phải xuống tủ điện gần hầm máy bật lên, nấu nướng xong xuống bật tắt lại. Còn lò nướng không điều chỉnh được nhiệt độ chỉ mở được điện cao và thấp, bốn mặt bếp nấu thì hai cái không có điện, hai cái còn lại có điện mà độ nóng chỉ đủ nấu súp và luộc rau chớ không đủ nóng để chiên vàng một cái trứng thì nói gì tới thịt và cá. Mấy tuần qua tôi cho thủy thủ đoàn ăn những món chiên trong dầu. Còn gà, thịt heo, thịt bò bít tết tôi đút vô lò nướng hết.

Tôi xuống tủ điện bật điện vừa xong trở lên phòng bếp thì nghe tiếng của Dika:

- Chào buổi sáng chú.

Tôi day qua chào lại, thấy Dika đứng xớ rớ, trên tàu có mình ên nó là đạo Hồi nên nó hổng muốn ngồi ăn chung với thủy thủ người đạo Thiên Chúa, sáng nào nó cũng thức sớm hơn và hỏi xin gói mì, hoặc cơm trắng, cá hộp rồi đem lên phòng ăn. Hiểu ý nó tôi mới hỏi:

- Con muốn ăn hả?

- Dạ, chú cho con mì gói được không?

- Dĩ nhiên.

Tôi chỉ tay vô phòng bếp nói:

- Chú có để sẵn trong này.

- Mì gì đó chú?

Hồi xuống tàu tới giờ tôi nghe câu này nó lặp đi lặp lại không biết bao nhiêu lần rồi. Dika mới đi chuyến đầu, là lính mới, còn giữ giới rất kỹ nên đưa món thịt nào ra nó cũng hỏi là thịt gì. Hổm rày sáng nào nó cũng hỏi xin hổng mì gà thì cũng mì tôm. Bánh mì, thịt nguội, phó mát nó không rớ tới. Trước kia tôi chửi tụi đạo Hồi cũng vì cái tánh ngu ngốc của chúng, mì gói đâu có hiệu nào làm mì thịt heo đâu, vậy mà cũng hỏi mì gì. Lâu ngày sống chung với họ, tôi mới phát hiện ra, có những người biết món xúc xích và hamburger có pha trộn thịt heo, thèm ăn nhưng sợ đồng hương chọc ghẹo mới vô hỏi đầu bếp là thịt gì. Nếu bếp nói thịt bò thì nó ăn, còn nói thịt heo thì thôi. Theo những người này, dù họ biết là thịt heo nhưng đầu bếp nói thịt khác họ vẫn ăn, họ cho rằng đầu bếp bị tội vì nói dối và sẽ bị Allah trừng trị, chớ họ thì vô tội. Có điều tôi nhận thấy là những người nhân danh đạo này, đạo nọ họ chỉ chú ý tới chuyện ăn uống sao cho thân thể mập ra thôi, chớ về mặt tâm linh họ không quan tâm cũng hổng biết gì hết, đó là chưa nói tới chuyện làm ngu ngốc của họ mà gây phiền phức cho những người khác. Không phải chỉ có đạo Hồi chú trọng chuyện ăn mà đạo Phật cũng vậy, tới chùa nào cũng nghe chuyện cúng dường, tiền bạc, nói tới nói lui một chặp rồi cũng bắt qua chuyện ăn uống, mặc dù là ăn chay, vậy mà cũng sanh ra biết bao chuyện lôi thôi, phiền phức. Sư, sãi tranh ăn rồi lôi lên youtube, mượn cớ giảng đạo, ông đại đức này nói xấu, nhục mạ thượng tọa kia, sư cô này xiên xỏ bà sãi nọ...

Tôi vỗ tay lên vai Dika và từ tốn nói:

- Con yên tâm, trên tàu chỉ có mì nấm, mì tôm, mì gà và mì chay.

- Chú cho con gói mì tôm được không?

- Dĩ nhiên.

Tôi vô bếp lấy gói mì tôm, mở tủ lạnh lấy cái trứng rồi tháo mì bỏ vô tô, đập trứng bỏ lên, chế nước nóng, lấy cái dĩa đậy lại rồi đút tô mì vô lò vi sóng vặn ba phút. Day ngang mở hộc lấy muỗng, nĩa đưa cho Dika và dặn nó:

- Con chờ mì xong rồi lấy ra ăn.

- Dạ, cám ơn chú.

Tôi day qua pha cà phê và bấm điện nấu nước rồi đi qua mở tủ lạnh phòng ăn xem lại đồ ăn. Hồi hôm mấy người trực đêm ăn nhiều quá làm thịt nguội, phó mát và bánh mì cái nào cũng gần hết. Tôi phải lấy châm thêm mỗi dĩa cho đầy rồi đem sắp ra bàn và lấy dao nĩa dĩa tách dọn ra hai bàn. Khi tôi trở vô thì bình nước đã sôi, chế nước pha trà và lấy trứng gà bỏ vô nồi cơm, đổ nước vô bật điện luộc trứng. Khi cà phê, trà, trứng dọn ra bàn coi như đã dọn xong buổi ăn sáng. Để đó, tới giờ mạnh ai nấy lấy ăn. Tôi định vô hút bụi và dọn dẹp lại phòng ngủ của mình. Thuyền trưởng từ trên đi xuống, chúng tôi chào nhau. Thuyền trưởng khèo tay tôi nói:

- Bếp lại đây tui hỏi cái này.

Ông dẫn tôi đi lại chỗ dán bảng danh sách thủy thủ đoàn, rồi chỉ chỗ đề quốc tịch sau tên họ của tôi và hỏi:

- Ông là người Hòa Lan hả?

- Phải rồi, có vấn đề sao?

- Không không, tui tưởng Dimitriy ghi lộn.

- Vậy à.

Tôi quay lưng định đi vô phòng. Viên thuyền trưởng đi về phòng ăn và chỉ chiếc ghế mời:

- Bếp ngồi chơi.

Tôi ngồi xuống, ông rót cà phê đưa qua mời tôi và hỏi:

- Bếp không phải người In Đô?

- Không, tui là người Việt.

Mặt ông sáng lên:

- Ồ, tốt tốt, Việt Nam rất tốt, trước kia tui có ở Việt Nam.

- Ồ! Vậy sao? Mà ở đâu?

- Nha Trang.

Ông đưa ngón tay lên gặt gặt, trầm trồ:

- Nha Trang đẹp tuyệt vời...

Tôi nhún vai:

- Dĩ nhiên Nha Trang là đẹp rồi! Tui biết có người Nga qua đó du lịch rồi ở lại luôn. Nhưng giờ ông ở đâu?

- Tui đang ở Thổ Nhĩ Kỳ.

- Ờ, tui có nghe người Nga qua Thổ Nhĩ Kỳ không cần xin visa và vé máy bay cũng rẻ.

- Không rẻ đâu, mỗi vé vài ba ngàn đô Mỹ, có vé lên tới mười ngàn đô Mỹ.

- Sao giống Việt Nam quá.

- Ồ! Giống sao?

- Chuyện xảy ra có khác, còn chuyện làm tiền thì giống y chang. Trong thời gian Cô-vít hoành hành, hãng hàng không Việt Nam lập ra những chuyến bay giải cứu những người Việt còn kẹt ở nước ngoài. Họ nói giải cứu cho có vẻ nhân đạo, chớ nghe nói, họ bán vé có khi lên tới cả chục ngàn đô Mỹ.

- Ồ!

Tôi nhìn viên thuyền trưởng, hỏi:

- Nhưng mà ông ở luôn Thổ Nhĩ Kỳ hay ở tạm?

Ông lắc đầu:

- Không, tôi đang làm thủ tục xin ở lại. Nước Nga hổng an toàn nữa, về làm gì?

Nếu quen lâu với ông như Ivan hay những người bạn Nga khác chắc tôi sẽ dí dỏm trả lời:

- Về làm lính.

Nhưng dù sao ông cũng là người chưa quen, tôi cần phải nghiêm túc. Thời thế đổi thay rồi, từ đây trở đi tôi phải tập tánh nghiêm túc mới được. Tôi nói qua chuyện khác:

- Ông có biết thợ máy Ivan không?

- Biết, Ivan đang ở chiếc Fenja.

- Ồ, chuyến rồi tôi đi chung với Ivan bên chiếc Tina. Hôm về Nga nó từ giã tui và nói không biết có được trở lại nữa không? Tôi sợ nó kẹt lại Nga và bị bắt lính.

Thuyền trưởng lắc đầu:

- Không sao, không sao.

- Vậy là tốt cho Ivan, khi ông liên lạc với nó, nói tôi gởi lời thăm.

- Ô-kê.

Ông đưa ngón tay cái và ngón tay trỏ chà chà với nhau, nói:

- Tiền, có tiền là không đi lính.

- À đúng rồi, tôi thấy những người Nga ra nước ngoài nhiều lắm, cũng như sau năm một ngàn chín trăm bảy lăm dân miền Nam nước Việt Nam chạy ra nước ngoài phần đông là dân có tiền.

Thuyền trưởng ngước nhìn đồng hồ trên vách, rồi day qua tôi nói:

- Còn nhiều chuyện Bếp chưa biết lắm, hôm nào nói nghe, tới giờ trực rồi, tui ăn đây.

- Ô-kê, ăn ngon...

Nãy giờ lo nói chuyện mà không có thời gian uống tách cà phê thuyền trưởng mời. Tôi bưng tách cà phê đứng lên rồi đi về phòng mình. Thật ra thì tôi cũng không cần nghe và biết thêm nữa để làm gì, tin tức chiến tranh Nga và Ukraine tràn ngập, nghe riết rồi nằm chiêm bao cũng thấy chiến tranh. Có rất nhiều thứ mà tôi ao ước không bao giờ xảy ra, nhưng nó đã xảy ra rồi, những cảnh kinh hoàng mà tôi hy vọng sẽ không bao giờ chứng kiến. Tôi chỉ ngắn gọn vài dòng thôi, thời đại của thế giới trước mắt chúng ta không giống như thời đại nào khác. Ma Vương hay gọi là Satan cũng được, đã tung ra mọi tội ác khắp thế giới này, những âm mưu và mọi thủ đoạn đồi bại trắng trợn, hèn hạ từng được biết đến với con người trong mọi thế hệ đã được phơi bày. Cũng như hiện nay là khoảng thời gian viên mãn của thời đại, vì nó cũng là khoảng thời gian đầy đủ sự bạo tàn nhứt trong lịch sử của loài người...

(còn tiếp)

Nguyễn Lê Hồng Hưng

Göteborg, 7-11-2022

NGUYỄN VĂN GIA
LÊ HÂN
TIN SÁCH

Sách đã có mặt trong tháng 9, 10, 11 & 12 năm 2022:

A. TẠI VIỆT NAM

1. Nguyễn Văn Xuân (22 Truyện Ngắn trước 1945)

Tác giả: Vũ Đình Anh
Thể loại: Truyện ngắn
(mới được sưu tầm)
Sách dày 232 trang
Bìa: Thanh Lưu
NXB Đà Nẵng - Quý III/2022
Giá bìa: 135.000 đồng.

2. Nhạn Qua Sông Bóng Còn In Trên Mặt Nước

Tác giả: Hồ Sĩ Bình
Thể loại: Tiểu luận - bút ký
Sách dày 255 trang
Bìa: Lê Hoàng Quý
NXB Hội Nhà Văn - 9/2022
Giá bìa: 115.000 đồng.

3. Gửi Đây Chút Duyên Tình Đọc

Tác giả: Nguyễn Thị Thanh Xuân
Thể loại: Chân dung Văn học
Sách dày 286 trang
Bìa: Linh Vũ
NXB Đà Nẵng - 10/2022
Giá bìa: 115.00 đồng.

4. Nam Xương Tửu Quán

Tác giả: Trương Điện Thắng
Thể loại: Truyện, ký
Sách dày 289 trang
Bìa: Duy Ninh
NXB Hội Nhà Văn - 10/2022
Giá bìa: 139.000 đồng.

5. Để Cho Ngày Ngắn

Tác giả: Võ Thị Như Mai
Thể loại: Thơ
Sách dày 220 trang
Bìa: Võ Thị Như Mai
NXB Thuận Hóa - 9/2022
Giá bìa: 145.000 đồng.

6. Thời Gian Và Tôi

Tác giả: Hà Vũ Giang Châu
Thể loại: Thơ
Sách dày 378 trang
Bìa: Thành Kata
NXB Hội Nhà Văn - 11/2022
Giá bìa: 150.000 đồng.

7. Trăm Bài Thơ

Tác giả: Trần Ngọc Hưởng
Thể loại: Thơ
Sách dày 257 trang
Bìa: Trần Ngọc Hưởng
NXB Tự Xuất Bản
Giá bìa: Sách tặng không bán.

8. Bên Góc Phố Xưa

Tác giả: Huỳnh Túy Hoa
Thể loại: Thơ
Sách dày 80 trang
Bìa: Nguyễn Đức Thảo Vy
NXB Đà Nẵng - 11/2022
Giá bìa: Sách tặng không bán.

9. **Nghe Em Hát Về Hà Nội**

Tác giả: Đoàn Quân
Thể loại: Thơ
Sách dày 75 trang
Bìa: Bạc Tôn Anh
NXB Văn Nghệ
Giá bìa: 20.000 đồng.

B. SÁCH DO NHÂN ẢNH XUẤT BẢN TRONG THÁNG 9, 10, 11 & 12 NĂM 2022:

1. Tìm Quê / Nostalgia

Tác Giả: Dương Đình Hùng
Thể loại: Tập truyện (tiếng Việt & tiếng Anh)
Bìa: Uyên Nguyên Trần Triết
Dàn trang: Tủ sách Gia Đình
Nxb Nhân Ảnh - 9/2022
Sách dày 412 trang, in màu bên trong
Sách có thể mua qua amazon
hay liên lạc: drduongdinhhung@gmail.com
Giá bìa: $30

2. Solving Trigonometric, Exponential & Logarithmic Equations And Evaluating Integrals - Volume 1

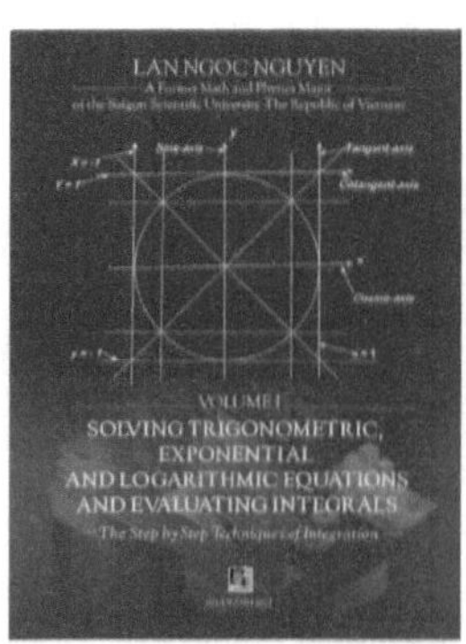

Tác giả: Nguyễn Ngọc Lân
Thể loại: Giáo khoa
Bìa: Uyên Nguyên Trần Triết
Dàn trang: Nguyễn Ngọc Lân
Nxb Nhân Ảnh - 9/2022
Sách dày 500 trang, khổ 8.5" x 11"
Sách có thể mua qua amazon
Giá bìa: $30 US

3. Solving Trigonometric, Exponential & Logarithmic Equations And Evaluating Integrals - Volume 2

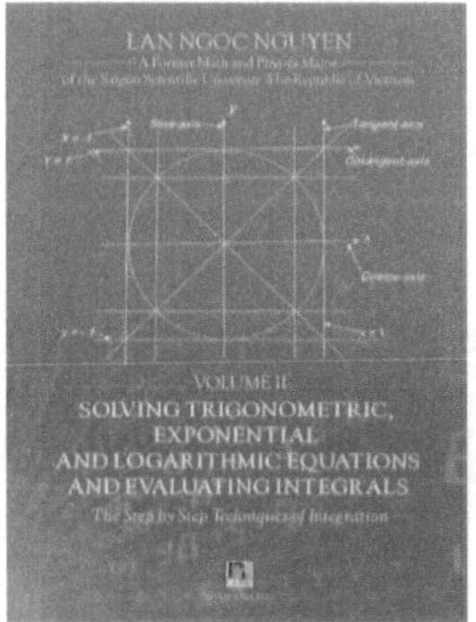

Tác giả: Nguyễn Ngọc Lân
Thể loại: Giáo khoa
Bìa: Uyên Nguyên Trần Triết
Dàn trang: Nguyễn Ngọc Lân
Nxb Nhân Ảnh - 9/2022
Sách dày 520 trang, khổ 8.5" x 11"
Sách có thể mua qua amazon
Giá bìa: $30 US

4. Những Mảnh Rời

Tác giả: Điệp Mỹ Linh
Thể loại: Tập truyện
Bìa: Uyên Nguyên Trần Triết
Dàn trang: Nguyễn Thành Công
Nxb Nhân Ảnh - 12/2022
Sách dày 166 trang
Sách có thể mua qua amazon
hay: diepmylinh42@yahoo.com
Giá bìa: $18 US.

5. Gởi Người Trong Mộng

Tác giả: Sông Tương & Tiểu Muội
Thể loại: Thơ xướng họa
Bìa: Uyên Nguyên Trần Triết
Dàn trang: Nguyễn Thành Công
Nxb Nhân Ảnh - 12/2022
Sách dày 262 trang
Sách có thể mua qua amazon
hay: Vinhho5555@gmail.com
Giá bìa: $20 US.

6. Tự Truyện Của Tím

Tác giả: Điệp Mỹ Linh
Thể loại: Tập truyện
Bìa: Uyên Nguyên Trần Triết
Dàn trang: Nguyễn Thành Công
Nxb Nhân Ảnh - 12/2022
Sách dày 208 trang
Sách có thể mua qua amazon
hay: diepmylinh42@yahoo.com
Giá bìa: $20 US.

7. Cũng Đành Gió Lạc Mùi Hương

Thể loại: Thơ
Bìa & Dàn trang: Lê Nguyễn Minh Quân
Biên tập: Nguyễn Thiên Nga
Nxb Nhân Ảnh - 11/2022
Sách dày 256 trang
Sách có thể mua qua Barnes & Noble
hay liên lạc tác giả: letran4820@hotmail.com
Giá bìa: $20 US (bìa mềm), $25US (bìa cứng)

8. Chuyện Gần Chuyện Xa

Tác giả: Võ Kỳ Điền & Minh Ngọc
Thể loại: Tập truyện
Bìa: Uyên Nguyên Trần Triết
Dàn trang: Nguyễn Thành Công
Nxb Nhân Ảnh - 11/2022
Sách dày: 260 trang (in màu bên trong)
Sách có thể mua qua amazon
hay: nguyennewyork@yahoo.com
Giá bìa: $25 US.

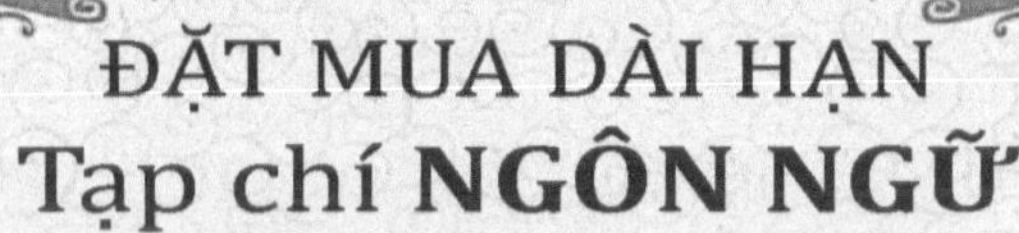